AF764920

பொழுதுபோக்கு வானவியல்

பொழுதுபோக்கு வானவியல்

யா. பெரல்மான்

தமிழில்

சோ. வேங்கடசுப்பிரமணியன்

BOOKS FOR CHILDREN

Podhzupokku Vanaviyal (In Tamil)
Y. PERELMAN
in Tamil : S. Venkatasubramanian
Our First Edition: July, 2021
Published by
BOOKS FOR CHILDREN
im print of Bharathi Puthakalayam
7, Elango Salai, Teynampet, Chennai - 600 018
Email: thamizhbooks@gmail.com | www.thamizhbooks.com

பொழுதுபோக்கு வானவியல்
யா. பெரல்மான்
தமிழில்: சோ. வேங்கடசுப்பிரமணியன்
எமது முதல் பதிப்பு: ஜூலை, 2021

வெளியீடு:

BOOKS FOR CHILDREN

புக்ஸ் ஃபார் சில்ரன்
பாரதி புத்தகாலயத்தின் ஓர் அங்கம்
7, இளங்கோ சாலை, தேனாம்பேட்டை, சென்னை - 600 018
தொலைபேசி : 044 24332424, 24332924, 24356935

விற்பனை உரிமை

பாரதி புத்தகாலயம்

விற்பனை நிலையங்கள்
மதுரை: 37A, பெரியார் பேருந்து நிலையம் - 045 22324674
ஈரோடு: 39: 39 ஸ்டேட் பாங்க் சாலை - 9245448353
திண்டுக்கல்: பேருந்து நிலையம் - 9942331105, 9976053719
பழனி: பேருந்து நிலையம் அருகில் - 9442883696
திருப்பூர்: 447, அவினாசி சாலை - 9486105018
சேலம்: பாலம் 35, அத்வைத ஆஸ்ரமம் சாலை 0427 2335952
திருவல்லிக்கேணி: 48, தேரடி தெரு - 9444428358
வடபழனி: பேருந்து நிலையம் எதிரில் அடையார்
ஆனந்தபவன் மாடியில் - 9444476967
பெரம்பூர்: 52, கூக்ஸ் ரோடு - 9444373716
திருவாரூர்: 35, நேதாஜி சாலை - 9442540543
சேலம்: 15, வித்யாலயா சாலை சாலை
திருநெல்வேலி: 25A, ராஜேந்திரநகர் - 9442149981
அருப்புக்கோட்டை: 31, அகமுடையார் மஹால் - 9994173551
மதுரை: சர்வோதயா மெயின்ரோடு
குன்னூர்: N.K.N வணிக வளாகம் பெட்போர்ட்
செங்கல்பட்டு: 1 D ஜி.எஸ்.டி சாலை - 044 27426964
விருதுநகர்: 131, கச்சேரி சாலை - 0456 2245300
கும்பகோணம்: 352, ரயில் நிலையம் எதிரில் - 9443995061
வேலூர்: பேஸ் III, சத்துவாச்சாரி - 9442553893
நெய்வேலி: பேருந்து நிலையம் அருகில், - 9443659147
தஞ்சாவூர்: காந்திஜி வணிக வளாகம் காந்திஜி சாலை - 9655542400
கோவை: 77, மசக்காளிபாளையம் ரோடு, பீளமேடு - 8903707294
திருச்சி: வெண்மணி இல்லம், கரூர் புறவழிச்சாலை - 9994289492
திருவண்ணாமலை: முத்தம்மாள் நகர்
நாகர்கோவில்: 699 கே.பி.ரோடு R.V.புரம் - 9443450111
சிதம்பரம்: 22A / 18B தேரடி கடைத் தெரு,
கீழவீதி அருகில் - 9994399347
கரூர்: நாரத கானசபா அருகில் (TNGEA OFFICE)- 9442706676
காரைக்குடி : 12, 2 வது தெரு, கம்பன் மணிமண்டபம் பின்புறம் - 9443406150

நினைத்த நூல்கள்... நினைத்த நேரத்தில்...
thamizhbooks.com 8778073949

அச்சு : பிரிண்டெக், சென்னை - 600 005.

யா. பெரெல்மானுடைய இந்நூல் வானவியலின் சில பிரச்சனைகளையும் வானவியலின் சிறந்த விஞ்ஞானச்சாதனைகளையும், நட்சத்திர வானத்தின் மிக முக்கிய நிகழ்ச்சிகளையும் வாசகர்களுக்குக் கவர்ச்சிகரமாகத் தெரிவிக்கின்றது. நூலாசிரியர் அன்றாடம் பார்க்கும் சாதாரணச் சம்பவங்கள் பலவற்றை முற்றிலும் எதிர்பாராத புதிய கோணத்திலிருந்து காட்டி அவற்றின் எதார்த்தப் பொருளை விளக்குகின்றார்.

அகிலான்டத்தின் பரந்த படத்தை அங்கு நடக்கும் விந்தையான நிகழ்ச்சிகளைத் திறந்துகாட்டி விண்மீன் வானத்தைப் பற்றிய கவர்ச்சிமிக்க விஞ்ஞானத்தின் பேரில் வாசகர்களின் அக்கறையைத் தூண்டுவது நூலின் அடிப்படை நோக்கம்.

1942 ம் ஆண்டில் நடந்த இரண்டாவது உலகப் போரின் போது முற்றுகையிடப்பட்ட லெனின்கிராடில் யா. பெரெல்மான் காலமானார். ஆகவே, இந்நூலின் தொடர்ச்சியை எழுத அவர் கொண்டிருந்த நோக்கம் நிறைவேறவில்லை.

விஞ்ஞானத்தின் புதுமையான சாதனைகளுக்கேற்ப நூலில் சிறு மாறுதல்கள் செய்யப்பட்டுள்ளன. பதிப்பாசிரியரின் சில விளக்கக் குறிப்புகளும் புகுத்தப்பட்டுள்ளன.

பொருளடக்கம்

அத்தியாயம் இரண்டு

சந்திரனும் அதன் இயக்கங்களும்

அத்தியாயம் மூன்று

கிரகங்கள்

அத்தியாயம் நான்கு
நட்சத்திரங்கள்

அத்தியாயம் ஐந்து

ஈர்ப்பு

முன்னுரை

''வானவியல்'' ஒரு அதிர்ஷ்டமுடைய விஞ்ஞானம்; அதை அழகுபடுத்த வேண்டிய அவசியமில்லை என்று பிரெஞ்சு அறிஞர் அரோகா என்பவர் கூறினார். வானவியலின் சாதனைகள் கவர்ச்சி மிகுந்தவையாதலால் இவ்விஞ்ஞானத்தின் பேரில் அக்கறையைத் தூண்டுவதற்கு விசேஷ முயற்சி தேவையில்லை. ஆனால், வானவியல் வியப்பூட்டும் நிகழ்ச்சிகளும் துணிச்சல் மிக்க கொள்கைகளும் மட்டும் தான் நிறைந்ததல்ல. சாதாரண உண்மைகளும் நாம் அன்றாடம் பார்க்கும் நிகழ்ச்சிகளும் அடங்கியதே அது. பொதுப்படையாகச் சொன்னால், வானவியலில் நாட்டமில்லாத மிகப்பெரும்பாலோர் அதன் இந்தச் சாதாரண அம்சம் பற்றி ஒருவிதத் தெளிவற்ற கண்ணோட்டத்தைக் கொண்டுள்ளனர். இது அவர்களுக்கு சுவாரஸ்யமுடையதாக இல்லை; ஏனெனில் கண்முன் எப்போதும் தென்படுவதின் பேரில் அக்கறையைச் செலுத்துவது கடினமே!

வானகத்து அறிவியலின் இந்த அன்றாட அம்சம் தான் அதன் தொடக்கங்களே ஒழிய, அதன் பிந்திய கண்டுபிடிப்புகளல்ல -முக்கியமாக, ஆனால் அறவே என்றில்லாமல் இந்நூலின் பொருளடக்கமாக அமைந்துள்ளது! வானவியலின் அடிப்படை உண்மைகளை விளக்குவதே இப்புத்தகத்தின் நோக்கம். ஆனால், வானவியல் பற்றி உள்ள பாடப்புத்தகத்தினின்று இது மிகவும் வேறுபட்டது. உங்கள் ஆர்வத்தையும் சிந்தனையையும் தூண்டுவதற்காக, உங்களுக்கு அறிமுகமான சாதாரண உண்மைகள் புதிர் மிக்க வானவியல் நிகழ்ச்சிகளிலோ அல்லது நேராகப் புரியாத விதத்திலோ இந்த நூலில் மறைக்கப்பட்டுள்ளன. ஆர்வம் குன்றச் செய்யும் விஞ்ஞானப் பதப்பிரயோகங்களும் நுணுக்கங்களும் கூடியவரை விலக்கப்பட்டுள்ளன.

"தெளிவான விஞ்ஞானம்" குறித்து எழுதப்படும் நூல்கள் உயர்தரமானவை அல்ல என்று அடிக்கடி குறை கூறுகிறார்கள். ஒரு விதத்தில் இந்தக் குறை சரியானதே; எந்த வடிவிலும் உருவிலும் கணக்கீடுகளைத் தவிர்ப்பதற்கான முயற்சிகளிலிருந்து (ஒருவர் சரிநுட்பமான இயற்கை விஞ்ஞானத்தை மனதில் கொண்டிருந்தால்)

இதற்கான ஆதரவும் பெற முடியும். ஆனால், மிக எளிய முறையிலேனும் ஓரளவு கணக்கிடக் கற்றுக்கொண்டால் தான் வாசகர்கள் தங்கள் பாடத்தைப் படிப்பதில் தேர்ச்சி அடைய முடியும். ஆகவே, "பொழுதுபோக்கு வானவியல்" என்ற இந்நூலின் எளிய கணக்கீடுகளைப் பயன்படுத்த ஆசிரியர் தயங்கவில்லை. அவைகள் எல்லாம் சாதாரணமாகப் பள்ளியில் கணக்குப்பாடம் படித்த எல்லோருக்கும் புரியக் கூடியவையே, இக்கணக்குகள் இதற்கு முன் கற்றதை நினைவில் வைத்துக் கொள்ள உதவுவது மட்டுமல்ல, மேலும் அதிகமாகப் படிக்க விரும்புவோருக்கும் மிக்க உதவியாக இருக்கும் என்பது என் கருத்து.

பூமி, சந்திரன், கிரகங்கள், நட்சத்திரங்கள், ஈர்ப்பு இவை பற்றிய அத்தியாயங்கள் இப்புத்தகத்தில் உள்ளன. வழக்கமாக இத்தகைய நூல்களில் நன்கு விவரிக்கப்படாத பகுதிகளில் அதிக கவனம் செலுத்தப்பட்டுள்ளது. இந்நூலில் இடம் பெறாத பகுதிகள், அதன் இரண்டாம் பாகத்தில் விவரிக்கப்படும் என்று நினைக்கிறேன். இந்நூல், தற்கால வானவியலின் வளமான விவரங்களை விரிவாகப் பகுத்தாராய முயலவில்லை என்பதை இங்கு குறிப்பிடுதல் வேண்டும்.

யா. பெரெல்மான்

அத்தியாயம் ஒன்று

பூமியும் அதன் வடிவமும் சலனங்களும்

பூமியின் மேற்பரப்பிலும் அதன் படத்திலும் உள்ள குறுகிய வழி

ஆசிரியை கரும் பலகையில் இரு புள்ளிகளைக் குறிக்கிறாள். தன் முன்னுள்ள சிறுவனை அழைத்து அவ்விரு புள்ளிகளிடையே உள்ள மிகக் குறைந்த தூரத்தைக் கண்டுபிடிக்கச் சொல்கிறாள். ஒரு கணம் தயங்குகிறான் சிறுவன். பின் அவ்விரு புள்ளிகளுக்குமிடையே ஒரு வளைந்த கோடு வரைகிறான்.

"இதுவா தம்பி, மிகக் குறைந்த தூரம்! யாரப்பா உனக்கு அப்படிச் சொல்லித் தந்தது?" என்று ஆசிரியை கேட்கிறாள். சற்று ஆச்சரியத்துடன். "எங்க அப்பாதான், அவர் ஒரு டாக்சி, டிரைவர்!"

பையனது கோடு என்னவோ வேடிக்கைதான். ஆனால் படம் 1 ல் உள்ள வளைந்த புள்ளிக்கோடு தான் நன்னம்பிக்கை முனைக்கும் ஆஸ்திரேலியாவின் தென்கோடி முனைக்கும் இடையே உள்ள மிகக் குறுகிய தூரம் என்று சொன்னால் அவநம்பிக்கையுடன் புன்னகை செய்வீர்கள் என்று நினைக்கிறேன். படம் 2ல் ஜப்பானுக்கும், பனாமா கால்வாய்க்கும் இடையே காட்டப்பட்டுள்ள வளைவுகோடு அவற்றிடையே புள்ளிகளால் வரையப்பட்டுள்ள நேர்கோட்டைவிட நீளம் குறைந்தது என்றால் இன்னும் வியப்படைவீர்கள்.

"சும்மா, தமாஷ்" என்பீர்கள். இல்லவே இல்லை. இது தான் உண்மை. தேசப்படத் தயாரிப்பாளர்கள் இவ்வுண்மையயே உறுதிப்படுத்துவார்கள்.

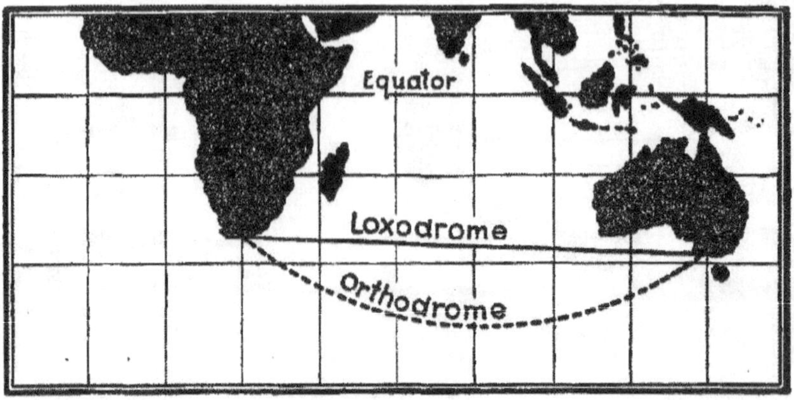

படம் 1. கடற்படம், நன்னம்பிக்கை முனைக்கும் உள்ள மிகக் குறைந்த தூரத்தை நேர் கோட்டால் ("லாக்ஸோட்ரோம்") அல்ல மாறாக வளைவுகோட்டால் ("ஆர்தோட்ரோம்") காண்பிக்கிறது.

இதை விளக்குமுன் பொதுவாகத் தேசப் படங்களைப் பற்றி அதிலும் குறிப்பாகக் கடற்படங்களைப் பற்றிக் கொஞ்சம் சொல்ல வேண்டும். பந்து போலுள்ள பூமியின் படத்தைக் காகிதத்தில் வரைவது எளிதல்ல. உருண்டையான பரப்பை விரித்துத் தட்டையான ஒரு பரப்பாக்க முயன்றால் அதில் கட்டாயம் மடிப்புக்களும் கிழிசல்களும் இருக்கத்தான் செய்யும் என்பது எல்லோருக்கும் தெரியும். விரும்பினாலும் விரும்பாவிட்டாலும் இது தவிர்க்க முடியாதது. தேசப்படம் வரைவதற்கு பல முறைகள் வகுக்கப்பட்டுள்ளன. ஒவ்வொன்றிலும் ஏதாவது ஒரு குறைபாடு இருக்கத்தான் இருக்கிறது.

பதினாறாம் நூற்றாண்டில், ஹாலந்து நாட்டுத் தேசப்படத் தயாரிப்பாளரும் கணிதவல்லுநருமான மெர்கேடார் கண்டுபிடித்த முறையில் ஆன படங்களையே மாலுமிகள் உபயோகிக்கிறார்கள். அவரது முறை "மெர்க்கேடாரின் வீழ்ச்சி" எனப்படும். மாலுமிப்படத்தில் குறுக்கும் நெடுக்குமாக வலைபோன்று கோடுகள் வரைந்திருப்பதைக் காணலாம். ஒன்றுக்கொன்று செங்குத்தான இணைகோடுகள் மூலம், தீர்க்கரேகைகளும், அட்சரேகைகளும் வரையப்பட்டுள்ளன.

ஒரே அட்சரேகையிலுள்ள இரு துறைமுகங்களுக்கு இடையில் உள்ள குறைந்தபட்ச தூரத்தைக் கண்டுபிடிக்க வேண்டும் என்று வைத்துக் கொள்வோம். கடலில் எந்தத் திசையில் வேண்டுமானாலும்

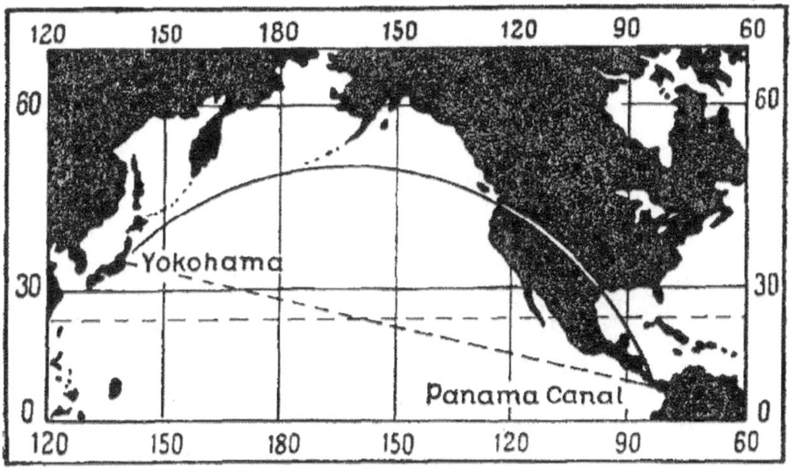

படம் 2. கடற்படத்தில், யோகாஹாமாவை பனமா கால்வாயுடன் இணைக்கும் வளைவு கோடு, அதே புள்ளிகளுக்கிடையே வரையப்பட்டுள்ள நேர்கோட்டை விட நீளம் குறைவானது என்றால் நம்ப முடியாதது போல் தோன்றுகிறது.

செல்லலாம். ஆனால் எவ்விதம் என்று மட்டும் தெரிந்தால் குறுக்கு வழியை கண்டுபிடித்து விடலாம். ஒரே இணைகோட்டிலுள்ள இரு துறைமுகங்களுக்கு இடையில் உள்ள மிகக் குறைந்த தூரம், படத்தில் அவ்விரண்டையும் சேர்க்கும் நேர்கோடே என்று நினைப்பது இயல்புதான். ஏனெனில் நேர்கோட்டை விட எது அதிகக்குறைவாக இருக்க முடியும்! ஆனால், அது தவறு. அந்நேர்கோடு மிகக்குறுகிய வழியல்ல.

ஒரு பந்தின் மீதுள்ள இரு புள்ளிகளுக்கு இடையிலுள்ள மிகக் குறைந்த தூரம் அவற்றை இணைத்துச் செல்லும் பெருவட்டத்தின்* வில்லின் நீளமே ஆகும், ஆனால் அட்சரேகை

ஒரு சிறு வட்டம். குறித்த இரு புள்ளிகள் வழியே செல்லும் ஒரு பெரு வட்டத்தின் வில் அதே புள்ளிகள் வழியே செல்லும் எந்தச் சிறு வட்டத்தின் வில்லையும் விட வளைவு குறைந்தது; எவ்வளவு அதிகமாக ஆரம் உள்ளதோ, அவ்வளவு குறைவாக வளைவு இருக்கும். ஒரு நூலை எடுத்துப் பூமி உருண்டையில் நாம் குறித்துள்ள இரு புள்ளிகளிடையே இழுத்துப்பிடிக்கவும் (படம் 3) நூலின் பாதை

---

* ஒரு கோளத்தில் பெரு வட்டம் என்பது கோள மையத்தையே தனது மையமாக்க் கொண்டு கோளத்தின் மேற்பரப்பில் அமைந்துள்ள வட்டமாகும். மற்ற வட்டங்கள் சிறு வட்டங்கள் எனப்படும்.

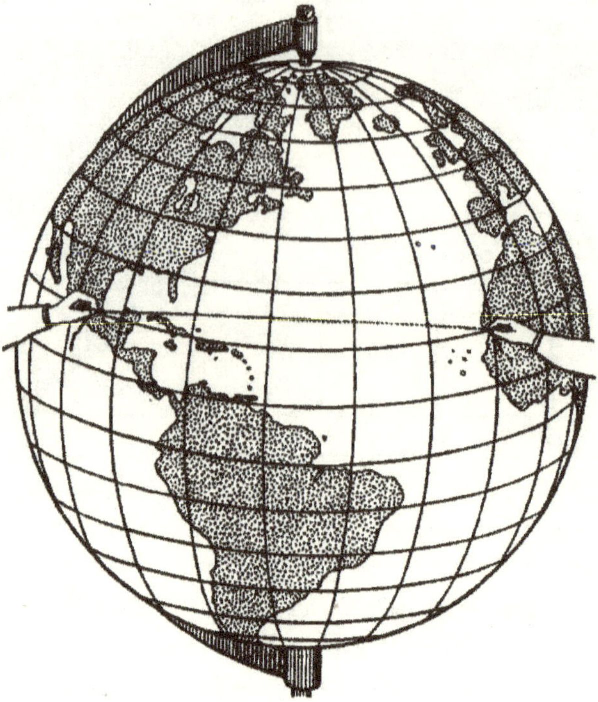

படம் 3 இரு புள்ளிகளுக்கிடையிலுள்ள மிகக் குறைந்த தூரத்தைக் காண ஒரு சுலபமான வழி, பூமி உருண்டையில் அவ்விரு புள்ளிகளுக்கும் இடையில் ஒரு நூலை விறைப்பாக இழுத்துப்பிடிப்பதுதான்.

அட்சரேகை வழியாகவே இல்லை என்று காணலாம். நூல் குறிப்பிடும் பாதையே மிக்க் குறுகியது என்பது தெளிவு. பூமி உருண்டையில் நூல் அட்சரேகையோடு பொருந்தாவிடில் கடற்படத்திலும் குறுகிய பாதை நேர்கோடு அல்ல, ஏனெனில் படத்தில் அட்சரேகைகள் நேர்கோடுகளாகக் காட்டப்படுவதால் அவற்றோடு பொருந்தாத எல்லாக் கோடுகளும் வளைவு கோடுகளாகத் தான் இருக்க முடியும்.

மேற்கூறியதுதான் கடற்படத்தில் மிகக் குறுகியது ஏன் நேர்கோடு அல்ல, ஆனால் வளைவு கோடு என்பதற்கு விளக்கம்.

பீடர்ஸ்பர்க் – மாஸ்கோ ரயில்பாதையை எந்த வழியாக அமைப்பது என்பது பற்றி இன்ஜினியர்கள் ஒருமித்த முடிவுக்கு வரமுடியவில்லையாம். *1*வது நிக்கோலாய் ஜார் மன்னன் அதனை

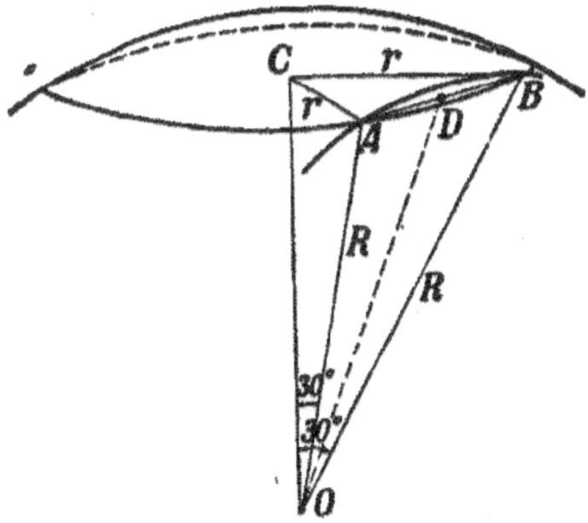

படம் 4. பூமி உருண்டையில் என்ற இரு புள்ளிகளுக்கிடையே அட்சத்தின் வில் வழியாகவும், பெரு வட்டத்தின் வில் வழியாகவும் தூரங்களைக் கணக்கிடுதல்.

ஒரு நேர்கோட்டில் அமைக்குமாறு கூறி பீடர்ஸ்பர்க்குக்கும் மாஸ்கோவுக்கும் இடையே ஒரு நேர்க்கோடு வரைந்தான். அது மெர்கேடாரின் படமாயிருந்தபின், ஒரு தொல்லைஏற்பட்டிருக்கும் - அதாவது ரயில்பாதை நேர்கோடு அல்லாது ஒரு வளைவு கோடாக அமைந்திருக்கும்.

பெரிய கணக்கீடுகளின்றியே படத்தில் நேர்கோடு என நாம் நம்பும் பாதையை விட வளைந்த பாதை, குறுகியது என்று காணலாம். இரு துறைமுகங்களும் 60ம் அட்சத்தில் ஒன்றிலிருந்து ஒன்று 60 டிகிரி தொலைவில் அமைந்துள்ளன என்று வைத்துக்கொள்வோம். (இத்தைகைய துறைமுகங்கள் உண்மையில் உள்ளனவா என்பதைக் கணக்கீட்டுக்காகக் கருத்தில் கொள்ளக் கட்டாயமில்லை.)

படம் 4 ல் *O* என்பது பூமி உருண்டையின் மையம், *AB* என்பது இந்தத் துறைமுகங்கள் அமைந்துள்ள அட்சத்தின் வில். அது 60 டிகிரி அளவுள்ளது. *A,B* என்பன நாம் குறிப்பிட்ட துறைமுகங்கள். *C* என்பது அட்சரேகை வட்டத்தின் மையம். அதே துறைமுகங்கள் வழியே செல்லுமாறு *O* வை மையமாகக் கொண்டு பெரு வட்டத்தின் வில் வரையப்பட்டுள்ளது என்று வைத்துக்கொள்வோம். அதன் ஆரம் $OA = OB = R$. அது கிட்டத்தட்ட *AB* என்ற வில்லுக்குச் சமம். ஆயினும் அதனுடன் பொருந்தவில்லை என்று காண்போம்.

*A*யும் *B* யும் 60 டிகிரி அட்சத்தில் அமைந்துள்ளன. ஆகவே, *OA*, *OB* என்னும் ஆரங்கள் ஒவ்வொன்றும் *OC* என்ற பூமியின் கற்பனை அச்சுக்கு 30 டிகிரி சாய்ந்துள்ளன. *ACO* என்ற செங்கோண முக்கோணத்தில் செங்கோணத்தின் ஒரு பக்கமான $AC\ (=r)$ 30 டிகிரி அளவுள்ள கோணத்துக்கு எதிர்ப்பக்கம். ஆகவே, *AC* பக்கம் கர்ணம் *AO* வில் பாதி. அதாவது $r = R/2$ வில் *AB* யின் நீளம் அட்ச

வட்டத்தின் கற்றளவில் ஆறில் ஒரு பங்கு. அட்சவட்ட ஆரம் பெரு வட்ட ஆரத்தில் பாதி, ஆகவே, அட்சவட்டச் சுற்றளவு பெரு வட்டச் சுற்றளவில் பாதி. ஆதலால் வில் *AB* யின்

நீளம் = 1/6 * 40.000/2 = 3333 கி.மீ.

AB வழியே செல்லும் பெரு வட்டவில்லின் நீளம் காண கோணம் *AOB* எவ்வளவு என்று தெரிய வேண்டும். 60 டிகிரி அளவுள்ள சிறு வட்டவில்லின் நுனிகளை இணைக்கின்ற *AB* என்ற நாண் இதே சிறு வட்டத்தினுள்வரையப்பட்டுள்ள ஒரு சமபக்க அறுகோணத்தின் பக்கம். ஆகவே, $AB = r = R/2$. *AB* யின் நடுப்புள்ளியான *D* ஐ பூமிக்கோளத்தின் மையப்புள்ளியான *O* வுடன் இணைத்தால், *D* செங்கோணமாகக் கொண்ட *ODA* என்ற செங்கோணமுக்கோணம் கிடைக்கும். $DA = ½ AB$; $OA = R$. ஆகையால், சைன் $< AOD=AD; AO=R=0.25$. கணித அட்டவணைகளில் இருந்து $< AOD=14^{0}28'30''$ ஆகவே, $< AOB=28^{0}57'$

பூமி உருண்டையில் ஒரு வட்டத்தின் ஒரு நிமிடத்தின் நீளம் ஒரு கடல் மைலுக்குச் சமம், அதாவது 1.85 கி. மீட்டருக்குச் சமம். எனவே, $28^{0}\ 57^{1} = 1737^{1}$ = 3813 கி.மீ.

ஆக, கடற்படத்தில் நேர்கோடாக அமைந்துள்ள தூரம் 3333 கி.மீ. ஆனால் வளைவு கோடாய் அமைந்துள்ள பெரு வட்டவில்லின் வழியே அளந்தால் 3213 கி.மீ., அதாவது 120 கி.மீ. குறைவு.

பள்ளிக்கூடத்திலுள்ள ஒரு பூமி உருண்டையில் ஒரு நூலைக் கொண்டு அளந்தால் நாம் மேலே கணக்கிட்ட தூரங்கள் சரியானவை என்பது தெரியும். படம் 1ல் ஆப்பிரிக்காவுக்கும் ஆஸ்திரேலியாவுக்கும் இடையே நேர்கோடு போல் தோன்றும் தூரம் 6020 மைல்கள். வளைவு தூரம் 5450 மைல்கள், அதாவது 570 மைல்கள் அல்லது 1050 கி.மீ குறைவு. கடற்படத்தில் லண்டனுக்கும் ஷாங்ஹாய்க்கும் இடையே “நேர்” விமானப்பாதை காஸ்பியன் கடலின் குறுக்காகச் செல்லும். ஆனால், உண்மையில் குறைந்த வழி லெனின் கிராதுக்கு வடக்கே செல்கிறது. நேரத்தையும் எரிபொருளையும் சிக்கனம் செய்வதில் இவ்விஷயங்கள் எவ்வளவு முக்கியம் என்பது தெளிவு.

பாய்மரக் கப்பல்களின் காலத்தில் நேரத்துக்கு மதிப்பில்லை. மனிதன் நேரத்தைப் பொன்னாகக் கருதவில்லை. ஆனால், நீராவிக்கப்பல்கள் உபயோகத்திற்கு வந்தபின், தேவைக்கு அதிகமாகச் செலவழியும் ஒவ்வொரு டன் எரிபொருளும் பண விரயம் என்ற நிலை ஏற்பட்டது. ஆகவே தான் கப்பல்கள் உண்மையிலேயே குறுகிய

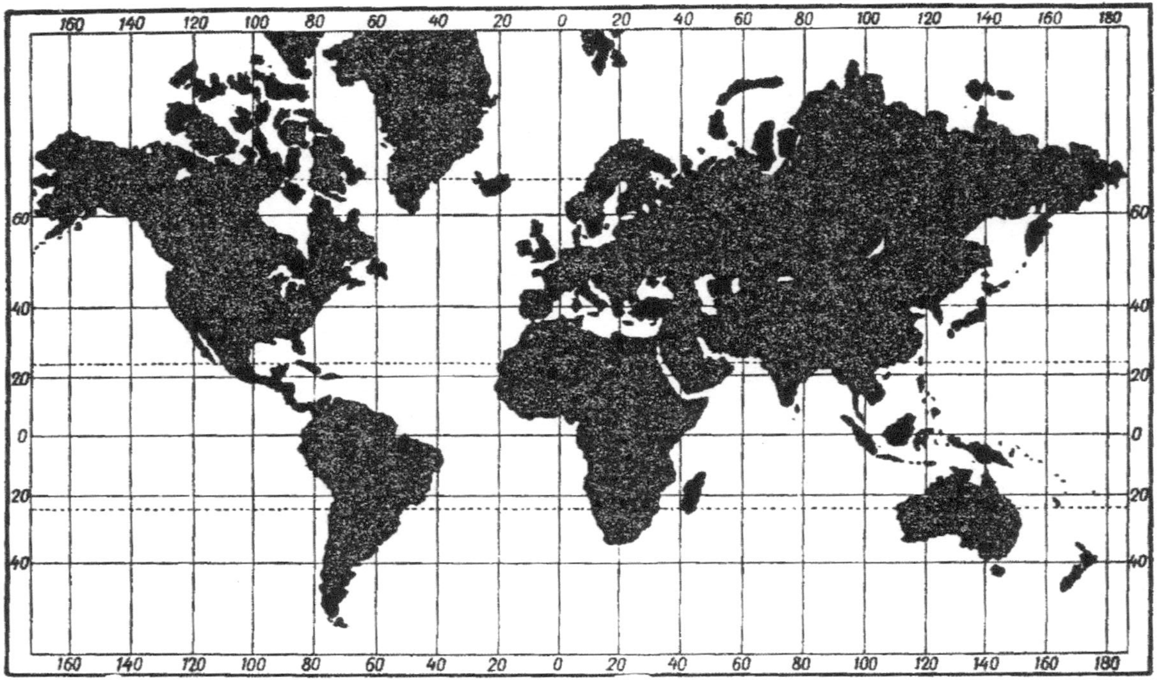

படம் 5 பூமியின் கோளத்துக்குக் கடற்படம், அல்லது மெர்கேடாரின் படம். இத்தகைய படங்கள் பூமத்திய ரேகையிலிருந்து மிகவும் விலகியுள்ள பிரதேசங்களை மிகவும் விரிவுபடுத்திக் காட்டுகின்றன. உதாரணமாக, கிரீன்லாந்து ஆஸ்திரேலியா இவற்றில் எது பெரியது? (விடை: புத்தகத்தினுள் இருக்கிறது,)

வழியைப் பின்பற்றுகின்றன. இதற்காக, 'மெர்கேடாரின் வீழ்ச்சி' முறையில் ஆன படங்களுக்குப் பதிலாக பெரு வட்டவிற்களை நேர்கோடுகளாகக் காட்டும் 'மைய வீழ்ச்சி' முறையில் ஆன படங்கள் அடிக்கடி பயன்படுத்தப்படுகின்றன.

அப்படியானால், முற்காலத்தில் மாலுமிகள் ஏன் இத்தகைய தவறான படங்களைஉபயோகித்தார்கள்? அவர்களுக்கு இப்படங்களின் விசேஷத் தன்மைகள் தெரியாதா? அதல்ல, மெர்கேடாரின் முறையில் வரையப்பட்ட படங்களில் குறையிருப்பினும் வேறு சில சௌகரியங்கள் இருக்கின்றன. முதலில், பூ மேற்பரப்பின் சிறு பகுதிகளை அவற்றின் படிவம் மாற்றாமல் இத்தகைய படங்கள் காட்டுகின்றன. பூமத்தியரேகையிலிருந்து எவ்வளவுக்கெவ்வளவு ஒரு அட்சரேகை தள்ளியிருக்கிறதோ அவ்வளவுக்கவ்வளவு படத்தில் அதன் நீளம் உண்மை நீளத்தை விட அதிகரிக்கிறது. மாலுமிப்படத்தின் இவ்வுண்மையை அறியாதவர்கள் கிரீன்லாந்து ஆப்பிரிக்காவில் 1/15 பங்கு அலாஸ்காவும் கிரீன்லாந்தும் சேர்ந்தே ஆஸ்திரேலியாவில் பாதிக்கு மேலிரா. ஆனால், இவ்வுண்மைகளை அறிந்த மாலுமிகளுக்கு இப்படங்களை உபயோகிப்பதில் எவ்விதக் கஷ்டமுமில்லை. அவை துல்லியமான விபரங்களைக் காட்டுகின்றன (படம் 5).

மேலும் கடற்படம் கப்பலைச் சரியான வழியில் செலுத்துவதை மிகவும் எளிதாக்குகின்றது. அதில் ஒன்றில் தான் நிலையான வழியில் செல்லும் கப்பலின் வழியானது நேர்கோட்டால் காண்பிக்கப்படுகிறது. நிலையான வழியில் செல்வது என்றால் ஒரே திசையில், ஒரே 'ரம்' கோட்டின் நெடுக செல்வது. அதாவது எல்லா தீர்க்கரேகைகளையும் ஒரே கோணத்தில் கடப்பது என்று பொருள். தீர்க்கரேகைகளை இணை நேர்கோடுகளாகக் காட்டியுள்ள படத்தில்தான், 'லாக்ஸோட்ரோம்' எனப்படும் – இந்த வழியை ஒரு நேர்கோடாகக் காட்ட முடியும்* தீர்க்கரேகைகளை அட்சரேகைகள் செங்குத்தாக வெட்டுவதால், இப்படமும் அட்சரேகைகளை தீர்க்கரேகைகளுக்குச் செங்குத்தானவையாகக் காட்டுகிறது. இவ்வாறு கடற்படத்துக்கே உரித்தான குறுக்கும் நெடுக்குமான கோடுகளின் சட்டகம் கிடைக்கின்றது.

மாலுமிகள், 'மெர்கேடார் வீழ்ச்சி' முறையை ஏன் பெரிதும் விரும்புகிறார்கள் என்பது தெரியும். தான் இருக்கும் துறைமுகத்தையும்

---

* உண்மையில் லாக்ஸோட்ரோம் என்பது திருகாணியின் மரை போன்று வளைந்து உருண்டையின் மீது செல்வதாகும்.

சேரவேண்டிய துறைமுகத்தையும் ஒரு நேர்கோட்டால் சேர்த்து இந்நேர்கோட்டுக்கும் தீர்க்கரேகைக்கும் இடையில் உள்ள கோணத்தை மாலுமி அளக்கிறான். இதே கோணத்தில் கப்பலைச் செலுத்திச் சென்றால் சேர வேண்டிய துறைமுகத்தைத் தவறாமல் அடைவான். ஆகவே, லாக்ஸோட்ரோம் என்பது குறுக்கு வழியாகவோ அல்லது சிக்கனமான வழியாகவோ இல்லாவிடினும், அது ஒரு விதத்தில் மாலுமிக்கு மிகச் சௌகரியமான வழி. உதாரணமாக ஆப்பிரிக்காவின் நன்னம்பிக்கை முனையிலிருந்து ஆஸ்திரேலியாவின் தென் முனையை அடைய S 870.50 என்ற வழியில் தவறாது செல்ல வேண்டும் (படம் 1) ஆனால், 'ஆர்தோட்ரோம்' எனப்படும் மிகக் குறுகிய வழியாக அதே இடத்துக்குச் சென்றால் தமது வழி S 42.0 50 என்ற வழியிலிருந்து மாறிக் கொண்டே வந்து 53o.50 என்ற வழியில் முடியும் (ஆனால் இது முடியாத காரியமாகும், ஏனெனில் இப்பாதை அன்டார்டிக் பனிச் சுவர்களுக்குக் கொண்டு செல்லும்).

லாக்ஸோட்ரோம், ஆர்தோட்ரோம் ஆகிய இரு பாதைகளும் பூமத்திய ரேகையிலோ அல்லது கடற்படத்தில் நேர்கோடாகக் காட்டப்பட்டுள்ள தீர்க்கரேகையிலோ மட்டும் தான், பெரு வட்டத்தில் இணைகின்றன. மற்றபடி அவை வேறானவை.

அட்சரேகை-தீர்க்க ரேகை இவற்றின் அளவுகள்

எல்லோருக்கும் அட்சரேகை, தீர்க்கரேகை என்றால் என்ன என்பது தெரிந்திருக்கும். ஆனால், கீழேயுள்ள கேள்விகளுக்கு எத்தனை பேர் சரியான விடை சொல்ல முடியும்?

கேள்வி

எபோதும் அட்சரேகையின் ஒரு டிகிரி, தீர்க்க ரேகையின் ஒரு டிகிரியைவிட அதிகமானது. இது சரியா?

விடை

ஒவ்வொரு அட்சரேகையும் தீர்க்கரேகையைவிட நீளம் குறைந்தது என்பது பலர் எண்ணம். தீர்க்கரேகை டிகிரிகள் அட்சரேகை வழியாகவும், அட்சரேகை டிகிரிகள் தீர்க்கரேகை வழியாகவும் அளக்கப்படுவதால், முன்னது பின்னதை விட அதிகமாக இருக்க முடியாது என்று ஊகிக்கலாம். ஆனால், பூமி சரியான உருண்டை அல்ல, அது ஒரு நீள் உருண்டை; பூமத்திய ரேகை அருகே அகலம் (விட்டம்) அதிகம். இந்த

நீள் உருண்டையில் பூமத்திய ரேகை மட்டுமல்ல அதை ஒட்டியுள்ள அட்சரேகைகளும் தீர்க்கரேகைகளைவிட நீளமானவை. கணக்கீடுப்படி 5° அட்சம் வரை, அட்சரேகை டிகிரிகளை விடத் தீர்க்கரேகை டிகிரிகள் நீளமானவை.

அமன்ட்ஸன் எத்திசை நோக்கிப் பறந்தார்?

கேள்வி

வட துருவத்திலிருந்து திரும்பும் போது அமண்ட்ஸன் வந்தது எத்திசை வழியாக? தென் துருவத்திலிருந்து திரும்பி வந்தது எத்திசை வழியாக? (அவரது நாட்குறிப்பைப் பார்க்காமல் விடை சொல்லவும்).

பதில்

வட துருவம் என்பது பூமியின் வட நுனி. அங்கிருந்து எத்திசையில் சென்றாலும் தெற்கு நோக்கித் தான் செல்வோம்.

ஆகவே, வட துருவத்திலிருந்து திரும்பும் போது தென் திசை நோக்கித்தான் அமன்ட்ஸன் வந்திருக்க முடியும். அங்கிருந்து செல்வதற்கு வேறுதிசை இல்லை. "நார்ஜ்" என்னும் விமானத்தில் வட துருவத்தில் பறத்தல் நடத்திய போது அவர் எழுதிய நாட்குறிப்பின் ஒரு பகுதி இதோ:

"நார்ஜ் வட துருவத்தை வட்டமிட்டது. பிறகு நாங்கள் பயணத்தை தொடர்ந்தோம்... நாங்கள் ரோமைவிட்ட பிறகு முதல் முறையாகத் தெற்கு நோக்கிச் செல்ல ஆரம்பித்தோம்".

இதேபோல் தென் துருவத்திலிருந்து திரும்பும்போது அமன்ட்ஸன் வடக்கு நோக்கித்தான் வந்திருக்க முடியும்.

கிழக்குக் கோடி நாட்டை அடைந்த ஒரு துருக்கி நாட்டானைப் பற்றி கதை ஒன்று உண்டு. "முன்னும் பின்னும் வலமும் இடமும் சுற்றிலும் ஒரே கிழக்குத்தான்' என்றானாம்.

நமது பூமியின் எந்த ஒரு தேசத்திலும் எல்லாத்திசையும் கிழக்காக இருக்க முடியாது. ஆனால், எல்லாத் திசையும் வடக்காக உள்ள ஓரிடமும் எல்லாம் தெற்காக உள்ள ஓரிடமும் உண்டு. நான்கு சுவர்களும் தென் பக்கச் சுவர்களாக உள்ள ஒரு வீட்டை வட துருவத்தில் கட்டலாம். சோவியத் நாட்டை சேர்ந்த புகழ்பெற்ற வட துருவ ஆராய்ச்சியாளர்கள் உண்மையில் நடத்தியிருக்கக்கூடிய காரியமே அது.

நேரத்தைக் கணக்கிடுவதில் ஐந்து வகைகள்

கடிகாரத்தைப் பார்த்து மணி சொல்வது நமக்கு மிகவும் பழக்கமான ஒன்று. ஆகவே அது காட்டும் மணியின் உள் அர்த்தம் என்ன என்று நாம் உணர்வதில்லை. இப்போது மாலை மணி ஏழு என்றால் அதன் பொருள் என்ன என்பது பலருக்கும் தெரியாது என்று நான் நினைக்கிறேன்.

சிறிய முள் ஏழைக் காட்டுகிறது என்பது மட்டும்தான் அதன் கருத்தா? அந்த எண் எதைக் காட்டுகிறது? நடுப்பகலுக்குப் பிறகு, நாளில் 7/24 பகுதி கழிந்திருப்பதை அது காட்டுகிறது. சரி, அப்படியானால் எந்த நடுப்பகலுக்குப்பின்? எந்த நாளில் 7/24 பகுதி? நாள் என்றால் என்ன? நாம் சாதாரணமாக காலை, பகல், இரவு இவை கொண்ட ஒரு நாள் என்பது பூமி தன்னைத் தானே ஒரு முறை சுற்றிக்கொள்ள ஆகும் நேரம். நடைமுறையில் அது, நம் தலைக்கு நேர்மேலே உள்ள ஒரு புள்ளி (''உச்சி'') அடிவானத்தின் தென்முனை இவை வழியே செல்லும் ஒரு கற்பனைக் கோட்டைச் சூரியன் (அதாவது சூரியனின் மத்தி) அடுத்தடுத்துக் கடக்க எடுக்கும் நேரம் ஆகும். இக்கால அளவு சிறிது மாறுபடுகிறது. சில சமயம் முன்னதாகவும் சில சமயம் பிந்தியும் சூரியன் இக்கோட்டைக் கடக்கிறது. இந்த முறைப்படி ஏற்படும் ''உண்மையான நடுப்பக'' லைக் காட்டுமாறு ஒரு கடிகாரத்தை, எவ்வளவு தேர்ந்த நிபுணராலும் அமைக்க முடியாது. ஒரு நூற்றாண்டுக்கு முன் பிரான்சுக் கடிகாரத் தொழிலாளிகள் 'சூரியன் தவறான மணியைக் காண்பிக்கிறது'' என்று சொல்வார்களாம்.

நமது கடிகாரங்கள் காட்டுவது வானில் நாம் பார்க்கும் சூரியனுக்குத் தகுந்தவாறு அல்ல. ஆனால், ''சராசரி சூரியன்' எனப்படும் ஒரு கற்பனைச் சூரியனுக்குத் தகுந்தபடி காட்டுகிறது. வானிலுள்ள நிஜ சூரியன் பூமியை ஒரு முறை சுற்றுவதாகத் தோன்றும் நிகழ்ச்சிக்கு ஆகும் அதே காலத்தில் பூமியை ஒரு முறை சுற்றிவரக் கூடியதும் வருட முழுவதும் தன் இயக்கம் ஒரே சீரானதாகவும் இருக்கக் கூடிய ஒரு சூரியனைக் கற்பனை செய்து கொள்ளுங்கள். இதுவே வானவியலில் கூறப்படும் ''சராசரிச் சூரியன்''. தலை உச்சிப் புள்ளி தெற்கு இவற்றின் வழியே செல்லும் கற்பனைக் கோட்டை இச்சராசரிச் சூரியன் கடக்கும் கணமே ''சராசரி நடுப்பகல்', இரு அடுத்தடுத்த சராசரி நடுப்பகல்களுக்கிடையேயுள்ள நேரமே ''சராசரி சூரிய நாள்''. இதன்படி அளக்கப்படும் நேரமே 'சராசரிச் சூரிய நேரம்''. நமது கடிகாரங்கள் காட்டுவதெல்லாம் இந்தச் சராசரிச் சூரிய நேரத்தையே. ஆனால் சிறு முளையாணியின் நிழலை முள்ளாகக்

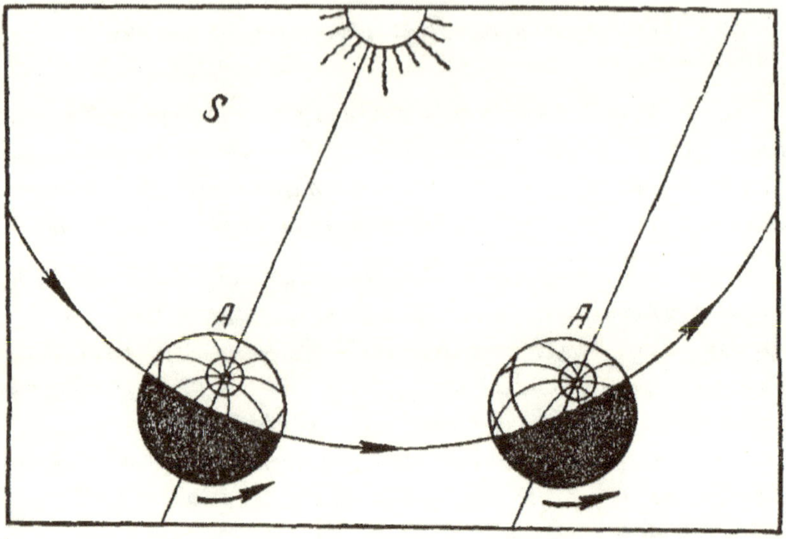

படம் 6. சூரிய நாள் நட்சத்திர நாளைவிட ஏன் நீண்டது? (விபரங்களைப் புத்தகத்தினுள் பார்க்கவும்)

கொண்ட சூரிய கடிகாரம் குறிப்பிட்ட இடத்தின் உண்மையான சூரிய நேரத்தைக் காட்டுகிறது.

இப்படிச் சொன்னதால் பூமி ஏதோ ஒழுங்கின்றித் தன் அச்சில் சுற்றுகிறது. அதுவே தான் உண்மையான சூரிய நாளின் கால அளவில் வேறுபாடு ஏற்படக்காரணம் என்று நினைக்கலாம். அப்படியல்ல. இந்த வேறுபாட்டுக்குக் காரணம், பூமி சூரியனைச் சுற்றி வருவதில் உள்ள ஒரு ஒழுங்கின்மையே. ஆறாம் படத்தைப் பாருங்கள். பூமிக் கோளத்தின் அடுத்தடுத்த இரு நிலைகள் காண்பிக்கப்பட்டுள்ளன. முதலில் இடது பக்கமுள்ள நிலையைப் பாருங்கள். கீழேயுள்ள அம்புக் குறிகள் பூமி சுற்றும் திசையை, அதாவது வட துருவத்திலிருந்து பார்த்தால் பூமி கடிகார முட்கள் சுற்றும் திசைக்கு எதிர் திசையில் சுற்றுவதைக் காட்டுகின்றன. *A* என்ற புள்ளியில் இப்போது நடுப்பகல். இப்புள்ளி சூரியனுக்கு நேர் எதிர்த்தாற்போல் உள்ளது. இப்போது பூமி ஒருமுறை தன் அச்சில் சுற்றுவதாக வைத்துக்கொள்வோம். இந்த நேரத்தில் அது கிரகப்பாதையில் சற்று வலமாக நகர்ந்து இரண்டாவது நிலைக்கு வருகிறது. புள்ளி *A* ஐப் பொறுத்துப் பூமியின் ஆரம் மாறவில்லை. ஆனால், புள்ளி இப்போது சூரியனுக்கு நேர் எதிரில் இல்லை. ஆகவே இபோது *A* யில் நடுப்பகல் இல்லை. சூரியன் கோட்டிற்கு இடப்புறமே

இன்னும் இருப்பதால் பூமி இன்னும் சில நிமிடங்கள் சுற்றினால் தான் *A* க்கு நடுப்பகல் ஆகும்.

இதன் பொருள் என்ன? உண்மையான இரு சூரிய நடுப்பகல்களுக்கு இடையில் உள்ள நேரம் பூமி தன்னைத்தானே சுற்ற ஆகும் நேரத்தைவிட அதிகம் என்பதே. சூரியனை மையமாகக் கொண்ட ஒரு வட்டத்தில் பூமி ஒரே சீராக சுற்றி வந்திருந்தால் மேற்படி வித்தியாசம் எல்லா நாட்களிலும் ஒரே மாதிரி இருந்திருக்கும். இந்தச் சிறு வித்தியாசங்களை ஒரு வருட முழுவதிலும் சேர்த்துக் கூட்டினால் ஒரு நாளாகும். (சூரியனை ஒரு முறை சுற்றி வருவதில் ஒரு வருடத்தில் பூமி ஒரு சுற்று அதிகம் சுற்றுகிறது); ஆகவே ஒரு சுற்றுக்கு உண்மையில் ஆகும் நேரம் 365 ¼ நாட்கள்: 366 ¼ = 23 மணி 56 நிமிடம் 4 வினாடி.

உண்மையில் ஒரு நாள் என்பது ஒரு நட்சத்திரத்திற்கு எதிரே பூமி தன்னைத் தானே ஒரு முறை சுற்றுக்கொள்ள ஆகும் நேரம் என்பது இங்கே குறிப்பிடத்தக்கது. ஆகவே இதற்கு "நட்சத்திர நாள்" என்று பெயர்.

ஆகவே, நட்சத்திர நாள் என்பது சராசரியாக ஒரு சூரிய நாளை விட 3 நிமிடம் 56 வினாடி (சுமார் 4 நிமிடம் குறைந்தது). இவ்வித்தியாசம் எப்பொழுதும் ஒன்றுபோல் இல்லை. ஏனெனில், முதலாவதாக, பூமி சூரியனைச் சுற்றி வரும் பாதை ஒரு வட்டமாக இல்லாமல் நீள் வட்டமாக இருப்பதால் பூமி சூரியன் அருகே வரும்போது வேகமாகவும் தூரத்திலிருக்கும் போது மெதுவாகவும் நகருகிறது. இரண்டாவதாக, பூமியின் அச்சு அது சுற்றும் பாதையின் தளத்திற்கு அல்லது சூரிய வீதிக்குச் சாய்ந்திருக்கிறது. இவ்விரு காரணங்களினால் தான், சில நாட்களில் உண்மையான சூரிய நேரமும் சராசரி சூரிய நேரமும் நிமிட அளவில் வேறுபடுகின்றன. இந்த வேறுபாடு சில தினங்களில் 16 நிமிடங்கள் வரைக்கூட போகலாம். இவ்விரு நேரங்களின் அளவும் ஏப்ரல் 15, ஜூன் 14, செப்டம்பர் 1, டிசம்பார் 24 ஆகிய நான்கு தேதிகளில் ஒன்று போலிருக்கும். இதற்கு நேர் மாறாகப் பிப்ரவாரி 12, நவம்பர் 3 ஆகிய தேதிகளில் அவற்றின் வித்தியாசம் மிக அதிகம். அதாவது சுமார் கால் மணி நேரம். படம் ஏழில் உள்ள வளைவு கோடு ஒரு ஆண்டின் வெவ்வேறு பகுதிகளில் உண்மையான சூரிய நேரத்துக்கும் சராசரி சூரிய நேரத்துக்கும் உள்ள வித்தியாசத்தைக் காட்டுகிறது.

1919 ஆம் ஆண்டுக்கு முன் சோவியத் நாட்டவர் தாங்கள் வசிக்கும் இடங்களுக்கு ஏற்பக் கடிகார நேரத்தை திருத்தி அமைத்துக் கொண்டார்கள். ஒவ்வொரு தீர்க்க ரேகையிலும் வெவ்வேறு சமயத்தில்

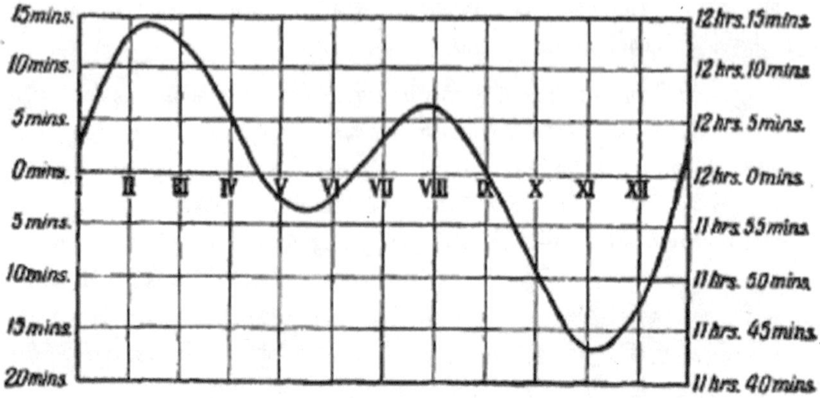

படம் 7. "காலச்சமன்பாட்டின் வரைப்படம்" எனப்படும் இந்த வரைப்படம், எந்த ஒரு குறிப்பிட்ட தினத்திலும் உண்மையான சூரியநடுப்பகலுக்கும் சராசரிச் சூரிய நடுப்பகலுக்கும் உள்ள வேறுபாட்டைக் காண்பிக்கிறது (இடப்புறம்) உதாரணமாக, ஏப்ரல் 1ல் சரியான நேரத்தைக் காட்டும் கடிகாரம் உண்மையான நடுப்பகலில் மணி 12.05 என்று காட்டவேண்டும். வேறுவிதமாகச் சொன்னால் இந்த வளைவுகோடு உண்மையான நடுப்பகலில் சராசரி நேரத்தைக் காண்பிக்கிறது (வலப்புறம்).

சராசரி நடுப்பகல் ("தல" நடுப்பகல்) வருகிறது. ஆகவே, ஒவ்வொரு சோவியத் நகரும் தனக்கே உரிய தல நேரத்தை உபயோகித்துக் கொண்டது. ரயில்வே அட்டவணைகளில் மட்டும் பெட்ரோகிராட்* நேரத்தையே நாடு முழுவதற்கும் அனுசரித்தனர். நகரவாசிகள், நகரக் கடிகாரம் காட்டும் தல சராசரி சூரிய நேரம், மற்றும் ரயில்வே கடிகாரம் காட்டும் பெட்ரோகிராட் சராசரி சூரிய நேரம் ஆகிய இரண்டு நேரங்களைக் கைக்கொண்டனர். தற்போது சோவியத் நாட்டில் ரயில்வே நேரம் மாஸ்கோ நேரப்படி அமைந்துள்ளது.

1919 லிருந்து சோவியத் நாட்டில் "மண்டல நேர" த்தை ஆதாரமாகக் கொண்டு நேரம் கணக்கிடப்படுகிறது. தீர்க்க ரேகைகள் பூமிக்கோளத்தை 24 சம "மண்டலங்களாக' பிரிக்கின்றன. ஒவ்வொரு மண்டலத்தில் சராசரி தீர்க்க ரேகையிலுள்ள மணியே அம் மண்டலத்திற்கு பொதுவான சராசரி சூரிய நேரம். ஆகவே தற்போது உலக முழுவதற்கும் 24 மண்டல நேரங்களே உள்ளன. முன்பு இருந்தது போல் பலவகை நேரங்களில்லை.

---

* முன்பு பீட்டர்ஸ்பர்க் என்றழைக்கப்பட்ட பெட்ரோகிராட் 1918 மார்ச்சு வரை ருஷ்யாவின் தலைநகராக இருந்தது. 1924 ஜனவரியில் அது லெனின்கிராத் என்று பெயரிடப்பட்டது.

மேலே கூறப்பட்ட 1) உண்மையான சூரிய நேரம் 2) தலச் சராசரி சூரிய நேரம் 3) மண்டல நேரம் என்பனவற்றுடன் நான்காவதாக, ஏற்கனவே கூறிய நட்சத்திர நாளுக்கேற்ப அளவிடப்படும் "நட்சத்திர" நேரத்தையும் சேர்த்துக் கொள்ளுதல் வேண்டும். இந்த நட்சத்திர நாள் என்பது சராசரி சூரிய நாளை விட சுமார் நான்கு நிமிடங்கள் குறைந்தது. செப்டம்பர் 22ல் சூரிய நாள், நட்சத்திர நாள் இரண்டும் ஒன்றே. அதன்பின் நட்சத்திர நாள் சூரிய நாளைவிட நான்கு நிமிடங்கள் முன்னதாகச் செல்லும்.

ஐந்தாவதாக, சோவியத் நாட்டில் வருடமுழுவதும், பெரும்பான்மையான ஐரோப்பிய நாடுகளில் கோடைகாலத்தில் மட்டும், அனுசரிக்கப்படும் கோடை நேரம் உள்ளது.

கோடை நேரம் மண்டல நேரத்துக்கு ஒரு மணி முன்னதாக உள்ளது. வசந்த காலத்துக்கும் இலையுதிர் காலத்துக்கும் இடையே ஆண்டின் பிரகாசமான காலத்தில் வேலை நேரங்களைச் சீக்கிரம் ஆரம்பித்து சீக்கிரம் முடித்து மின்சாரச் செலவைக் குறைக்க இந்த ஏற்பாடு. மணி முள்ளை ஒரு மணி முன்னால் தள்ளி வைத்து விடுகிறார்கள். மேனாடுகளில் ஒவ்வொரு வசந்த காலத்திலும் காலை 1 மணிக்கு முள் இரண்டிற்கு நகர்த்தப்படுகிறது. இலையுதிர் காலத்தில் பின்னோக்கி நகர்த்தப்படுகிறது.

சோவியத் யூனியனில் கோடையிலும், குளிர்காலத்திலும் மணி முன்னோக்கி வைக்கப்படுகிறது. இதனால் மின்சாரச் செலவு குறையாவிட்டாலும் மின்நிலையங்கள் சீராக இயங்க வழி ஏற்படுகிறது.

கோடை நேரம் சோவியத் யூனியனில் 1917ல் முதல் முதலாக வழக்கத்தில் வந்தது*. இது படி நேரம் இரண்டு மூன்று மணிகள் கூட முன்னோக்கி வைக்கப்பட்டன. 1930ம் வருட வசந்த காலத்திலிருந்து, மண்டல நேரத்துக்குச் சரியாக ஒரு மணி முன்னதாகக் கோடை நேரம் இருக்கும் படித் தீர்மானிக்கப்பட்டது.

பகற்பொழுது நீடிக்கும் நேரம்

உலகின் எப்பகுதியிலும் வருடத்தின் எந்த நாளிலும் பகற்பொழுது எவ்வளவு என்பதை அறிய வானியல் பஞ்சாங்க அட்டவணையைத்தான் பார்க்க வேண்டும். ஆனால், வாசகர்களுக்கு இவ்வளவு துல்லியமாய்க் கணக்கிட அவசியமில்லை. சுமாராகக் கணக்கிட எட்டாம் படம் போதும், அதன் இடப்பக்கம் பகல்பொழுது நீடிக்கும் மணிகளைக் காட்டுகிறது. அதன் அடிப்பாகம் வான மத்திய ரேகையிலிருந்து

* இது குறித்த மசோதாவைச் சமர்பித்த யா. பெரல்மானின் முன் முயற்சியால்

சூரியனின் கோண தூரத்தை டிகிரிகளில் குறிப்பிடுகிறது. மேற்படி கோணம் 'சூரிய விலக்கம்" எனப்படும். சாய்ந்த கோடுகள் வெவ்வேறு அட்சரேகைகளைக் குறிக்கின்றன.

இப்படத்தை உபயோகிக்க வெவ்வேறு தினங்களில் 'சூரிய விலக்கம்" எனப்படும் சூரிய கோண தூரம் தெரிய வேண்டும். இவ்விபரம் கீழே தரப்பட்டுள்ளது.

நாள்	சூரியனின் சாய்வு	நாள்	சூரியனின் சாய்வு
ஜனவரி 21	-20	ஜீலை 24	+20
பிப்ரவரி 8	-15	ஆகஸ்டு	+15
பிப்ரவரி 23	-10	ஆகஸ்டு	+10
மார்ச் 8	-5	செப்டம்பர் 23	+5
மார்ச் 21	0	செப்டம்பர் 23	0
ஏப்ரல் 4	+5	அக்டோபர் 6	-5
ஏப்ரல் 16	+10	அக்டோபர் 20	-10
மே 1	+15	நவம்பர் 3	-15
மே 21	+20	நவம்பர் 32	-20
ஜீன் 22	+23 1/2	டிசம்பர் 22	-23 1/2

உபயோகிக்கும் முறைக்குச் சில உதாரணங்கள்;

(1) 600 வட அட்சத்தில் ஏப்ரல் மத்தியில் பகற்பொழுது எவ்வளவு என்று காண்க.

மேலேயுள்ள அட்டவணையிலிருந்து ஏப்ரல் மத்தியில் சூரிய விலக்கம், அதாவது அப்போது வான மத்திய ரேகையிலிருந்து சூரிய கோணதூரம் +100 என்று தெரிகிறது. படத்தின் அடிப்பாகத்தில் உள்ள 100 யிலிருந்து 600 அட்சத்தின் சாய்ந்த கோட்டை வெட்டுமாறு ஒரு செங்குத்துக் கோடு வரைக. வெட்டும் புள்ளியிலிருந்து இடப்பக்கம் சென்றால் 14 ½ கிடைக்கிறது. அதாவது பகற்பொழுது சுமார் 14 ½ மணி. இப்படத்தில் "வாயுமண்டல ஒளிக்கோட்டம்" எனப்படுவது கணக்கில் கொள்ளப்பட்டது. (47ம் பக்கத்தில் 15ம் படத்தைப் பார்க்க)

(2) 460வடஅட்சத்தில்நவம்பர்10ஆம்தேதியன்றுபகற்பொழுதைக் காண்க.

நவம்பர் 10ல் சூரியனின் சாய்வு = -170. (சூரியன் அப்போது தென்பாதிக் கோளத்தில் இருக்கிறது0 மேலே விளக்கிய முறைப்படி

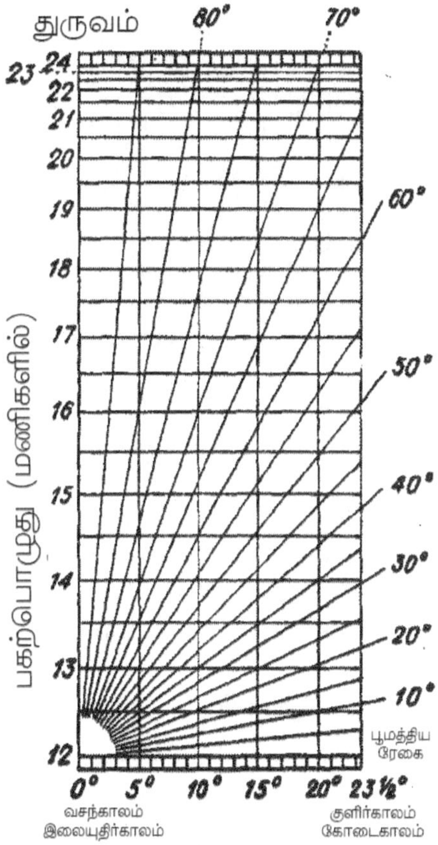

படம் 8. பகற்பொழுதின் அளவைக் காட்டும் வரைப்படம். (விபரங்களைப் புத்தகத்தினுள் பார்க்கவும்)

-170 க்கு 14 ½ மணி கிடைக்கிறது. 'மைனஸ்' அடையாளம், விடையாக வரும் மணிகள் இரவுப் பொழுதைக் காட்டுவன என்பதைக் குறிக்கிறது. ஆகவே, பகற்பொழுது 24 – 14 ½ = 9 ½ மணிகள்.

சூரிய உதய நேரத்தையும் நாம் கணக்கிடலாம். 9 மணி 30 நிமிடத்தில் பாதி 4 மணி 45 நிமிடம்; படம் ஏழிலிருந்து நவம்பர் 10 ல் உண்மையான நடுப்பகல் 11 மணி 43 நிமிடம். ஆகவே, சூரிய உதய நேரம் காண 11 மணி 43 நிமிடத்திலிருந்து 4 மணி 45 நிமிடத்தைக் கழிக்க வேண்டும். அவ்வாறு கழித்து வரும் விடையான 6 மணி 58 நிமிடம் தான் சூரிய உதயநேரம். சூரிய அஸ்தமன நேரம் 11 மணி 43 நிமிடம் +4 மணி 45 நிமிடம் = 16 மணி 28 நிமிடம், அதாவது மாலை 4 மணி 28 நிமிடம். இவ்வாறு ஏழாவது எட்டாவது படங்களை ஒரு வானவியல் பஞ்சாங்க அட்டவணைகளுக்குப் பதிலாக உபயோகிக்கலாம். இந்த முறையில் உங்கள் அட்சத்திற்கு, நீங்களே வருட முழுவதற்கும் சூரிய உதய அஸ்தமனங்களைத் தெரிவிக்கும்.

ஒரு படம் தயாரிக்கலாம். பகற்பொழுதின் அளவையும் காட்டுமாறு 50 வது அட்சத்திற்கான படம் மேலே தரப்பட்டுள்ளது. (படம் 9) இது தல நேரத்தின் அடிப்படையில் (கோடை நேர அடிப்படையில் அல்ல) தயாரிக்கப்பட்டுள்ளது. இந்த முறையைக் கவனமாகப் பின்பற்றி

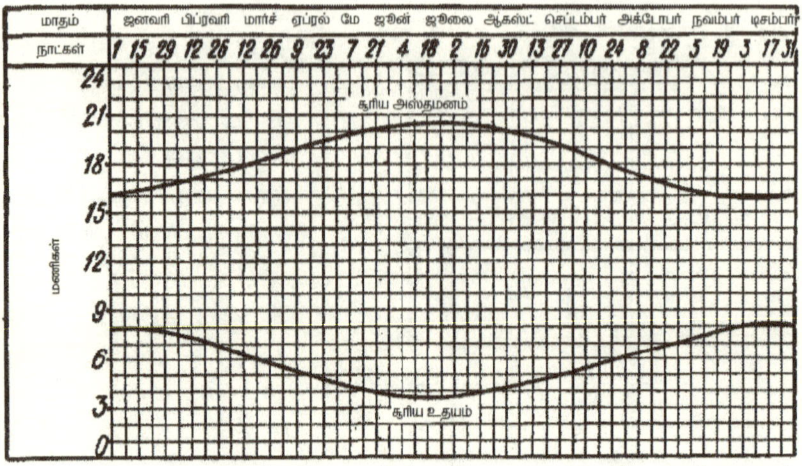

படம் 9. 50வது அட்ச ரேகையில் சூரிய உதயம், சூரிய அஸ்தமனம் இவற்றிற்கு வருடாந்திர வரைப்படம்.

உங்கள் உபயோகத்திற்குத் தேவையான படமும் நீங்கள் தயாரிக்கலாம். அவ்விதம் செய்தால், இந்தப் படத்திலிருந்து எந்த தினத்தின் சூரிய உதய அஸ்தமன நேரங்களையும் சுமாராகக் கண்டுபிடித்து விடலாம்.

வினோதமான நிழல்கள்

பத்தாம் படம் உங்களுக்கு வினோதமாகத் தோன்றலாம். நல்ல சூரிய வெளிச்சத்தில் நிற்கும் மாலுமிக்கு நிழலே அநேகமாக இல்லை. இது போல் சோவியத் நாடு அமைந்துள்ள அட்சங்களில் நிகழ்வதில்லை. பூமத்தியரேகையில் தலைக்கு நேர்மேல் ("உச்சியில்") சூரியன் இருக்கும்போது இது போல் நிழல் விழும்.

சோவியத் நாடு அமைந்துள்ள அட்சங்களில் தலைக்கு நேர்மேல் சூரியன் ஒரு போதும் வருவதில்லை. சோவியத் நாட்டில் சூரியன் ஜூன் 22 ல் அதிகபட்ச உயரத்தை அடையும் போது உஷ்ண மண்டலத்தின் வட எல்லையாகிய கடக ரேகையில் ($23 \frac{1}{2}^{0}$ வட அட்சத்தில்) உள்ளோருக்குத் தலைக்கு நேர் மேலே சூரியன் இருக்கும். ஆறு மாதங்களுக்குப் பின் டிசம்பர் 22ல் $23 \frac{1}{2}^{0}$ தென் அட்சமான மகரரேகையில் உள்ளோருக்குத் தலைக்கு நேர்மேல் சூரியன் இருக்கிறது. இவ்விரு எல்லைகளின் இடையில், அதாவது உஷ்ண மண்டலத்தில், உள்ளோர்க்கு வருடத்தில் இரண்டு நாட்களில் சூரியன் தலைக்கு நேர்மேல் வருகிறது. அப்போது நடுப்பகலில் அவர்களின் நிழல் அவர்களது பாதங்களின் அடியிலேயே விழும்.

படம் *11* துருவங்களில் நிகழ்வதைக் காட்டுகிறது. அது ஏதோ பொருத்தமில்லாததாகத் தோன்றினாலும் ஒரு விஷயத்தை விளக்குவதற்காக வரையப்பட்டுள்ளது.

படம் *11.* துருவத்தில் நிழலின் நீளம் நாள் முழுவதும் ஒரே மாதிரியானது.

ஒரே சமயத்தில் ஒரு மனிதனுக்கு ஆறு நிழல்கள் விழ முடியாது என்பது உண்மைதான். துருவங்களில் ஒரு நாளில் எந்த நேரத்திலும் நிழலின் நீளம் ஒன்று போலவே இருக்கும் என்பதை வலியுறுத்தவே சித்திரக்காரர் அவ்வாறு வரைந்துள்ளார். சோவியத் நாடு அமைந்துள்ள அட்சங்களில் தொடுவானுக்குச் சாய்வாக சூரியன் நகருவது போல் அல்லாமல் சூரியன் தொடுவானுக்கு இணையாகவே செல்லுகிறது. ஒரு பிழை மட்டும் நம் சித்திரக்காரர் செய்துவிட்டார். அதாவது மனிதனின் உயரத்தோடு ஒப்பிடும் போது நிழலின் நீளம் குறைவு. இதற்கு சூரியன் *400* உயரத்தில் இருக்க வேண்டும்.

ஆனால், துருவங்களில் சூரியன் *23 ½0* க்கு அதிகமாக உயர்வதில்லை. அங்கு எந்தப் பொருளின் நிழலின் நீளமும் பொருளின் உயரத்தைப் போல் குறைந்தது *2.3* மடங்கேனும் இருக்கும் என்பதை திரிகோணமிதி தெரிந்த யாரும் எளிதில் நிரூபிக்கலாம்.

இரண்டு இரயில்களைப் பற்றிய ஒரு புதிர் கேள்வி

எல்லாவிதங்களிலும் ஒன்று போலுள்ள இரு ரயில்களில் ஒன்று கிழக்கு நோக்கியும் மற்றது மேற்கு நோக்கியும் செல்கின்றன. இவற்றில் எதன் எடை அதிகமாயிருக்கும்?

விடை

பூமி சுற்றும் திசைக்கு எதிர்த்திசையில் அதாவது மேற்கு நோக்கிச் செல்லும் ரயிலின் எடையே அதிகம். அது பூமியின் அச்சைச் சுற்றி மற்றதினும் குறைந்த வேகத்தோடு நகர்வதால், மையவிலகு வளைவு காரணமாக அது இழக்கும் எடை கிழக்கு நோக்கி நகரும் மற்றதினும் குறைவு.

இவ்வித்தியாசம் எவ்வளவு பெரிது? 60 ஆவது அட்சத்தில் மணிக்கு 72 கி.மீ வீதம் அதாவது வினாடிக்கு 20 மீ வீதம் அவை செல்வதாகக் கொள்வோம். 600 அட்சத்தில் புவிமேற்பரப்பின் புள்ளிகளின் வேகம் வினாடிக்கு 230 மீ. ஆகவே, கிழக்கு நோக்கிச் செல்லும் வண்டியின் பரிதி வேகம் = 230 + 20 = 250 மீ/ வினாடி. பூமி சுற்றும் திசைக்கு எதிர்திசையில் மேற்கு நோக்கிச் செல்லும் வண்டியின் பரிதிவேகம் வினாடிக்கு 210மீ. முதல் வண்டியின் மையநோக்கு வளர்வேகம் $= \frac{V_1^2}{R} = \frac{25,000^2}{320,000,000}$ = செ.மீ / வினாடி2 (600 அட்சத்தில் பூமிப் பரிதிப் பாதையின் ஆரம் 3200 கி.மீ)

படம் 12. இரு ரயில்களைப்பற்றிய புதிர்

இரண்டாவது வண்டியின் மையநோக்கு வளர்வேகம் $= \frac{V_2^2}{R} = \frac{21,000^2}{320,000,000}$ (செ.மீ/வினாடி 1^2. இவ்விரு மைய நோக்குவளர்வேகங்களின் வித்தியாசம் $= \frac{25,000^2 - 21,000^2}{320,000,000} \approx 0.6$ செ.மீ / வினாடி2. மைய நோக்கு வளர்வேகத்தின் திசை, புவிக்கவர்ச்சியின் திசைக்கு 600 யில் சாய்ந்திருப்பதால் அதன் ஒரு பகுதி (அதாவது காஸ் 600) யை மட்டும் கருத்தில் கொள்ள வேண்டும், அதாவது 0.6 செ.மீ / வினாடி2 * காஸ் 600 = 0.3 செ.மீ / வினாடி2

இதற்கும் புவிக் கவர்ச்சி வளர்வேகத்துக்கும் உள்ள விகிதம் $0.3 / 980 \approx 0.0003$.

ஆகவே, கிழக்கு நோக்கிச் செல்லும் ரயிலின் எடை தன் எடையில் 0.0003 பங்கு மற்றதினும் குறைவு. ரயிலின் மொத்த எடை 3500 மெடிக் டன்கள் எனின் எடை வித்தியாசம் = 35000 X 0.0003 = 1.05 டன் = 1050 கி.கி

மணிக்கு 35 கி.மீ வேகத்தில் செல்லும் 2000 டன் எடையுள்ள கப்பலுக்கு இவ்வித்தியாசம் 3 டன்கள். இவ்வித்தியாசத்தைப் பாரமானியும் காட்டும். கிழக்கு நோக்கிச் செல்லும் போது கப்பலில் பாதரச உயரம் 0.00015X760 அல்லது 1 மி.மீ குறைவாய் இருக்கும். கிழக்கு நோக்கி மணிக்கு 5 கி.மீ வேகத்தில் நடக்கும் லெனின்கிராத் வாசி ஒருவன், மேற்கு நோக்கி அவன் செல்லும் போது உள்ள எடையைவிட 1 ½ கிராம் குறைவாய் உள்ளவனாகிறான்.

பைக்கடிகாரத்தை திசைகாட்டியாக உபயோகித்தல்

சூரியன் பிரகாசிக்கும் நாளில் ஒரு பைக்கடிகாரத்தின் உதவியால் திசையறிய பலருக்குத் தெரியும். பைக்கடிகாரத்தின் மணிமுள் சூரியனை நோக்கி இருக்குமாறு வைத்துக் கொள்ளவும். இம்முள்ளுக்கும் 6 – 12 கோட்டுக்கும் இடையேயுள்ள கோணத்தில் பாதியைக் காண்க. கோணத்தின் சமவெட்டி தெற்கைக் காண்பிக்கிறது. இது ஏன் என்று புரிந்து கொள்வது கடினமன்று. வானில் தன் முழுப்பாதையையும் கடக்க சூரியனுக்கு 24 மணி நேரம் ஆகிறது. அதில் பாதி நேரத்தில் மணி முள் ஒரு சுற்றுச் சுற்றி விடுகிறது. அல்லது அதே காலத்தில் இரு மடங்கு அதிகப் பாதையைச் சுற்றுகிறது. ஆகவே நடுப்பகலில் மணி முள் சூரியனைக் காட்டுமானால் பிறகு அது சூரியன் நகர்ந்த வில்லைப் போல் இரு பங்கு நகர்ந்திருக்கும். ஆகவே இவ்வில்லை இரு

படம் 13. ஒரு பைக்கடிகாரத்தின் உதவியால் திரையறிய ஒரு எளிய ஆனால் துல்லியமற்ற முறை

சம பிரிவுகளாக்கினால் சூரியன் நடுப்பகலில் எங்கே இருந்திருக்கும் என்று தெரியும், அல்லது வேறு முறையில் சொன்னால், தெற்குத் திசையைக் காணலாம் *(படம் 13)*

ஆனால், இம்முறை அவ்வளவு சரியானதல்ல என்பதைச் சோதனைகள் காட்டுகின்றன. சில சமயங்களில் பத்துப்பன்னிரண்டு டிகிரிகள் கூடப் பிழை ஏற்படலாம். ஏன்? இதற்கு முக்கிய காரணம் பைக்கடிகாரத்தைக் கிடைமட்ட தளத்திற்கு இணையாகப் பிடித்துக் கொள்கிறோம். ஆனால், துருவங்களைத் தவிர மற்ற இடங்களில் சூரியன் நகரும் பாதை கிடைமட்ட தளத்திற்கு வெவ்வேறு கோணங்களில் உள்ளது என்பதே. பூமத்திய ரேகையிலோ இக்கோண அளவு *900* . இதனால் பைக்கடிகாரத்தை உபயோகிக்கும் போது பிழை ஏற்படத்தான் செய்யும்.

படம் *14, a* ஐப் பார்க்கவும். பார்வையாளர் ஒருவர் *M* இல் இருப்பதாகக் கொள்வோம். *N* என்பது வான துருவத்தைக் குறிக்கிறது. *HASNRBQ* என்ற வட்டம் வானத் தீர்க்க ரேகையைக் குறிக்கிறது. அது, பார்வையாளருக்குத் தோன்றும் உச்சியின் வானதுருவத்தின் வழியே செல்கிறது. பார்வையாளர் நிற்கும் இடத்தின் அட்சத்தை சுலபமாக

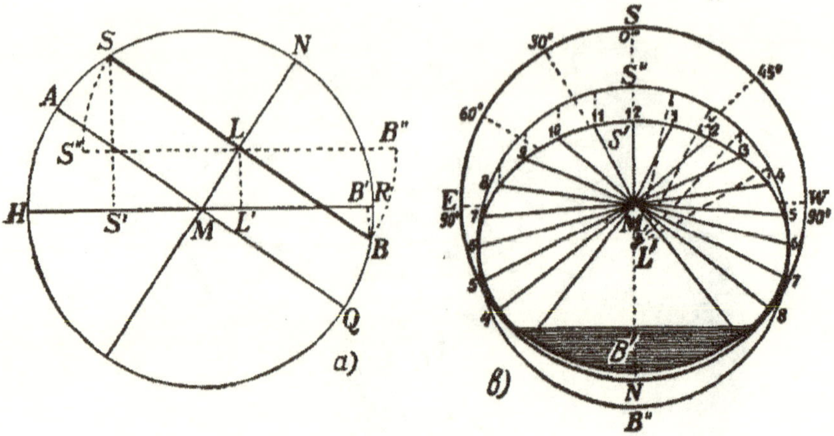

படம் 14. பைக்கடிகாரத்தை திசைகாட்டியாக உபயோகப்படுத்தினால் ஏன் விளைவு ஏற்படுகிறது?

நிர்ணயிக்க முடியும். *NR*, அடிவானத்துக்கு மேல் வான துருவத்தின் உயரத்தை பாகைமானியால் அளந்தால் அதுவே அவ்விடத்தின் அட்சமாகும். *M* இல் இருப்பவன் *H* ஐப் பார்க்கும் போது தெற்கு நோக்கி இருக்கிறான். படத்தில் சூரியனின் ஒரு நாளைய பாதை ஒரு நேர்கோடாகக் காட்டப்பட்டுள்ளது. தொடுவானுக்கு மேலே உள்ள பகுதி பகல் பாதை, கீழேயுள்ள பகுதி இரவுப்பாதை. *AQ* என்ற நேர்கோடு சம இரவு நாட்களில் சூரியனின் பாதையைக் காட்டுகிறது. பகல்பாதை இரவுப்பாதைக்குச் சமம் என்பதைக் காணலாம். *AQ* வுக்கு இணையான *SB* என்ற கோடு கோட்டையில் சூரியனின் பாதையைக் காட்டுகிறது. அதன் பெரும் பகுதி தொடுவானிற்கு மேலும், மிகச் சிறு பகுதியே கீழும் உள்ளது. (கோடை காலத்துக் குறுகிய இரவுகளை நினைவுபடுத்திக் கொள்ளுங்கள்.) இவ்வட்டங்களின் சுற்றளவுகளின் *1 / 24* பகுதியைச் சூரியன் ஒவ்வொரு மணியிலும் கடக்கிறது. அதாவது *3600 / 24 = 150* ஐக் கடக்கிறது. இருப்பினும் பிற்பகல் *3* மணிக்குச் சூரியன் நாம் எதிர்பார்ப்பது போல் சரியாகத் தென்மேற்கில் *(150 X 3 = 450)* இராது. ஏனெனில், கிடைமட்ட தளத்தில் சூரிய பாதையின் சமமான விற்களின் வீழ்ச்சிகள் ஒன்று ஒன்றுக்குச் சமமல்ல.

இதன் விளக்கத்திற்குப் படம் *14 b* ஐப் பார்க்கவும். இதில் *SWNE* என்பது உச்சியிலிருந்து பார்க்கும் போது தெரியும் கிடைமட்ட வட்டம். *SN* என்பது வானத் தீர்க்க ரேகை. *M* என்பது பார்வையாளர் இருப்பிடம். *L'* என்பது கிடைமட்ட தளத்தின் மீது சூரியனின் ஒரு நாளைய வட்டப்பாதையின் மையத்தின் வீழ்ச்சி (படம் *14 a* ஐப் பார்க்க). சூரியனின் வட்டமான பாதையின் வீழ்ச்சி *S'B'* என்ற நீள்வட்டம் ஆகும்.

SB என்னும் சூரிய பாதையின் பிரிவுப் புள்ளிகளை கிடைமட்ட தளத்தில் விழச்செய்வோம். இதற்குப் படம் *14 a* ல் உள்ளபடி *SB* என்னும் வட்டத்தைத் தொடுவானிற்கு இணையாக *S'B'* என்ற நிலைக்குத் திருப்புவோம். இவ்வட்டத்தை *24* சமபிரிவுகளாகப் பிரித்து அப்பிரிவுகளைக் கிடைமட்ட தளத்தில் விழச்செய்வோம். இப்புள்ளிகளில் இருந்து *S'B'* என்ற நீள்வட்டத்தை வெட்டுமாறு *SN* க்கு இணையாக கோடுகளை வரைவோம். இவ்வாறு கிடைத்த விற்களின் நீளங்கள் சமமில்லை என்று காணலாம். *M* இலிருந்து பார்ப்பவருக்கு அவர் நீள் வட்டத்தின் மையமான *L'* இல் இருந்து விலகியுள்ளதால் இந்தச் சமமின்மை இன்னும் அதிகமாகத் தெரியும்.

கோடைகாலத்தில் பைக்கடிகாரத்தைத் திசைகாட்டியாக உபயோகிப்பதால் *53* டிகிரி வட அட்சத்தில் என்ன பிழை ஏற்படும் என்று பார்க்கலாம். இச்சமயத்தில் சூரியன் காலை *3* மணிமுதல் *4* மணிக்குள் உதயமாகிறது. (நிழலிடப்பட்ட பகுதி இரவைக் காட்டுகிறது.) சூரியன் *E* என்ற புள்ளியை (90^0 கிழக்கு) காலை *7.30*க்குத் தான் அடைகிறது. நமது கடிகாரத்தின் எண் வட்டம் காண்பிப்பது போல் காலை *6* க்கு அல்ல. *S* இலிருந்து 60^0 ஐ அடைவது காலை *9.30* மணிக்கு, *8* மணிக்கு அல்ல, *S* இலிருந்து 30^0 ஐ அடைவது காலை *11* மணிக்கு, *10* மணிக்கு அல்ல. சூரியன் தென்மேற்கை (அதாவது *S*ன் மறுபுறம் 45^0 ஐ) அடைவது பிற்பகல் *3* மணிக்கு அல்ல. ஆனால், *1.40* மணிக்கு அடைந்து விடுகிறது. மேற்கை அடைவது மாலை *6* மணிக்கு அல்ல. ஆனால், மாலை *4.30* க்கே அடைந்து விடுகிறது.

மேலும் இந்த நேரங்கள் எல்லாம் கோடைகால நேரங்கள் என்பதையும், அவை உண்மையான சூரிய நேரத்திலிருந்து வேறுபட்டவை என்பதையும் நினைவு கூர்ந்தால் பிழை இன்னும் அதிகமாகும்.

ஆகவே, பைக்கடிகாரம் திசைகாட்டியாக நம்பத்தக்கதல்ல. திசைகாட்டிக்குப் பதில் அதை உபயோகிப்பதால் ஏற்படும் பிழை சம இரவு நாட்களிலும் குளிர் காலத்திலும் குறைவாக இருக்கும்.

வெள்ளை இரவுகளும் கறுப்புப் பகல்களும்

ஏப்ரல் மத்தியிலிருந்து லெனின்கிராதில் வெள்ளை இரவுகளின் காலம் ஆரம்பமாகிறது. 'சந்தி வெளிச்ச" மும் 'நிலவு இல்லாத பிரகாச" முமான இவை கவிஞர்களின் கற்பனைக்கு ஆதாரமாக இருந்துவந்துள்ளன. லெனின்கிராதுக்கே உரித்தான அளவு, இந்த

வெள்ளை இரவுகள் இலக்கியத் தொடர்பு கொண்டுள்ளன. ஆனால், வெள்ளை இரவு என்பது ஒரு குறிப்பிட்ட அட்சத்துக்கு மேல் உள்ள எல்லா இடங்களிலும் நிகழும் வானவியல் நிகழ்ச்சியே.

கவிதை இருக்கட்டும், வெள்ளை இரவு என்பது என்ன? சூரிய அஸ்தமனத்துக்குப்பின் உள்ள மங்கிய அந்தி வெளிச்சமும் சூரிய உதயத்துக்கு முன் உள்ள வைகறை வெளிச்சமும் கலப்பதே. *19* வது நூற்றாண்டில் வாழ்ந்த புகழ்பெற்ற ருஷ்ய கவிஞர் அலெக்ஸாந்தர் பூஷ்கின், இந்த அசாதாரணச் சம்பவத்தின் காரணத்தை உதயம் அஸ்தமனத்தை நெருங்குதல் என விளக்கியது சரியானதே.

தொடுவானுக்கும் கீழே சூரியன் $17\ 1/2^0$ மட்டுமே செல்லும் எல்லா அட்சங்களிலும் சூரிய அஸ்தமனத்தை அடுத்துச் சூரிய உதயமும் ஆகிவிடுகிறது. இரவுப்பொழுது அரைமணி அல்லது அதனினும் குறைவு.

ஆக, வெள்ளை இரவு லெனின்கிராதின் தனி உரிமை அல்ல. வெள்ளை இரவுப் பிரதேசத்தின் எல்லை லெனின்கிராதுக்கும் தெற்கேவரை இருக்கிறது.

மாஸ்கோ நகரவாசிகளும் கூட வெள்ளை இரவுகளை சுமார் மே மத்தியிலிருந்து ஜூன் கடைசி வரையில் கண்டு வியக்கலாம். லெனின்கிராதில் போல் அவ்வளவு பிரகாசமாக இல்லாவிடினும் லெனின்கிராதில் மே மாதத்தில் தோன்றும் வெள்ளை இரவை மாஸ்கோவில் ஜூன் முழுவதிலும் ஜூலை முற்பகுதியிலும் காணலாம்.

சோவியத் நாட்டில் வெள்ளை இரவு மண்டலத்தின் தென் எல்லை, $66\ ^1/_2{}^0 - 17\ ^1/2^0 = 49^0$ அட்சம் ஆகும். இங்கு வருடத்தில் ஒரே ஒரு நாளில் மட்டும் (அதாவது ஜூன் *22*ல்) வெள்ளை இரவு ஏற்படுகிறது. இதற்கு வடக்கே செல்லச் செல்ல வெள்ளை இரவுகளின் வெளிச்சம் அதிகமாவதுடன் அவை அதிக நேரமும் நீடித்திருக்கின்றன. குய்பிஷெவ், காஸான், ப்ஸ்கோவ், கீரவ், எனிஸேய்ஸ்க் முதலிய இடங்களில் எல்லாம் வெள்ளை இரவுகளைக் காணலாம். ஆனால், இவ்விடங்கள் எல்லாம் லெனின்கிராதுக்குத் தெற்கில் உள்ளன, ஆகவே அவை லெனின்கிராது போன்று அவ்வளவு வெளிச்சம் உடையன அல்ல; மேலும் குறைவான நேரம்தான் நீடித்திருக்கின்றன. புதோஜில் லெனின்கிராதைவிட வெளிச்சம் அதிகம். ஆனால், சூரிய அஸ்தமனமே ஆகாத மண்டலத்தின் எல்லைக்கருகே உள்ள ஆர்க்கான்கெல்ஸ்க் நகரத்தில் வெள்ளை இரவுகள் லெனின்கிராதில் ஏற்படுவனவற்றினும் அதிக வெளிச்சமானவை. ஸ்டாக்ஹால்மின் வெள்ளை இரவுகள் லெனின்கிராதிலுள்ளவை போன்றனவே.

சூரியன் தன் மிகத் தாழ்ந்த உயரத்திலும் தொடுவானின் கீழே செல்லாது தொடுவானிலேயே நகருமானால் அதைச் சூரிய உதய அஸ்தமனங்களின் சந்திப்பு என்று கூறமுடியாது. தொடர்ச்சியான பகல் என்றே சொல்ல வேண்டும். *65⁰ 43'* வட அட்சத்திற்கும் வடக்கே இது நிகழுகிறது. இங்கு தான் நடு இரவுச் சூரியப் பிரதேசம் ஆரம்பிக்கிறது. இன்னும் சற்று வடக்கே *67⁰ 24'* க்குச் சென்றால் தொடர்ந்த இரவையும் காணலாம். இங்கே வைகறை வெளிச்சமும் அந்தி வெளிச்சமும் ஒரு நடுப்பகலில் ஒன்று கூடுகின்றன. அப்போது நடு இரவல்ல. இதையே கரும்பகல் என்கிறோம். இது "வெள்ளை இரவுக்கு" நேர் எதிரானது. ஆனால், இரண்டிலும் வெளிச்சம் ஒன்று போலவே இருக்கும். 'நடுப்பகல் இரவுப் பிரதேசமே' வேறு ஒரு சமயத்தில் 'நடு இரவுச் சூரியப் பிரதேசம்' ஆக இருக்கும். அங்கு ஜூனில் சூரியன் அஸ்தமிப்பதேயில்லை. டிசம்பரிலோ சூரியன் உதிப்பதேயில்லை, நாள் கணக்கில் தொடர்ந்து இருட்டாக இருக்கிறது.

பகல் வெளிச்சமும் இருட்டும்

பகலிரவுப் பொழுதுகள் ஒரே சீராக மாறுகின்றன என்ற நமது குழந்தைப்பருவக் கருத்து தவறானது என்பதற்கு வெள்ளை இரவுகள் நல்ல சான்று. நாம் வழக்கமாக நினைப்பது போலின்றி பகல் இரவுப் பொழுது மாறுபாடுகள் மிகவும் வேறானவை. இந்த விதத்தில் நாம் வாழ் உலகை ஐந்து மண்டலங்களாகப் பிரிக்கலாம். ஒவ்வொரு மண்டலத்திலும் பகலிரவு மாறுபாடுகள் தனித்த முறையிலுள்ளன.

முதல் மண்டலம் பூமத்திய ரேகையிலிருந்து தெற்கிலும் வடக்கிலும் *49⁰* அட்சம் வரையுள்ளது. இங்கு மட்டுமே ஒவ்வொரு *24* மணி நேரத்திலும் ஒரு முழுப் பகலும் ஒரு முழு இரவும் ஏற்படுகின்றன.

இரண்டாவது மண்டலம் *49⁰* அட்சத்தின் வடக்கு முதல் *65 1/2⁰* வரையுள்ள சோவியத் யூனியனின் பகுதி முற்றும் அடங்குகிறது. இங்கு தான் கடகரேகை தினத்தை ஒட்டித் தொடர்ந்து சந்தி வெளிச்சம் இருக்கிறது. இதுவே வெள்ளை இரவு மண்டலம்.

மூன்றாவது மண்டலம் *65 1/2⁰* க்கும் *67 1/2⁰* க்கும் இடையில் உள்ளது. ஜூன் *22* க்கு முன்னும் பின்னும் பல நாட்களுக்குச் சூரியன் அஸ்தமிப்பதில்லை; இது நடுஇரவுச் சூரிய மண்டலமாகும்.

நான்காவது மண்டலம் 67 ½° க்கும் 83 ½° க்கும் இடையே உள்ளது. ஜூனில் பகற்பொழுது தொடர்ந்து இருப்பதுடன் டிசம்பரில் இரவு தொடர்ந்து இருக்கிறது. சூரிய உதயமே இல்லாத நாட்களும் உண்டு. காலை மாலை சந்தி வெளிச்சம் நாள் முழுவதும் நீடிக்கிறது. இதுவே கரும்பகல் மண்டலம்.

ஐந்தாவது மண்டலம் 83 ½° க்கு வடக்கிலுள்ளது. இங்கே பகலிரவு மாறுபாடுகள் ஒரு தனிப்பட்ட முறையிலுள்ளன. பகல் இரவு மாறுதல் வரிசைக்கு லெனின்கிராத் வெள்ளை இரவுகள் ஏற்படுத்தும் சீர்குலைவு இந்த மண்டலத்தில் மிக அதிக அளவில் இருக்கிறது. கடகரேகை தினத்துக்கும் மகர ரேகை தினத்துக்கும் இடையில் ஜூன் 22 முதல் டிசம்பர் 22 வரை வரையுள்ள ஆறு மாதங்களை ஐந்து பருவங்களாய்ப் பிரிக்கலாம். முதலில் தொடர்ச்சியான பகல், பிறகு பகலும் சரியான இரவு என்று சொல்ல முடியாத சந்தி வெளிச்சமும் கொண்ட நாட்கள் (லெனின்கிராதின் வெள்ளை இரவு கிட்டத்தட்ட இது போன்றதே.) மூன்றாவதாக இரவு பகல் என்று கூற முடியாதபடி தொடர்ந்து சந்தி வெளிச்சம் நடுஇரவை ஒட்டி இரவும் மாறி மாறி வரும் நாட்கள். ஐந்தாவதாக முழு இரவு நாட்கள் அடுத்த ஆறுமாதங்களில் இதே பருவங்கள் தலைகீழ் வரிசையில் தொடர்கின்றன.

பூமத்திய ரேகையின் தென் பக்கத்திலும் அதாவது தென் பாதிக் கோளத்திலும் இதே அட்சங்களில் இதே நிகழ்ச்சிகள் ஏற்படுகின்றன.

"தூரத்தெற்கில்" வெள்ளைஇரவுகளைப் பற்றி நாம் கேள்விப்படவே இல்லை என்றால், அதற்குக் காரணம் அங்கே கடல் மட்டும்தான் இருக்கிறது என்பதுதான்.

தென்பாதிக் கோளத்தில் லெனின்கிராதின் அட்சத்துக்குச் சமமான தென் அட்சம் எந்த இடத்திலும் நிலத்தைக் கடக்கவில்லை, எங்கும் கடல்தான். தென் துருவத்தைக் காண என்றே செல்வோர்கள் வெள்ளை இரவுகளைத் தெற்கிலும் கண்டு களித்திருக்கிறார்கள்.

துருவச் சூரியன் பற்றி ஒரு புதிர்

கேள்வி

துருவ ஆராய்ச்சியாளர் உயர்ந்த அட்சங்களில் ஒரு வினோத நிகழ்ச்சியைக் கவனித்துள்ளனர். சூரியக் கதிர்கள் பூமியின் பரப்பை குறைவாகவே உஷ்ணப்படுத்துகின்றன. ஆனால், செங்குத்தான

மலைகள், வீட்டுச்சுவர்கள் முதலியன வெகு விரைவில் வெப்பமடைகின்றன. பனிக்கட்டியும் மரக் கப்பல்களில் உள்ள தாரும் உருகிவிடுகின்றன. வெயிலில் முகம் கறுத்துவிடுகிறது. ஏன்?

விடை

பௌதிக விஞ்ஞானம் இதை விளக்குகிறது. கதிர்கள் எவ்வளவுக்கெவ்வளவு சாய்வாக விழுகின்றனவோ அவ்வளவுக்கவ்வளவு இவற்றின் பாதிப்பு நன்கு தெரியும். கோடைகாலத்தில் கூட சூரியனின் உயரம் துருவ வட்டத்துக்கு அப்பால் உள்ள இடங்களில் 45^0 க்கும் அதிகமாக முடியாது. உயர்ந்த அட்சங்களில் அது இன்னும் குறைவு.

ஆகவே, செங்குத்தான பொருள்கள் மீது சூரியக்கதிர்கள் 45^0 க்கும் அதிகமான கோணத்தில் படுகின்றன. அதாவது அவற்றின் மீது மிகவும் சாய்வாக விழுகின்றன. இதனால் தான் துருவச் சூரியன் நிலப்பரப்பைச் சிறிதளவே சூடுபடுத்தினாலும் செங்குத்தான பொருள்களை அதிகமாகச் சூடுபடுத்துகிறது.

பருவ காலங்கள் எப்போது ஆரம்பிக்கின்றன?

பனி விழுந்து கொண்டிருந்தாலும் சரி; உஷ்ண நிலை 0^0 க்குக் குறைவாக இருந்தாலும் சரி, பூமியின் வட பாதிக் கோளத்தில் வானவியல் ரீதியாக மார்ச் 21 குளிர்கால முடிவாகவும் வசந்த கால ஆரம்பமாகவும் கருதப்படுகிறது. கடுங்குளிர் அடித்துக் கொண்டிருந்தாலும் சரி, அல்லது மித சூரிய உஷ்ணம் இருந்தாலும் சரி, மார்ச்சு 21 தான் வசந்த காலத்தையும் குளிர்காலத்தையும் பிரிக்கும் தினமாகக் கருதப்படுவது ஏன் என்று பலருக்குப் புரிவதில்லை.

இதற்குக் காரணம் என்னவென்றால் வானவியல் ரீதியான வசந்த காலத்துக்கும் கால நிலை மாறுதல்களுக்கும் எவ்விதத் தொடர்பும் இல்லை என்பதே. வட பாதிக் கோளம் முழுவதற்கும் இது வசந்த கால ஆரம்பம் என்பதே. இதற்கும் கால நிலைக்கும் எவ்விதத் தொடர்பும் இல்லை என்பதைக் காட்டுகிறது. ஏனெனில் பாதி உலகத்திற்கு ஒரே சமயத்தில் ஒரே பருவ காலம் இருக்க முடியாது.

பருவ கால ஆரம்பங்களைத் தீர்மானிக வானவியலார் வானவியல் நிகழ்ச்சிகளையே ஆதாரமாகக் கொண்டனர்; கால நிலைகளை அல்ல; அதாவது நடுப்பகலில் சூரியனின் உயரத்தையும் பகற்பொழுதின் அளவையுமே ஆதாரமாகக் கொண்டனர். கால நிலை இவற்றின் விளைவே.

மார்ச்சு 21க்கும் மற்ற நாட்களுக்கும் உள்ள வேறுபாடு என்ன என்றால் இத்தினத்தில் வெளிச்சப்பகுதிக்கும் இருட்பகுதிக்கும் உள்ள எல்லைக்கோடு துருவங்கள் வழியே செல்கிறது என்பதே. ஒரு பூமி உருண்டையை ஒரு விளக்கை ஒட்டிப்பிடியுங்கள். வெளிச்சம் படும் பகுதி தீர்க்க ரேகை வழியே பூமத்திய ரேகையையும் மற்ற அட்சங்களையும் செங்குத்தாய் வெட்டிச் செல்கிறது. இந்நிலையில் உருண்டையை அதன் அச்சில் சுற்றவும். அதன் பரப்பிலுள்ள ஒவ்வொரு புள்ளியும் ஒரு வட்டமிடும். சரியாக ஒரு பாதி இருட்டிலும் மறு பாதி வெளிச்சத்திலும் இருக்கும். அதாவது இந்தக் குறிப்பிட்ட தினத்தில் உலக முழுவதும் பகல் பொழுது 12 மணி, இரவுப் பொழுது 12 மணி; தல நேரப்படி சூரிய உதயம் காலை 6 மணி சூரிய அஸ்தமனம் மாலை 6 மணி.

இந்தக் குறிப்பிடத்தக்க நிகழ்ச்சிகளுள்ள தினமே *'வசந்த காலச் சம இரவு நாள்''* எனப்படும். வசந்த கால என்ற அடைமொழியை உபயோகிப்பது ஏனெனில் ஆறு மாதங்களுக்குப்பின், செப்டம்பர் 23ல் கோடை முடிந்து இலையுதிர் காலம் ஆரம்பிக்கும் போது மறுபடியும் ஒரு *சம இரவு நாள்* ஏற்படுகிறது. அது *"இலையுதிர் காலச் சம இரவு நாள்''* எனப்படும். வடபாதிக் கோளத்தில் *வசந்த காலச் சம இரவு நாள்* ஏற்படுகிறது. அதேபோல் மாறியும் நிகழ்கிறது. ஒரு பாதியில் குளிர்காலம் நீக்கி வசந்த காலம் ஆரம்பிக்கும் போது மற்றதில் கோடை நீங்கி இலையுதிர் காலம் ஆரம்பிக்கிறது. வட பாதியிலும் தென் பாதியிலும் பருவக் காலங்கள் ஒத்திருப்பதில்லை.

வருட முழுவதும் பகல் இரவு காலங்கள் எவ்வாறு மாறுபடுகின்றன என்று பார்ப்போம். செப்டம்பர் 23 ல் இலையுதிர் கால சம இரவு நாளில் இருந்து வடபாதி கோளத்தில் பகற்பொழுது இரவை விட குறைய ஆரம்பிக்கிறது. இவ்வாறு டிசம்பர் 22 வரை குறைந்து கொண்டே சென்று பின் பகற்பொழுது படிப்படியாக அதிகரிக்க ஆரம்பித்து மார்ச்சு 21 ஆம் தேதி பகற்பொழுதும் இரவுப் பொழுதும் சமமாகிவிடுகின்றன. அன்று முதல் பிந்திய ஆறு மாதக் காலத்திலும் பகற்பொழுது இரவை விட அதிகமாகவே உள்ளது. பகற்பொழுது ஜூன் 22 வரை அதிகரித்துக் கொண்டே போகிறது. பின் படிப்படியாக குறைந்து செப்டம்பர் 23 ல் பகற்பொழுதும் இரவுப் பொழுதும் சமமாகி விடுகின்றன.

இந்நான்கு தேதிகளுமே வானவியல் பருவக்காலங்களின் ஆரம்பத்தையும் முடிவையும் குறிக்கின்றன. வடப்பாதி கோளத்திற்கு அவை பின்வருமாரு.,

மார்ச்சு 21 பகலும் இரவும் சமம் – வசந்தகாலம் ஆரம்பம்

ஜூன் 22 மிக நீண்ட பகல் – கோடைக்காலம் ஆரம்பம்

செப்டம்பர் 23 பகலும் இரவும் சமம் – இலையுதிர் காலம் ஆரம்பம்

டிசம்பர் 23 மிகக் குறைந்த பகல் – குளிர்காலம் ஆரம்பம்

தென் பாதிக் கோளத்தில் வசந்தம் வடப்பாதி கோள இலையுதிர் காலத்தோடும் குளிர்காலம் வடப்பாதி கோள கோடைக்காலத்தோடும் இவ்வாறே மற்றவைகளும் மாறிப் பொருந்துகின்றன.

கீழே வாசகர்களின் கவனத்திற்கு சில கேள்விகள் கொண்டுவரப்பட்டுள்ளன

சிந்தித்து விடை கண்டால் ஏற்கனவே கூறப்பட்டவைகளை நன்கு புரிந்து மனதில் பதிய வைத்துக் கொள்ள உதவியாய் இருக்கும்.

1. பூமியில் வருடம் முழுவதும் எங்கே பகலும் இரவும் சமம்?
2. தாஸ்கந்த், டோக்கியோ, போன்ஸ் அயர்ஸ் ஆகிய இடங்களில் மார்ச்சு 21 ஆம் தேதி தல நேரப்படி சூரிய உதயம் எப்பொழுது?
3. நோவோஸிபிர்ஸ்க், நியூயார்க், நன்நம்பிக்கை முனை ஆகிய இடங்களில் செப்டம்பர் 23 ஆம் தேதி தல நேரப்படி சூரிய அஸ்தமனம் எப்பொழுது?
4. ஆகஸ்ட் 2 பிப்ரவரி 27 ஆகிய தேதிகளில் பூமத்திய ரேகையிலுள்ள புள்ளிகளில் சூரிய உதயம் எப்பொழுது?
5. ஜூலையில் உறைப்பனியும் ஜனவரியில் வெயில் மிகுந்த நாட்களும் ஏற்பட முடியுமா?*

---

* **விடைகள்:**

1. பூமி இருக்கும் நிலை எதுவாயினும் இருட்டுக்கும் வெளிச்சத்துக்கும் இடையிலுள்ள எல்லைக்கோடு பூமத்திய ரேகையை எப்போதும் இரு சம பாகங்களாக்குவதால் பூமத்திய ரேகையில் எப்பொழுதும் இரவும் பகலும் சமம். 2,3 சம இரவு நாட்களில் உலக முழுவதிலும் தல நேரப்படி சூரிய உதயம் காலை 6 மணிக்கும் அஸ்தமனம் மாலை 6 மணிக்கும் நிகழ்கின்றன.

4. பூமத்தியரேகையில் ஒவ்வொரு நாளும் சூரிய உதயம் தல நேரப்படி காலை 6 மணிக்கே.

5. ஜூலையில் உறைபனியும் ஜனவரியில் வெயில் மிகுந்த நாட்களும் தென் அட்சங்களில் ஏற்படுகின்றன.

மூன்று கற்பனைப் பரிசோதனைகள்

சில சமயங்களில் வழக்கமாக நடப்பதைவிட வழக்கமில்லாததைப் புரிந்துகொள்வது எளிது. பள்ளிப்பிராயத்திலிருந்தே

நாம் கிரகித்துக் கொண்ட தசம எண்மான முறையின் தனித்தன்மைகளை, வேறு முறையில், எடுத்துக்காட்டாக சப்தம எண்மான முறையிலோ அல்லது துவாத எண்மான முறையிலோ ஆரம்பிக்கும் போது தான் உணருகிறோம்.

யூக்ளிடின் வடிவக் கணிதத்தின் பொருள் யூக்ளித் எதிர் வடிவக் கணிதத்தைப் படிக்கும் போது தான் தெரிகிறது. புவி ஈர்ப்பின் விளைவுகளை நன்கு உணர்ந்து கொள்ள அது உண்மையாக இருப்பதை விட பலமடங்கு அதிகமாகவோ குறைவாகவோ உள்ளதாக கற்பனை செய்து கொள்ள வேண்டும். இது பற்றி ஈர்ப்பு குறித்த அத்தியாயத்தில் கூறுவோம். இப்போது சூரியனைச் சுற்றி பூமியின் இயக்கத்தை நன்கு புரிந்து கொள்ள ஒரு கற்பனை முறையை பயன்படுத்துவோம்.

பள்ளிக்கூட நாட்களில் "பூமியின் அச்சு அது சூரியனைச் சுற்றும் பாதையின் தளத்திற்கு 66 ½^0 அல்லது சுமார் ¾ செங்கோண அளவில் சாய்ந்திருக்கிறது என்று கேட்டுக் கேட்டுக் காது புளித்து போய் இருக்கிறது. இதன் பொருளை உணர்ந்து கொள்ள இக்கோணம் முழு செங்கோணமாய் இருந்தால் என்ன ஆகும் என்று கற்பனை செய்ய வேண்டும். வேறு விதமாக சொல்வதனால் ஜூல் வேர்ன் என்பாரது "தலைகீழாக என்ற கற்பனைப் புத்தகத்தில் பீரங்கி சங்கத்தினர் பூமியின் அச்சை பூமி பாதையின் தளத்திற்கு செங்குத்தாக ஆக்க வேண்டும் என கனவு கண்டது போல் செய்தால், இயற்கையில் என்ன மாறுதல்கள் நிகழும்?

பூமி அச்சு பூமி சூரியனைச் சுற்றும் பாதையின் தளத்திற்குச் செங்குத்தாயிருந்தால்

ஜூல் வேர்னின் பீரங்கி சுடுவோர் பூமியின் அச்சை நிமிர்த்தி அதை சூரியனை சுற்றும் பாதைக்கு செங்குத்தாக ஆக்கிவிட்டனர் என வைத்துக் கொள்வோம். இயற்கையில் என்ன மாறுதல்கள் நிகழும்? முதலில் துருவ நட்சத்திரமாயிராது. ஏனெனில் பூமியின் அச்சின் நீட்சி அதன் அருகே செல்லாது வேறு ஏதோ ஒரு புள்ளி வழியே செல்லும். அப்புள்ளியை மையமாகக் கொண்டு விண் கூரை சுழலும்.

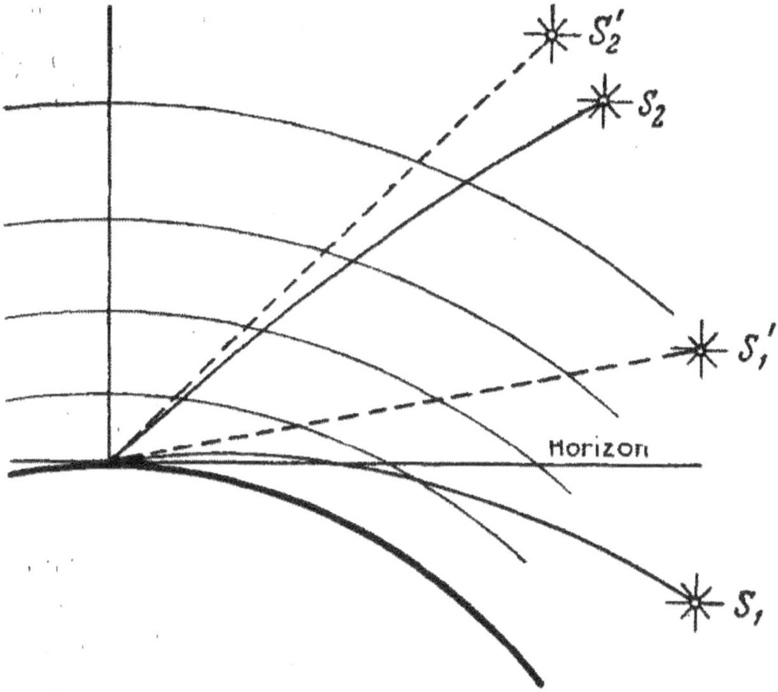

படம் 15. வாயுமண்டல ஒளிக்கோட்டம். S_2 என்ற ஒளிரும் பொருளிலிருந்து கிளம்பும் கதிர், பூமியின் வாயுமண்டலம் வழியே செல்லும் போது ஒடிந்து வளைவதால் S_2 ஐப் பார்ப்பவன் அது உயரே உள்ள S_2 லிருந்து வருவதாய் நினைக்கிறான். S_1 என்ற ஒளிரும் பொருள் அடிவானிற்குக் கீழே சென்று விட்டபோதும் ஒளிக்கோட்டக் காரணமாக அதனைப் பார்க்க முடிகிறது.

இரண்டாவதாக பருவ மாறுபாடுகள் முற்றும் வேறு விதமாக இருக்கும். இன்னும் சொல்லப்போனால், மாறுபாடு நிகழாது. பருவ காலங்கள் ஏன் ஏற்படுகின்றன? கோடைக்காலம் குளிர்காலத்தை விட ஏன் வெம்மையாய் இருக்கிறது. பள்ளியில் படிக்கும் போது இவை பற்றி தெளிவாக தெரிந்து கொள்ளவில்லை. எப்படியோ தப்பித்து வெளிவந்து விட்டோம். பிறகு ஆயிரம் கவலைகள். இவை பற்றி சிந்திக்க நேரம் ஏது?

பூமியின் வடபாதியில் கோடைகாலம் வெப்பமாய் இருப்பதன் முதல் காரணம் பூமியின் அச்சு சாய்ந்திருப்பதே. அச்சின் வடமுனை இப்போது சூரியனை நோக்கி உள்ளது. ஆகவே, பகற்பொழுது நீண்டும் இரவு குறுகியும் இருக்கின்றது. நிலப்பரப்பை சூரியன் நீண்ட நேரத்திற்கு வெப்பப்படுத்துகிறது. குறுகிய இரவில் அது கனிசமான அளவு குளிர்வதும் இல்லை. மேலும், பூமியின் அச்சின் சாய்வின்

காரணமாக சூரியக் கதிர்கள் நிலப்பரப்பை நேராக தாக்குகின்றன. இவ்வாறு கோடையில் சூரியன் நீண்ட நேரம் மட்டுமல்ல; வலுவாகவும் வெப்பப்படுத்துகின்றது. இரவில் பூமியின் வெப்ப இழப்பும் குறைவு. குளிர்காலத்திலோ இதற்கு நேர்மாறான நிலை, அதாவது பகலில் பூமி குறைந்த அளவில் வலுவற்ற வெப்பத்தைப் பெறுகிறது. இரவில் அதிகம் குளிர்ச்சி அடைகிறது.

தென்பாதிக் கோளத்திலும் இவை நிகழ்கின்றன. ஆனால், ஆறு மாதங்களுக்குப் பின்னால் நிகழ்கின்றன. (முன்னால் என்று வேண்டுமானாலும் வைத்துக் கொள்ளுங்கள்) வசந்தகாலத்திலும் இலையுதிர்காலத்திலும் பூமியின் இரு துருவங்களும் சூரியக் கதிர்களைப் பொறுத்துச் சம தூரத்தில் இருக்கின்றன. வெளிச்ச வட்டம் கிட்டத்தட்ட தீர்க்கரேகையோடு பொருந்தி இருக்கிறது. இரவும் பகலும் அநேகமாக சமம். பருவ காலம் கோடைகாலத்துக்கும் குளிர்காலத்துக்கும் இடைப்பட்டது.

பூமியின் அச்சு அது சுற்றும் பாதைத்தளத்துக்குச் செங்குத்தாக இருந்தால் என்ன ஆகும்? இந்த மாறுதல்கள் நிகழுமா? இல்லை. ஏனெனில் பூமி ஒரே கோணத்தில் எப்பொழுதும் சூரியக் கதிர்களை நோக்கியிருக்கும். ஆகவே வருடம் முழுவதும் ஒரே ஒரு பருவகாலமேயிருக்கும். அது என்ன பருவம்? மித உஷ்ண மண்டலத்துக்கும் துருவ மண்டலத்துக்கும்-அதை வசந்தகாலம் என்று சொல்லலாம். இலையுதிர் காலம் என்றும் சொல்லலாம்.- மார்ச்சிலும் செப்டம்பரிலும் மூன்றாவது வாரத்தில் இருப்பது போலவே எங்கும் எப்பொழுதும் இரவும் பகலும் சமமாயிருக்கும். (வியாழன் என்ற கிரகத்தின் அச்சு அதன் பாதையின் தளத்துக்குச் செங்குத்தாயிருப்பதால் அங்கு இவ்வாறே நிகழ்கிறது.)

மேற்கூறியது மித உஷ்ண மண்டலங்களைப் பொறுத்த வரை உண்மையாகும். உஷ்ண மண்டலத்தில் பருவ மாறுதல்கள் குறிப்பிடத்தக்க அளவில் இரா. துருவ மண்டலத்தில் இதற்கு நேர் மாறான நிலை, வாயுமண்டல ஒளிக்கோட்டம் காரணமாகச் சூரியன் தொடுவானிற்குச் சற்று மேலாக உயர்த்தப்பட்டுத் தொடுவானிலேயே நகரும் (படம் 15) பகல் (சரியாக சொன்னால் அதிகாலை நேரம்) நிரந்தரமாக இருக்கும். சூரியனிடமிருந்து இங்கு வரும் வெப்பம் குறைவாக இருப்பினும் வருடம் முழுவதும் இருப்பதால் துருவப் பிரதேசங்களின் கடுமையான காலநிலை சற்றுச் சமனப்படுத்தப்படும். ஆனால், இது பிற பிரதேசங்களுக்கு ஏற்படும் சங்கடங்களை ஈடு செய்யாது.

பூமியின் அச்சு அது சுற்றும் பாதையின் தளத்துக்கு 450 சாய்ந்திருந்தால்

இப்போது சம இரவு நாட்கள் ஏற்படுவது போலவே, அப்போதும் *(மார்ச் 21, செப்டம்பர் 23 தேதிகளில்)* சம இரவு ஏற்படும். ஆனால், ஜூனில் *45^0* வட அட்சத்தில் சூரியன் தலைக்கு நேர்மேல் இருக்கும் *23 ½ ^{0}* யில் அல்ல. இதுவே உஷ்ண மண்டல எல்லை ஆகிவிடும். *60^0* வட அட்சமுள்ள லெனின் கிராதில் சூரியன் தலை உச்சிக்கு *15^0* யே சாய்ந்திருக்கும். அதாவது உஷ்ண மண்டலத்தில் ஏற்படக்கூடிய உயரம். உஷ்ண மண்டலம் குளிர்மண்டலத்தை அடுத்திருக்கும். மித உஷ்ண மண்டலம் இல்லாது போய்விடும். மாஸ்கோவிலும் கார் கோவிலும் ஜூன் மாதம் முழுவதும் தொடர்ந்து பகலாக இருக்கும். குளிர்காலத்திலோ மாஸ்கோ, கீவ், கார்கோவ் போல்தாவா முதலிய இடங்களில் தொடர்ந்து பல வாரங்களுக்குத் துருவப் பிரதேசத்து இருள் கவ்விக் கொண்டிருக்கும். உஷ்ணமண்டலம் மித உஷ்ணமண்டலமாகிவிடும், ஏனென்றால் இராச்சூரியன் *45^0* க்கு மேலே உயராது. இம்மாறுதலால் உஷ்ணமண்டலம், மித உஷ்ணமண்டலம் இவற்றுக்கே அதிகக் கஷ்டம். துருவப் பிரதேசங்களுக்கு இது ஒரு விதத்தில் நன்மையே. ஏனேனில், குளிர்காலத்துக் குளிர் இப்போதை விடக் கடுமையாக இருந்தாலும் கோடையில் அவை மிதமாக வெப்பம் பெறும். துருவத்தில் கூட சூரியன் *45^0* யில் இருக்கும். அங்கே ஆறு மாதங்களுக்குச் சூரியன் பிரகாசிக்கும், ஆக ஆர்க்டிக்கிலுள்ள பனிக்கட்டிகள் உருகிவிடும்.

பூமியின் அச்சு அது சுற்றிவரும் பாதையின் தளத்திலேயே இருந்தால்

இது நமது மூன்றாவது கற்பனைப் பரிசோதனை *(படம் 16)* இப்போது பூமி "படுத்தபடியே" சூரியனைச் சுற்றி வருகிறது. இதே போல் தான் யுரேனஸ் என்ற கிரகமும் இயங்குகிறது. இப்போது என்ன நிகழும்?

துருவங்கள் அருகே ஆறு மாதங்கள் பகல். சூரியன் தொடுவானிலிருந்து உச்சிக்கும் உச்சியிலிருந்து தொடுவானுக்கும் திருகாணி மரை போன்ற பாதையில் செல்லும். பிறகு ஆறு மாதம் இரவு. இந்த இரவுக்கும் பகலுக்குமிடையே தொடர்ந்து பல நாட்களுக்குச் சந்தி வெளிச்சம் இருக்கும். தொடுவானின் கீழே மறையுமுன் தொடுவானிலேயே சூரியன் பல நாள் சுற்றி வரும். இத்தகைய கோடை அதுவரை சேர்ந்துள்ள எல்லாப் பனிக்கட்டியையும் உருக்கிவிடும்.

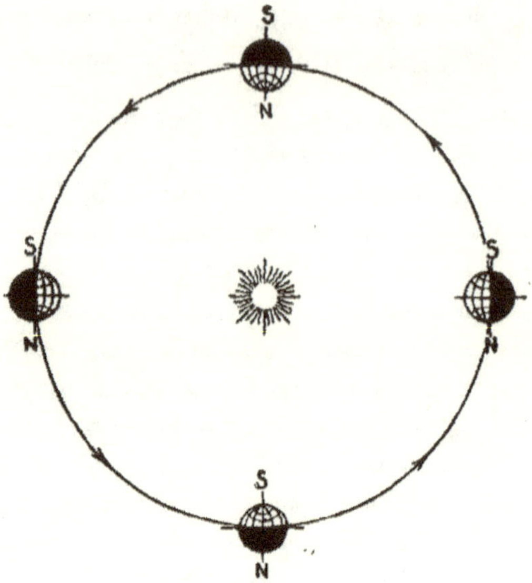

படம் 16. பூமியின் அச்சு சூரியனைச் சுற்றிவரும் பாதையின் தளத்திலேயே இருந்தால் எவ்விதம் சுற்றும் என்று காட்டப்பட்டிருக்கிறது.

நடுத்தர அட்சங்களில் வசந்தம் ஆரம்பித்த உடனேயே பகற்பொழுது அதிகமாக ஆரம்பித்துவிடுகிறது. பிறகு கொஞ்ச காலத்திற்குத் தொடர்ந்து பகலாகவே இருக்கும். ஒரு இடம் துருவத்திலிருந்து எத்தனை டிகிரி தள்ளியிருக்கிறதோ, கிட்டத்தட்ட அத்தனை நாட்கள் கழிந்த பின் இந்த நீண்ட பகல் ஆரம்பமாகும். அது நீடிக்கும் காலம், அந்த இடத்தின் அட்சத்தைப் போன்று இரு மடங்கு நாட்கள் ஆகும்.

உதாரணமாக லெனின்கிராதில் மார்ச் 21க்குப் பின் 30 நாட்களில் இந்த நீண்ட பகல் ஆரம்பித்து 120 நாட்கள் நீடிக்கும். மறுபடியும் இரவுகள் செப்டம்பர் 23 க்கு 30 நாட்கள் முன் தோன்றும். குளிர்காலத்தில் இதற்கு நேர்மாறாக நிகழும். தொடர்ந்த பகற்பொழுதுக்குப் பதிலாக ஏறக்குறைய அதே காலத்துக்கு இருண்டிருக்கும். பூமத்திய ரேகையில் மட்டுமே இரவும் பகலும் எப்போதும் சமமாயிருக்கும்.

ஏற்கனவே குறிப்பிட்டபடி யுரேனஸின் அச்சு இப்படித் தானிருக்கிறது. அதன் அச்சு அதன் பாதையின் தளத்திற்கு 8^0 தான் சாய்ந்துள்ளது. யுரேனஸ் தன் பக்கவாட்டில் "படுத்தபடியே" சுற்றிவருகிறது எனலாம்.

இந்த மூன்று கற்பனைப் பரிசோதனைகளும், பூமியின் அச்சின் சாய்வுக்கும் பருவ காலங்களுக்கும் உள்ள தொடர்பை வாசகர்களுக்கு

அநேகமாகப் புரியவைத்திருக்கும், கிரேக்க மொழியில் பருவ காலம் என்பதற்குச் "சாய்வு" என்று பொருள் உண்டு.

இன்னும் ஒரு கற்பனைப் பரிசோதனை

இப்பொழுது பூமி சுற்றும் பாதையின் வடிவத்தைப் பார்க்கலாம். எல்லாக் கிரகங்களையும் போலவே பூமியும் கெப்ளரின் முதல் விதிக்கு உட்படுகிறது. அதாவது ஒவ்வொரு கிரகத்தின் சுற்றும் பாதை நீள்வட்டமானது; சூரியன் அதன் குவிமையங்களில் ஒன்று என்பது கெப்ளரின் முதல் விதி.

பூமி செல்லும் நீள் வட்டப்பாதை எப்படிப்பட்டது? அது வட்டத்திலிருந்து மிகவும் வேறுபட்டதா?

வானவியலின் ஆரம்பப் புத்தகங்கள் பூமியின் பாதையை மிகவும் நீண்ட நீள்வட்டமாகக் காட்டுகின்றன. தவறாகப் புரிந்து கொண்ட பலருக்கு இந்தக் கருத்து வாழ்நாள் முழுதும் பசுமரத்தாணிபோல் பதிந்து விடுகிறது. உண்மையில் பூமி சுற்றும் பாதைக்கும் ஒரு வட்டத்துக்கும் உள்ள வேறுபாடு மிகக்குறைவு; பாதையை, வட்டமாக அன்றி வேறு எப்படியும் காட்ட முடியாதபடி அவ்வளவு குறைவு. வரைபடம் ஒன்றில் பூமியின் நீள்வட்டப் பாதையின் விட்டம் 1 மீ என்றால் வட்டத்துக்கும் இந்த நீள் வட்டத்துக்கும் உள்ள வேறுபாடு அந்த நீள்வட்டத்தைக் காட்டும் கோட்டின் பருமனைவிடக் குறைவு. ஒரு கைதேர்ந்த சித்திரக்காரரின் கண்களுக்குக் கூட இந்த வித்தியாசம் தென்படாது.

நீள் வட்டத்தின் வடிவகணிதத்தை இப்பொழுது சற்றுக் கவனிப்போம். படம் 17 ல் AB என்பது நீள் வட்டத்தின் "பெரிய அச்சு" CD "சிறிய அச்சு" O என்ற "மைய" த்தோடு வேறு இரு விசேஷப் புள்ளிகள் உள்ளன. அவையே "குவி மையங்கள்" எனப்படும். அவை AB யில் O வின் இருபுறத்திலும் சமதூரத்தில் அமைந்துள்ளன. அவற்றைக் கண்டுபிடிக்க (படம் 18), C ஐ மையமாகவும் பெரிய அச்சின் பாதியான OB ஐ ஆரமாகவும் கொண்டு காம்பசின் உதவியால் AB ஐ F, $F1$ என்ற புள்ளிகளில் வெட்டுமாறு ஒருவில்லை வரையவும். Fம் $F1$ ம் தான் நீள்வட்டத்தின் இரு குவிமையங்கள். $OF = OF1 = C$ என்றும் பெரிய அச்சின் நீளம் $2a$ என்றும் சிறிய அச்சின் நீளம் $2b$ என்றும் கொள்வோம். அப்போது c / a என்ற விகிதத்தை நீள்வட்டம் எவ்வளவு நீண்டது என்பதற்கு ஒரு அளவாகக் கொள்ளலாம். இவ்விகிதத்தை "மையப்பெயர்வு" என்பர். வட்டத்துக்கும் நீள்வட்டத்துக்கும் உள்ள வேறுபாடு அதிகமாக ஆக மையப்பெயர்வும் அதிகமாகும்.

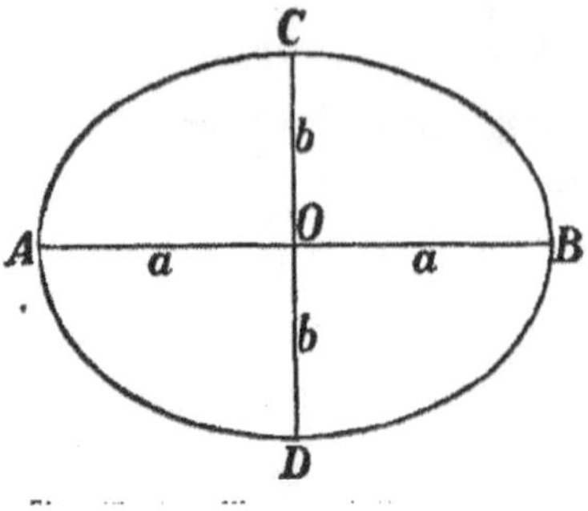

படம் 17. பெரிய அச்சு (AB) சிறிய அச்சு (CD) இவற்றுடன் கூடிய ஒரு நீள்வட்டம். 0 என்பது அதன் மையம்.

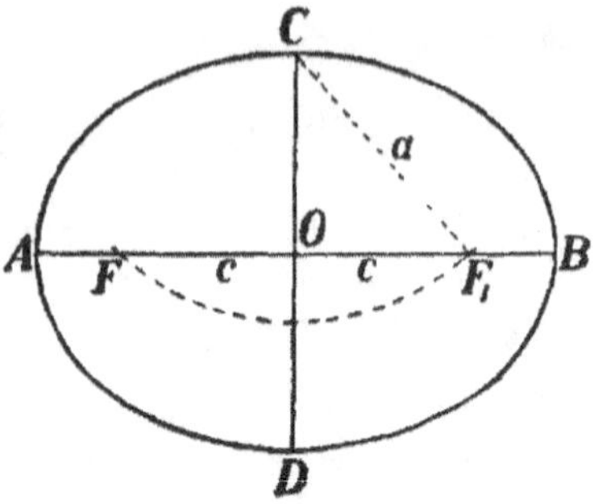

படம் 18. ஒரு நீள்வட்டத்தின் குவிமையங்களைக்காணும் முறை.

ஆகவே, பூமிப் பாதையின் மையப்பெயர்வு தெரிந்தால் அதன் பாதையின் வடிவைப் பற்றி நாம் ஒருவாறு தெரிந்து கொள்ளலாம். மையப் பெயர்வைக் காணப் பூமிப் பாதையை அளக்க வேண்டியதில்லை. ஒரு குவிமையத்தில் சூரியன் இருப்பதாகக் கொள்வோம். பூமிப் பாதையின் வெவ்வேறு இடங்கள் சூரியனிலிருந்து வெவ்வேறு தூரங்களில் இருப்பதால் சூரியனும் தூரத்திற்கேற்பச் சிறிதாகவோ பெரிதாகவோ தோன்றும். ஒரு குவிமையமான F_1 ல் சூரியன் இருப்பதாகக் கொள்வோம். (படம் 18) பூமி ஜூலை 1 ல் A யில் இருக்கும். அப்போது சூரியன் மிகச் சிறு வட்டமாகத் தெரியும். கோண அளவு 31' 28". ஜனவரி 1ல் பூமி புள்ளி B ஐ அடைகிறது. அப்போது சூரியன் மிகப்பெரிய வட்டமாகத் தெரியும். அப்போது கோணம் 32'32". ஆகவே $\frac{31'\ 28''}{32'\ 32''} = \frac{BF_1}{AF_1} = \frac{a-c}{a+c}$.

இதிலிருந்து, $\frac{(a-c)-(a+c)}{(a+c)+(a-c)} = \frac{31'\ 28''-32'\ 32''}{32'\ 32''+31'\ 28''}$, அல்லது $\frac{64''}{64'} = \frac{c}{a}$.

ஆகவே, $\frac{c}{a} = \frac{1}{60} = 0.017$. .அதாவது பூமி சுற்றும் பாதையின் மையப்பெயர்வு 0.017. ஆகவே, பூமியின் பாதையின் மையப்பெயர்வைக் காண கண்ணுக்குத் தெரியும். சூரியத் தட்டுக்குக் கவனமாக அளவு எடுத்தால் போதும்.

பூமி சுற்றும் பாதைக்கும் வட்டத்துக்கும் அதிக வித்தியாசம் இல்லை என்று இப்போது நிரூபிக்கலாம். பூமியின் பாதையைக் காண்பிக்கும் பெரிய அச்சில் பாதி ஒரு மீட்டர் நீளமுள்ளது என்று கொள்வோம். அப்போது சிறிய அச்சின் நீளம் என்னவாயிருக்கும்? படம் 18ல் OCF_1 என்ற செங்கோண முக்கோணத்தில் $C^2 = a^2 - b^2$, அல்லது

$\frac{c^2}{a^2} = \frac{a^2 - b^2}{a^2}$. ஆனால், *c / a* என்பது பூமியின் பாதையின் மையப்பெயர்வு, அது = *1 / 60*, மேலும் *(a2 – b2) = (a – b)(a + b). a* க்கும் *b*க்கும் மிகக் குறைந்த வித்தியாசமே உள்ளதால் *(a+b) = 2a*. ஆகவே *1 / 602 = 2a (a-b) / a2 = 2(a-b) / a*. ஃ *(a-b) = a / 2*602 = 1000 / 7200*, அதாவது *1 / 7* மி. மீட்டரைவிடக் குறைவு.

ஆகவே, இவ்வளவு பெரிய அளவில் வரைந்த பூமியின் பாதையிலேயே அதன் வரை அச்சுகளின் நீளங்களின் வித்தியாசம் *1 / 7* மி.மீ. அதாவது மிக மெல்லிய பென்சில் கோட்டின் தடிப்பைவிடக் குறைவு. ஆகவே, பூமியின் பாதையை ஒரு வட்டமாகக் காட்டினால் அதிக பெரிய பிழை ஒன்றுமில்லை.

அப்பொழுது படத்தில் சூரியன் எங்கிருக்கும்? சூரியன் பூமிப் பாதையின் குவிமையத்தில் இருப்பதற்கு, மையத்திலிருந்து எவ்வளவு தூரத்தில் இருக்க வேண்டும். அதாவது நமது படத்தில் *OF* அல்லது *OF1* ன் நீளம் என்ன? அதைக் கணக்கிடுவது சலபம். *C / a = 1/ 60;* ஆகவே *c = a / 60 = 100 / 60 = 1.7* செ.மீ. படத்தில் சூரியனின் மையம் பூமிப் பாதையின் மையத்திலிருந்து *1.7* செ.மீ தூரத்தில் இருக்கும். ஆனால், சூரியனை *1* செ. மீ விட்டமுள்ள வட்டத்தால் காண்பிக்க வேண்டும். ஆகவே, ஒரு நல்ல சித்திரக்காரரின் தேர்ந்த கண்களுக்கே சூரியன் மையத்தில் இல்லை என்பது புலப்படும். ஆகவே, பூமியின் பாதையை வட்டமாகவும் சூரியனை அந்த வட்டமையத்திலிருந்து சற்றுத் தள்ளியும் வரையலாம்.

இச்சிறிதளவு விலகல் பூமியின் பருவகாலங்களைப் பாதிக்க முடியுமா? இதற்கு விடை காண இன்னும் ஒரு கற்பனைப் பரிசோதனையைச் செய்வோம். பூமியின் மையப்பெயர்வு *0.5* என்றிருந்தால் குவிமையம் பெரிய அச்சின் பாதியை இரு சமபிரிவுகளாக்கும். இந்த நீள்வட்டம் ஒரு முட்டை போலிருக்கும். சூரிய மண்டலத்தைச் சேர்ந்த எந்தப் பெரிய கிரகத்துக்கும் இவ்வளவு மையப்பெயர்வு – கிடையாது. மிக நீண்ட நீள்வட்டப்பாதை ப்ளூட்டோவினது. அதன் மையப்பெயர்வு *0.25*. (கிரகப் போலிகளும் வால் நட்சத்திரங்களும் இதைவிட நீண்ட நீள் வட்டங்களில் நகருகின்றன.

பூமி சுற்றும் பாதை இன்னும் நீண்ட நீள்வட்டமாயிருந்தால்

இவ்வாறு கற்பனை செய்வோம். குவிமையம் பெரிய அரை அச்சை இரு சமபாகங்களாகப் பிரிப்பதாகக் கொள்வோம், படம் *19* இதைக் காண்பிக்கிறது. ஜனவரி *1* ல் சூரியனுக்கு மிக அருகே *A*யிலும்

ஜூலை *1*ல் சூரியனிடமிருந்து மிக விலகி *B* யிலும் பூமி இருக்கிறது. *FB* ஆனது *FA* ஐப் போல் *3* மடங்கு. ஆகவே, ஜனவரியில் அதன் விட்டம் ஜூலையில் உள்ளது போல் *3* மடங்கும், வெப்பம் *9* மடங்கும் இருக்கும். அப்படியானால் வடபாதிக் கோளத்தின் குளிர்காலம்

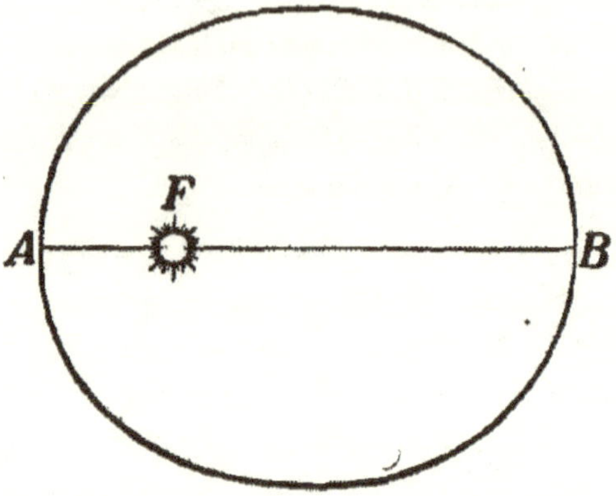

படம் *19*. மையப்பெயர்வு *0.5* ஆக இருந்தால் பூமியின் பாதை இருக்கும் விதம் சூரியன் ஒரு குவியமையம் *F*-ல், இருக்கிறது.

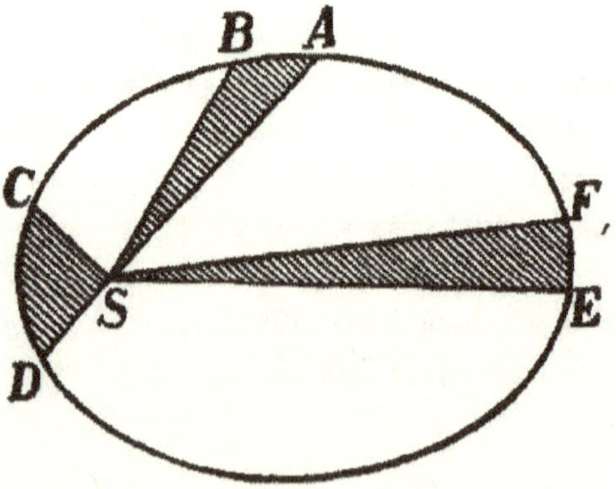

படம் *20*. கெப்ளரின் இரண்டாம் விதிக்கு விளக்கம். கிரகம் *AB, CD, EF* என்ற விற்களின் நீளத்தைத் சமாகாலங்களில் கடந்தால், நிழலிடப்பட்ட பரப்புக்கள் சமம்.

என்னவாகும்? சூரியன் மிகத் தாழ்ந்த உயரத்தில் பிரகாசிக்கும். பகற்பொழுது குறைவாயும் இரவு அதிகமாயும் இருக்கும். ஆனால், அவ்வளவு குளிராக இராது. ஏனெனில் சூரியன் அருகே இருப்பது பகற்பொழுதின் குறைவை ஈடு செய்து விடுகிறது.

இதோடு கெப்ளரின் இரண்டாவது விதியின் விளைவையும் சேர்த்துப் பார்க்க வேண்டும். "ஆரச் சதிசி சம பரப்பை சம காலங்களில் நகர்ந்தடைக்கிறது" என்பதே கெப்ளரின் இரண்டாம் விதி.

"ஆரச் சதிசி" என்பது சூரியனையும் கிரகத்தையும் (இந்த இடத்தில் நமது பூமியையும்) சேர்க்கும் நேர்கோடு. பூமி நகரும் போது இந்த ஆரச் சதிசியும் நகர்ந்து ஒரு பரப்பை அடைத்துச் செல்கிறது. கெப்ளரின் இரண்டாம் விதிப்படி சமகாலங்களில் சமபரப்புகள் அடைக்கப்படுகின்றன. (படம் 20 ஐப் பார்க்கவும்.) சூரியனின் அருகே இருக்கும்போது தூரத்தில் இருக்கும்போதை விட பூமி அதிக வேகத்தில் நகர வேண்டும். இல்லாவிடின் சிறிய ஆரச்சதிசி நகர்ந்து அடைக்கும் பரப்புக்குச் சமமாக முடியாதல்லவா?

ஆதலால், சூரியனுக்கு மிக அருகே இருக்கும் போது, அதாவது டிசம்பர்-பிப்ரவரி என்னும் இடை நேரத்தில், ஜூன்-ஆகஸ்ட் என்னும் இடை நேரத்தை விட பூமி சூரியனைச் சுற்றி அதிக வேகத்தில் நகர வேண்டும். இதனால் பூமியின் வடபாதியில் குளிர்காலம் மிகக் குறைந்த நாட்களே கொண்டுள்ளது. இதற்கு நேர்மாறாக கோடையில் சூரியன் அளிக்கும் குறைந்த வெப்பத்தை ஈடு செய்வது போல கோடை நாட்கள் அதிகமாயிருக்கும்.

படம் 21 நாம் கற்பனை செய்திருக்கும் நிலையை இன்னும் தெளிவாய்க் காட்டுகிறது. மையப்பெயர்வு 0.5 உள்ளதாகப் பூமியின் பாதை காட்டப்பட்டுள்ளது. 1 முதல் 12 வரை உள்ள இலக்கங்கள் சம காலங்களில் பூமி கடக்கும் பகுதிகளைக் காட்டுகின்றன. கெப்ளரின் விதிப்படி ஆரச்சதிசிகளால் அடைக்கப்பட்ட பகுதிகள் பரப்பில் ஒன்றுக்கொன்று சமம். பூமி புள்ளி 1 ஐ ஜனவரி 1 லும் புள்ளி 2ஐ பிப்ரவரி 1 லும் புள்ளி 3ஐ மார்ச் 1 லும் இவ்வாறே மற்றப் புள்ளிகளையும் அடைகிறது. வசந்தகாலச் சம இரவு நாள் A பிப்ரவரி ஆரம்பத்திலும், இலையுதிர்காலச் சம இரவு நாள் B நவம்பர் கடைசியிலும் ஏற்படுகின்றன. ஆகவே, பூமியின் வடபாதிக்குக் குளிர்காலம் இரண்டு மாதங்களைவிடச் சற்று அதிகம்.

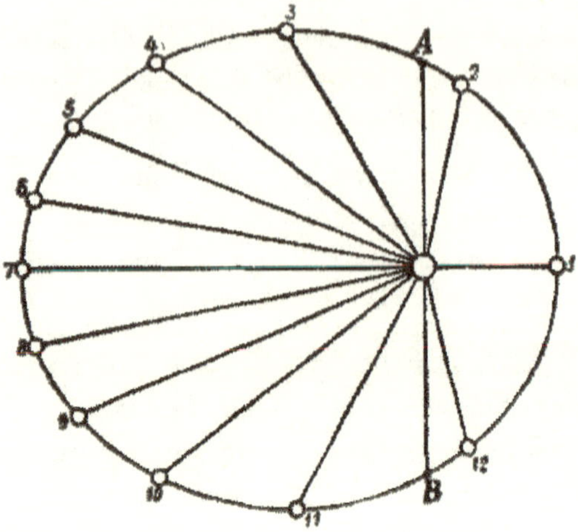

படம் 21. பூமியின் பாதை மிகவும் நீட்டப்பட்ட நீள் வட்டமாயிருந்தால் அது சூரியனைச் சுற்றி வரும் விதம். (வரிசையாக இலக்கிடப்பட்டுள்ள புள்ளிகளுக்கிடையில் உள்ள தூரத்தைப் பூமி சமகாலங்களில் 1 மாதத்தில் கடக்கிறது)

நீண்ட பகற்பொழுதும் அதிக உயர சூரியனும் கொண்ட நாட்கள் வசந்தகாலச் சம இரவு நாளில் இருந்து இலையுதிர்காலச் சம இரவு நாள் வரை 9 ½ மாதங்கள்.

தென்பாதியிலோ இதற்கு நேர்மாறான நிலை. சூரியனிலிருந்து வெகு தூரத்தில் பூமி இருக்கும் போது சூரியனின் உயரம் குறைவாக இருக்கும். பகற்பொழுதும் குறைவாக இருக்கும். சூரியவெப்பம் 1/9 பங்காகக் குறைந்து விடும். சூரியனின் உயரம் அதிகமாகும் போது பகற்பொழுதும் அதிகம்; சூரியனின் வெப்பமும் ஒன்பது மடங்காகிவிடும். வடக்கில் உள்ளதை விடக் குளிர்காலம் மிகக் கடுமையாகவும் நீண்டும் இருக்கும். கோடைகாலமோ, குறுகியதாய் இருப்பினும் தாங்க முடியாதபடி வெப்பமாயிருக்கும்.

மற்றுமொரு விஷயம். ஜனவரியில் பூமி வேகமாக நகருவதால் சராசரி நடுப்பகலுக்கும் உண்மையான நடுப்பகலுக்கும் உள்ள வேறுபாடு பலமணி நேரம் இருக்கும். நாம் தற்போது அனுசரிக்கும் சராசரி சூரிய நேரத்தைக் கடைப் பிடிப்பது மிகுந்த சிக்கல்களை உண்டாக்கும்.

இப்போது சூரியனின் மையப்பெயர்வின் விளைவுகள் ஒருவாறு புரியும். முதலில் பூமியின் வடபாதியில் குளிர்காலம் மெதுவாகவும்

குறுகியும், கோடைகாலம் தென்பாதியில் உள்ளதினும் நீண்டும் இருக்கும். இது உண்மைதானா? சந்தேகமில்லாமல் உண்மைதான். ஜனவரியில் பூமி ஜூலையில் இருப்பதினும் 2X 1 / 60 = 1 / 30 பங்கு சூரியனின் அருகே இருக்கிறது. ஆகவே, பூமி பெறும் வெப்பத்தின் அளவு (61 / 59)2 பங்கு, அதாவது 6% அதிகரிக்கிறது. இது வடகோளக் குளிரின் கடுமையை ஓரளவு சமன் செய்கிறது. மேலும் வடபாதியின் இலையுதிர் காலமும் குளிர்காலமும் தென்பாதியிலுள்ளதினும் எட்டு நாட்கள் குறைவாயிருக்கும். கோடையும் வசந்தமும் தென்பாதியிலுள்ளதினும் எட்டு நாட்கள் அதிகமாயிருக்கும். தென் துருவத்திலுள்ள அதிகத் தடிப்பான பனிக்கட்டிக்கு இது காரணமாக இருக்கலாம். தென்பாதியிலும் வட பாதியிலும் பருவ காலங்களின் அளவைக் கீழேயுள்ள அட்டவணை காட்டுகிறது.

வடபாதி	நீடிக்கும் காலம்	தென்பாதி
வசந்தகாலம்	92 நாட்கள் 19 மணி	இலையுதிர் காலம்
கோடைகாலம்	93 ,, 15 ,,	குளிர்காலம்
இலையுதிர் காலம்	89 ,, 19 ,,	வசந்தகாலம்
குளிர்காலம்	89 ,, 0 ,	கோடைகாலம்

வடபாதியின் கோடைகாலம் குளிர்காலத்தைவிட 4.6 நாள் அதிகமாகவும், வசந்தகாலம் இலையுதிர்காலத்தை விட 3 நாட்கள் அதிகமாகவும் உள்ளன என்பதைப் பார்க்கலாம்.

வடப்பாதிக்கு உள்ள இந்த விசேஷ நன்மை நிரந்தரமாயிராது. பூமியின் பாதையின் பெரிய அச்சு விண்வெளியில் நகர்ந்துகொண்டே இருக்கிறது. இதன் பலனாகப் பூமியின் பாதையில் சூரியனுக்கு மிகப் பக்கத்திலும் மிக தூரத்திலும் உள்ள புள்ளிகள் வேறு எங்கோ மாற்றப்படுகின்றன. இச்சலனங்களின் நிகழ்ச்சி முடிய 21000 ஆண்டுகள் ஆகின்றன. கி. பி. 10700 ஆம் ஆண்டில் வடபாதிக்கான மேற்சொன்ன நன்மைகளைத் தென்பாதி அனுபவிக்கும் என்று கணக்கிடப்பட்டுள்ளது.

பூமியின் மையப்பெயர்வும் நிலையானதல்ல. அதுவும் 0.003 யிலிருந்து 0.077 வரை மாறுபடுகிறது. 0.003 ஆக இருக்கும் போது கிட்டத்தட்ட வட்டமாகவும் 0.077 ஆக மாறும் போது அதிகபட்ச நீட்சியடைந்த நீள்வட்டமாகவும் உள்ளது. அப்போது அதன் பாதை கிட்டத்தட்டச் செவ்வாயினுடைய பாதை போன்று இருக்கிறது. தற்போது பூமியின் மையப்பெயர்வு குறைந்து விடுகிறது. அது இன்னும் 24000 ஆண்டுகளில் படிப்படியாகக் குறைந்து 40000 ஆண்டுகளில்

அதிகரித்துவரும். இம்மாறுதல்கள் மிக மிக மெதுவாக நிகழ்வதால் இவற்றின் முக்கியத்துவம் ஏட்டளவினதே.

நாம் எப்பொழுது சூரியனுக்கு மிக அருகே இருக்கிறோம்-நடுப்பகலிலா? மாலையிலா?

பூமி சூரியனைச் சுற்றும் பாதை துல்லியமான ஒரு வட்டமாக இருந்தால் இக்கேள்விக்கு விடையும் எளிது. பூமியின் சுழற்சியால் நடுப்பகலில் சூரியனுக்கு நேர் எதிரே வருவதால், நடுப்பகலில் தான் சூரியனுக்கு அருகே எல்லாப் புள்ளிகளும் வரும். அப்போது, பூமத்திய ரேகையில் உள்ள புள்ளிகளின் தூரம் தான் மிக அதிகம். இது பூமியின் ஆரத்தின் அளவிற்குச் சமம், அதாவது சுமார் 6400 கி.மீ.

ஆனால் பூமியின் பாதையோ ஒரு நீள்வட்ட வடிவமானது. சூரியன் அதன் ஒரு குவிமையத்திலுள்ளது (படம் 22) அதனால் சில சமயங்களில் பூமி சூரியனுக்கு மிக அருகிலும், மற்றும் சில சமயங்களில் மிகத் தொலைவிலும் இருக்கிறது. ஜனவரி 1க்கும் ஜூலை 1க்கும் இடையேயுள்ள ஆறு மாதங்களில் பூமி சூரியனிலிருந்து விலகிச் செல்கிறது. மீதி ஆறுமாதங்களில் சூரியனை நோக்கி வருகிறது. மிக அதிக தூரத்துக்கும் மிகக் குறைந்த தூரத்துக்கும் உள்ள வித்தியாசம் 2X1 / 60 X 150, 000, 000 = 5, 000, 000 கி.மீ

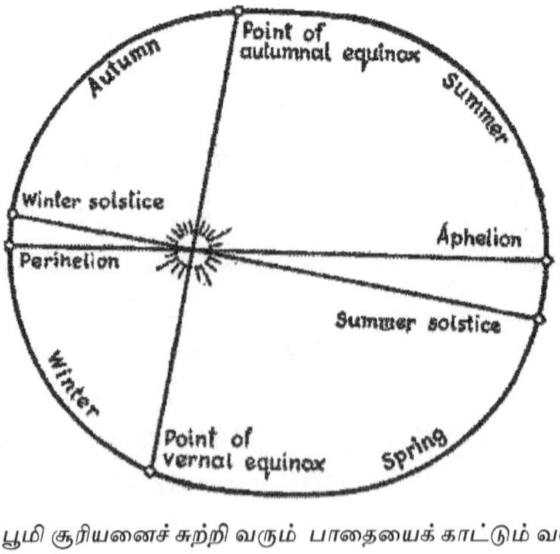

படம் 22. பூமி சூரியனைச் சுற்றி வரும் பாதையைக் காட்டும் வரைபடம்.

இவ்வித்தியாசம் ஒரு நாளைக்கு சராசரியாகச் சுமார் 28000 கி.மீ ஆகிறது. ஆகவே நடுப்பகலுக்கும் சூரிய அஸ்தமனத்துக்கும் இடையே (சுமார் கால் நாள்) சூரியனிடமிருந்து உள்ள தூரம் 7500 கி.மீ மாறுபடுகிறது. அதாவது பூமி தன் அச்சில் தன்னைத் தானே சுற்றுவதனால் வித்தியாசப்படுவதினும் அதிகம்.

ஆகவே, மேற்படி கேள்விக்கு விடை "ஜனவரிக்கும் ஜூலைக்கும் இடையே நடுப்பகலிலும், ஜூலைக்கும் ஜனவரிக்கும் இடையே மாலையிலும் சூரியனுக்கு அருகில் இருக்கிறோம்" என்பதே.

ஒரு மீட்டரைச் சேர்

கேள்வி

பூமி சூரியனை 150, 000, 000 கி.மீ தூரத்தில் சுற்றி வருகிறது. இத்துடன் ஒரு மீட்டரைச் சேர்ப்பதாக வைத்துக் கொள்வோம். பூமி சூரியனைச் சுற்றும் வேகம் மாறவில்லை என்றால் பாதையின் நீளம் எவ்வளவு அதிகமாகும்? வருடத்தின் கால அளவு எவ்வளவு அதிகரிக்கும் (படம் 23)?

விடை

ஒரு மீட்டர் என்பது அப்படி ஒன்றும் பிரமாதமான தூரம் அல்ல. ஆனால் பூமி சுற்றும் நீண்ட பாதையின் நீளத்தைக் கருதி இந்த அற்பமான அளவு ஆரம் அதிகரித்தாலும் பாதையின் நீளம் கணிசமான அளவு அதிகரிக்கும் என்றும் வருடத்தின் கால அளவும் அதிகரிக்கும் என்றும் நினைக்கலாம்.

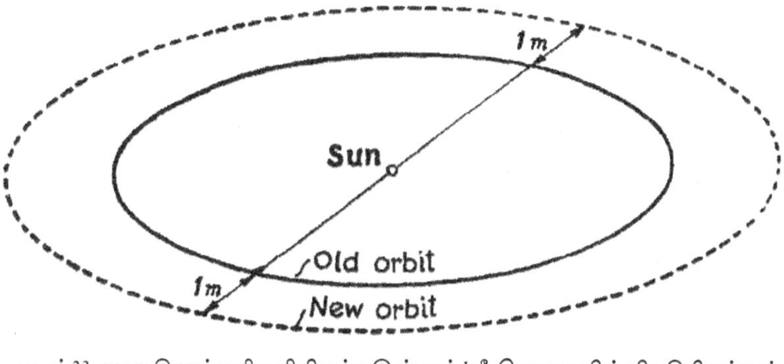

படம் 23. நமது கிரகம் சூரியனிலிருந்து இன்னும் 1மீ. தொலைவில் விலகியிருந்தால் பூமிப் பாதை எவ்வளவு நீளமாகியிருக்கும்? (விடையைப் புத்தகத்தினுள் பார்க்கவும்)

ஆனால் அது அப்படியல்ல. இந்த ஒரு மீட்டரைச் சேர்ப்பதால் நீளம் மிக மிகக் குறைந்த அளவே அதிகமாகும். இதில் ஆச்சரியப்பட ஒன்றுமேயில்லை. இரண்டு பொதுமைய வட்டங்களின் பரிதி நீளங்களின் வித்தியாசம். அந்த வட்டங்களின் ஆரங்களின் அளவைப் பொறுத்ததல்ல. ஆனால் அந்த ஆரங்களின் வித்தியாசத்தையே பொறுத்தது. தரை மீது, ஆரங்களின் வித்தியாசம் ஒரு மீட்டர் உள்ள இருவட்டங்கள் வரைந்தால் அவ்வட்டங்களின் பிரதிநீளங்களில் என்ன வித்தியாசம் இருக்குமோ அதே வித்தியாசம் தான் பூமி சூரியனைச் சுற்றும் தூரத்தை ஒரு மீட்டர் அதிகரிப்பதால் அதன் புதிய பாதையின் நீளத்துக்கும் பழைய பாதையின் நீளத்துக்கும் இருக்கும். இதை ஒரு சிறு கணக்கீடு மூலம் காண்பிக்கலாம். பூமியின் பாதையை R மீட்டர் ஆரமுள்ள வட்டமாகக் கொண்டால் அதன் நீளம் $2\pi R$ மீட்டர்கள். ஆரத்தை 1 மீட்டர் அதிகப்படுத்தினால் புதுப்பாதையின் நீளம் $2\pi (R+1) = 2\pi R+2\pi$ அதாவது பாதையின் நீளம் 2π அல்லது 6.28 மீட்டர் அதிகரிக்கும். இது ஆரத்தின் அளவைப் பொறுத்ததல்ல. இதனால் வருடத்தில் ஏற்படும் கால அளவிலும் மாறுதல் அநேகமாக இல்லை எனலாம். ஏனெனில், பூமி வினாடிக்கு 30,000 மீ சூரியனைச் சுற்றி வருவதால், வருடத்தின் கால அளவு 1/5000 வினாடி தான் அதிகரிக்கும்.

வெவ்வேறு இடங்களிலிருந்து பார்த்தால்

நீங்கள் ஏதேனும் ஒரு பொருளை மேலேயிருந்து கீழே போட்டால் அது செங்குத்தாகக் கீழே விழுவதைப் பார்க்கிறீர்கள். யாராவது ஒருவர் அப்பொருள் ஒரு வளைந்தகோட்டில் விழுவதாகச் சொன்னால் என்ன நினைப்பீர்கள்? அவருக்கு ஒரு மரைகழன்றிருக்கிறது என்று தானே? ஆனால் பூமியின் சலனத்துடன் தொடர்பற்ற யாருக்கும் அப்படித்தான் தோன்றும்.

இத்தகைய ஒருவரது கண்கள் மூலம் (படம் 24) 500 மீட்டர் உயரத்திலிருந்து விழும் பந்தை நாம் காண்பதாக வைத்துக் கொள்வோம். அப்பந்துக்குப் பூமியின் எல்லாச் சலனங்களும் உண்டு. பூமியில் இருக்கும்போது இவற்றைக் காண முடியாததன் காரணம் நமக்கும் அந்தச் சலனங்கள் உண்டு என்பதே. பூமியின் சலனங்களில் எந்த ஒன்றிலிருந்து நம்மை நாம் விடுவித்துக் கொள்ள முடிந்தால் நாமும் அப்போது, பந்து நேர்செங்குத்தாகப் பூமியை அடையாது முற்றிலும் வேறான ஒரு பாதையில் விழுவதைக் காணலாம்.

படம் 24. தடையின்றித் தானாகக்கீழே விழும் ஒரு பொருள், ஒரு நேர் கோட்டில் விழுவதாகப் பூமியில் உள்ளவர்களுக்குத் தோன்றும்.

பூமியின் மேலிருந்து அதன் மேல் விழும் பொருளை நாம் சந்திரனிலிருந்து கவனிப்பதாகக் கொள்வோம். சந்திரன் பூமியுடன் சேர்ந்து சூரியனைச் சுற்றியபோதிலும், பூமி தன் அச்சில் தன்னைத்தானே சுற்றிக் கொள்ளும் சலனத்தில் சந்திரனுக்குத் தொடர்பு இல்லை. ஆகவே சந்திரனிலிருந்து பார்க்கும்போது பூமிக்கு இருவித இயக்கங்கள் இருப்பதைக் காணலாம். ஒன்று செங்குத்தாகக் கீழ் நோக்கியது. மற்றொன்று பூமிக்குத் தொடுகோடாகக் கிழக்கு நோக்கியது. இந்த இரண்டாவதைத்தான்நாம்பூமியிலிருந்து பார்த்தால் பார்க்க முடியாது. இவ்விரு இயக்கங்களையும் சக்தியியல் விதிப்படி சேர்த்தால் ஒரு இயக்கம் ஒரே சீரானதாகவும், மற்றது அவ்வாறின்றியும் இருப்பதால்அவற்றின்விளைவு இயக்கம் ஒரு வளைகோடாக அமையும். *(படம் 25)* இந்த வளைவுகோட்டையே, அதாவது பூமியின்மேல் விழும் பொருளின் பாதை சந்திரனிலிருந்து பார்ப்பவனுக்கு எவ்வாறு தோன்றும் என்பதையே காட்டுகிறது.

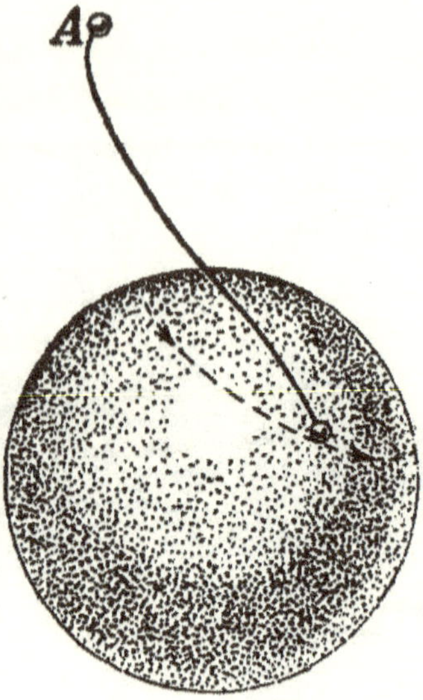

படம் 25. இதையே சந்திரனில் உள்ளவன் ஒரு வளைவு கோடாகக் காண்பான்.

இன்னும் ஒரு படி மேலே செல்வோம். சூரியனுக்கே சென்று மிகச் சக்தி வாய்ந்த ஒரு தொலைநோக்கி மூலம் மேற்படி கனமான பந்தைப் பார்ப்பதாக வைத்துக் கொள்வோம். அப்போது பூமி தன்னைத் தானே சுற்றும் இயக்கம், சூரியனைச் சுற்றும் இயக்கம் இவ்விரண்டிலிருந்தும் நாம் விலகிவிடுகிறோம். ஆகவே, நாம் ஒரே சமயத்தில் மூன்று வித இயக்கங்களைக் காணலாம். *(படம் 26)* அவையாவன:

1. பூமியை நோக்கிய செங்குத்தான இயக்கம்;
2. பூமிக்குத் தொடுகோடாகக் கிழக்கு நோக்கிய இயக்கம்;
3. சூரியனைச் சுற்றிய இயக்கம்.

முதல் இயக்கத்தின் பெயர்ச்சி *0.5* கி. மீட்டரும் இரண்டாவது இயக்கத்தின் பெயர்ச்சி மாஸ்கோவின் அட்சத்தில் பத்து வினாடிகளில் *0.3X10 = 3* கி.மீட்டரும் மூன்றாவது இயக்கத்தின் பெயர்ச்சி, வினாடிக்கு

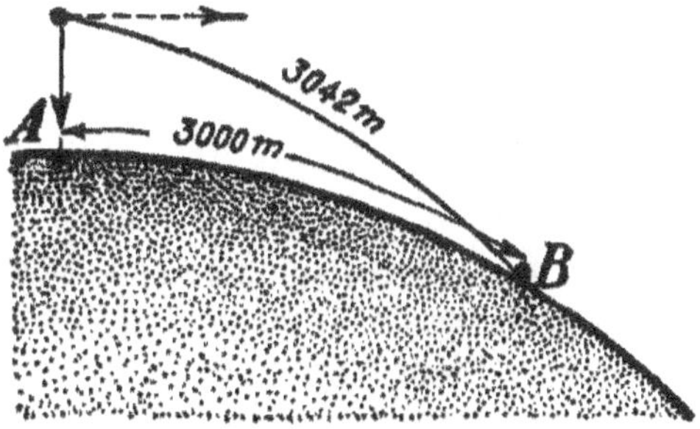

படம் 26. பூமியை நோக்கிச் செங்குத்தாக விழும் பொருள், அதே போது, பூமிச் சுழற்சியின் காரணமாக பூமியின் புறப் பரப்பில் உள்ள புள்ளிகள் கடக்கும் வட்டப் பாதைக்கு தொடுகோட்டிலும் இயங்குகிறது.

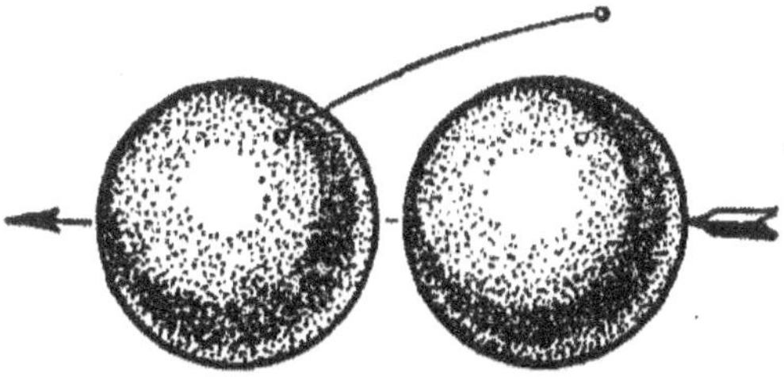

படம் 27. படம் 24 காட்டுவது போல் பொருள் விழும் பாதை சூரியனிலிருந்து பார்க்கத் தெரியும் விதம். (ஸ்கேல்படி படம் வரையப்படவில்லை)

30 கி.மீ வீதம், பத்து வினாடிகளில் 300 கி.மீ தூரமும் நகர்ந்திருக்கும். மூன்றாவது இயக்கத்தின் பெயர்ச்சியே மிக அதிகமானது. அத்துடன் ஒப்பிடும் போது 0.5 கி.மீ கீழ்நோக்கிய பெயர்ச்சியும் தொடுகோட்டின் வழியே 3 கி.மீ பெயர்ச்சியும் மிக அற்புதமானவை. அவற்றைத் தெளிவாக காண்பிக்கவே முடியாது. சூரியனிலிருந்து இயக்கத்தின் மிகப் அதிகப் பெயர்ச்சியையே நாம் பிரதானமாகக் காண முடியும். படம் 27 சுமாராக இப்பாதையினைக் காட்டுகிறது. (இப்படம் ஸ்கேல் திட்டப்படி வரையப்படவில்லை) பூமி இடது பக்கம் நோக்கி நகருகிறது. கீழே விழும் பொருள் வலது புறம் உள்ள பூமி உருண்டையின் மேலிருந்து அதற்குக் கீழே உள்ள ஒரு ஒத்த புள்ளியை நோக்கி இடப்புறம் உள்ள பூமி உருண்டை மீது விழுகிறது. பத்து வினாடிகளில் பூமி 300 கி.மீ தான் நகர்ந்திருக்கும். இருப்பினும் படம் தெளிவாய் இருப்பதற்காக நமது சித்திரக்காரர் அது இடப்புறமாக 14000 கி.மீ நகர்ந்திருப்பது போல் காண்பித்திருக்கிறார்.

இன்னும் ஒரு படி அதிகம் சென்று நாம் ஒரு நட்சத்திரத்தில் இருப்பதாகக் கற்பனை செய்வோம். அப்போது மேற்கூறப்பட்ட மூவகை இயக்கங்களோடு நான்காவது இயக்கத்தின் மதிப்பும் திசையும், நாம் தேர்ந்தெடுத்த இந்த நட்சத்திரத்தைப் பொறுத்துச் சூரிய மண்டலத்தின் இயக்கத்துக்கு ஏற்ப இருக்கும்.

பூமிப் பாதையின் தளத்துக்கு ஒரு குறுங் கோணத்தில் சூரிய மண்டலம், இந்நட்சத்திரத்தைப் பொறுத்து வினாடிக்கு *100* கி.மீ வேகத்தில் நட்சத்திரங்களுக்கு இவ்வளவு அதிக வேகம் உண்டு. நகர்வதாகக் கொண்டால் அப்போது பூமியை நோக்கிக் கீழே விழும் பொருள் நகரும் பாதையின் ஒரு தோற்றத்தைப் படம் *28* காட்டுகிறது. பத்து வினாடிகளில் விழும் பொருள் *1000* கி.மீ நகர்ந்து விடும். அதன் பாதை சிக்கலானது ஆகிவிடும். வேறொரு நட்சத்திரத்திலிருந்து கவனித்தால் பொருளின் விளைவு இயக்கத்தின் மதிப்பும் திசையும் வேறாக இருக்கும்.

இன்னும் ஒரு படி அதிகமாகச் சென்று ஆகாசகங்கைக்கும் அப்பாலில் இருந்து, நமது நட்சத்திரங்களின் இயக்கங்கள் எதனினும் தொடர்பற்று இருந்து கொண்டு பூமியை நோக்கி விழும் பொருளைக் காண்பவருக்கு அது எவ்வாறு தோன்றும் என்று கற்பனை செய்யலாம். இவ்வாறு கற்பனை செய்துகொண்டே போகத் தேவையில்லை. கீழே விழும் பொருளை வெவ்வேறு இடங்களிலிருந்து பார்ப்பவர்களுக்கு

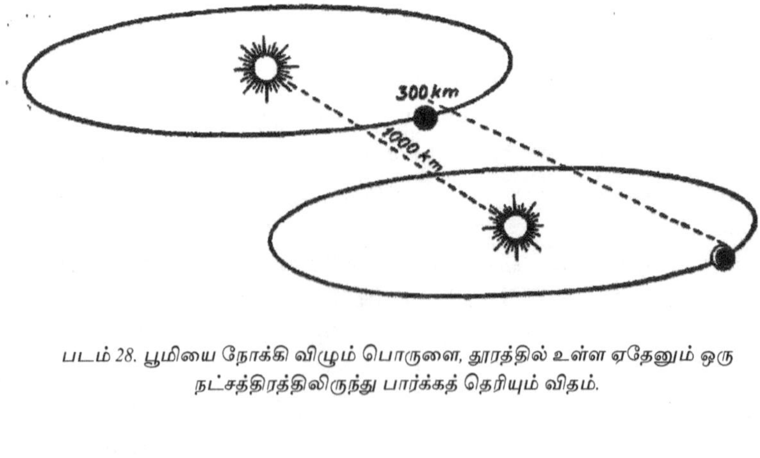

படம் 28. பூமியை நோக்கி விழும் பொருளை, தூரத்தில் உள்ள ஏதேனும் ஒரு நட்சத்திரத்திலிருந்து பார்க்கத் தெரியும் விதம்.

அதன் பாதை வெவ்வேறு விதமாகத் தோன்றும் என்பதை வாசகர்கள் மேற்கூறியவற்றிலிருந்து புரிந்து கொண்டிருப்பார்கள்.

பூமியின் சுழற்சியைச் சார்ந்திராத நேரம்

ஒரு மணி நேரம் வேலை செய்துவிட்டு ஒரு மணி நேரம் இளைப்பாறுகிறீர்கள். இந்த நேரங்கள் சமமா? ஒரு சரியான கடிகாரப்படி இவை சமம்தான் என்று பலர் கூறுவார்கள். ஆனால், எந்தக் கடிகாரத்தை உபயோகிக்க? வானவியல் ஆராய்ச்சிகளுக்கிணங்க சரிசெய்யப்பட்ட கடிகாரத்தைத் தான். அதாவது ஒரே சீரான வேகத்துடன் சமகாலங்களில் சம கோணங்களில் சுற்றுகிற பூமி உருண்டையின் இயக்கத்துக்கேற்ப மணி காட்டும் கடிகாரத்தை உபயோகப்படுத்த வேண்டும்.

ஆனால், பூமியின் இயக்கம் ஒரே சீரானது என்று எப்படித் தெரியும் என நீங்கள் கேட்கலாம். பூமி தன்னைத்தானே சுற்றும் போது அடுத்தடுத்த இரு சுற்றுக்கள் சம காலங்களில் நிகழ்கின்றன என்று நாம் ஏன் நிச்சயமாயிருக்கிறோம்? பூமியின் சுற்றே காலத்தின் அளவாக இருப்பதால் இதை சரிபார்க்க முடியாது.

இம்மாதிரி ஒரே சீரான வேகத்தைக் காலத்தின் அளவாகக் கொள்வதற்குப் பதிலாகச் சில சமயம் வேறொரு முறையைக் கொள்வது நலம் எனச் சமீப காலத்தில் வானவியலாளர் கண்டிருக்கிறார்கள். இதன் காரணங்களும், விளைவுகளும் கீழே தரப்பட்டுள்ளன.

ஆராய்ச்சிகளிலிருந்து சில வானியங்கு பொருட்களின் இயக்கங்கள் கணக்கீட்டு முடிவுகளின் படி நிகழவில்லை என்று தெரிந்தது இவ்வேறுபாட்டினை வான இயக்கவியல் மூலம் விளக்க முடியவில்லை. சந்திரன், வியாழனின் ஒன்றாவது, இரண்டாவது உபக்கிரகங்கள் இவற்றின் இயக்கங்கள், சூரியனின் தோற்ற இயக்கம், அதாவது நம் பூமியின் இயக்கம் இவற்றில் வேறுபாடுகளுக்குக் காரணம் விளங்கவில்லை. உதாரணமாகச் சந்திரனின் பாதை சில காலங்களில் 1/6 நிமிட கோண அளவும், சூரியன் ஒரு செக்கண்டு கோண அளவும் விலகுகின்றன. இவற்றை ஆராய்ந்த போது எல்லாவற்றுக்கும் பொதுவான ஒன்று புலப்பட்டது. அதாவது இவ்வியக்கங்கள் எல்லாம் ஒரு சமயத்தில் மிக விரைவாகவும் வேறு சமயத்தில் மெதுவாகவும் நிகழ்கின்றன. ஆகவே இதற்கு ஏதோ பொதுவான காரணம் இருக்க வேண்டும் என்று ஊகித்தார்கள்.

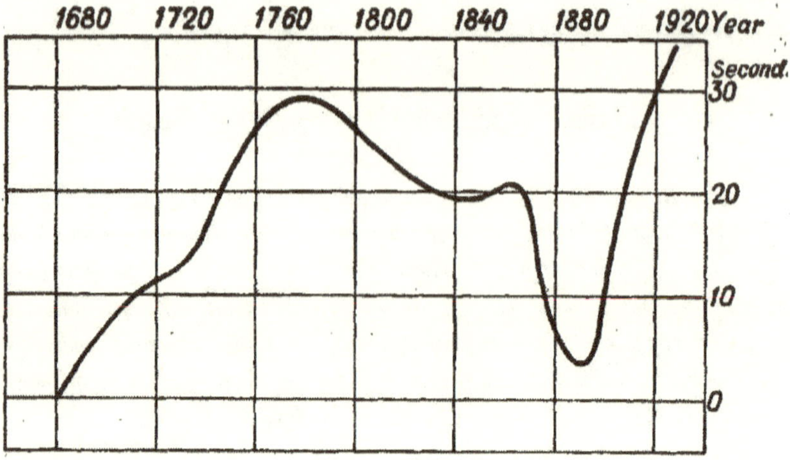

படம் 29. பூமிச் சுழற்சியின் ஊசாலட்டங்கள் நாட்பொழுதைப் பாதிப்பதற்கு ஈடுசெய்ய, சராசரிநேரப் புள்ளிகளக்குச் சேர்க்க வேண்டிய திருத்தங்களின் வளைவுகோடு. மேடுகள், பூமியின் சுழற்சி வேகம் குறைந்தால் ஏற்படும் நீண்ட நாட்களையும், பள்ளங்கள், பூமியின் சுழற்சி வேகம் அதிகரித்தால் ஏற்படும் குறுகிய நாட்களையும் காட்டுகின்றன.

பூமி சுற்றுவது ஒரே சீரானது என்ற தவறான கருத்தினால் அதையே காலத்தை அளக்க ஆதாரமாகக் கொண்டதன் விளைவே இவ்வேறுபாடுகளுக்குக் காரணமே என்ற ஐயம் எழுந்தது.

ஆகவே, பூமியின் சுழற்சியை ஆதாரமாகக் கொண்டுள்ள கடிகாரத்திற்குப் பதிலாக, வியாழனின் உபக்கிரகங்கள், சந்திரன், புதன் இவற்றில் ஏதேனும் ஒன்றின் இயக்கத்தை ஆதாரமாகக் கொண்டுள்ள கடிகாரத்தால் இந்த இயக்கத்தை ஆராய்ந்தால் என்ன என்ற கேள்வி எழுந்தது.

இவ்வாறு செய்ததும் மேற்படி வேறுபாடுகள் மறைந்தன. ஆனால் இதன்படி பூமியின் சுழற்சி ஒரே சீரானதன்று எனத் தெரிந்தது. தொடர்ந்து பல வருடங்களுக்கு வேகம் படிப்படியாகக் குறைவதும், பின் பல ஆண்டுகளுக்கு அதிகமாவதும், பின் குறைவதும் ஆக இருக்கிறது.

*1897*ல் அதற்கு முந்திய வருடங்களில் இருந்ததை விட ஒரு நாளின் கால அளவு *0.0035* வினாடி அதிகமாகவும், *1897*க்கும் *1918*க்கும் இடையே இருந்ததைவிட *1918*ல் அதே அளவு குறைவாகவும் இருந்தது. இப்போது ஒரு நாள் நூறு ஆண்டுகளுக்கு முன் இருந்ததைவிட *0.002* வினாடி அதிகமுடையது.

இவ்வாறு, நமது கிரக அமைப்பில் சீரானது என்று கருதப்படும் இதர இயக்கங்களைப் பொறுத்தவரை நமது கிரகம் சீரின்றி சுற்றுகிறது. ஆனால் ஒரே சீரான இயக்கத்துக்கும் பூமியின் இயக்கத்துக்கும் உள்ள வேறுபாடு மிக அற்புதமானது. 1680க்கும் 1780க்கும் இடையில் பூமி மெதுவாகச் சுற்றியது. நாட்கள் நீண்டு மொத்த கால அளவு 30 வினாடிகள் அதிகமாகியது. பின் 19 வது நூற்றாண்டின் மத்திவரை நாட்களின் காலம் குறைந்து மொத்தத்தில் 10 வினாடிகள் குறைந்தது. இந்நூற்றாண்டின் ஆரம்பம் வரை மேலும் இருபது வினாடிகள் குறைந்தது. ஆனால் இந்நூற்றாண்டின் முதல் கால் பகுதியில் மறுபடியும் பூமியின் வேகம் குறைந்து, நாளின் நீளம் அதிகமாகி மொத்தம் அரை நிமிடம் அதிகரித்துவிட்டது (படம் 29)

சந்திரனால் ஏற்படும் கடல் ஏற்ற இறக்கங்கள், பூமியின் விட்டத்தில் மாறுதல்கள்* ஆகிய பல காரணங்கள் இம்மாறுதல்களுக்குக் கூறப்படுகின்றன. மேற்படி நிகழ்ச்சிகளைப் பற்றிய இன்னும் விரிவான ஆராய்ச்சி மூலம் பல உண்மைகள் வெளிவரலாம்.

மாதங்களும் வருடங்களும் எங்கே ஆரம்பிக்கின்றன?

மாஸ்கோவில் நடு நிசியாகிவிட்டது. புது வருடம் பிறந்துவிட்டது. மாஸ்கோவுக்கு மேற்கிலுள்ள இடங்களுக்கு இன்னும் டிசம்பர் 31 தான். கிழக்கேயுள்ள இடங்களுக்கோ ஏற்கனவே ஜனவரி 1 ஆகிவிட்டது. ஆனால், உருண்டையான பூமியில் கிழக்கும் மேற்கும் எங்கோ ஓரிடத்தில் சந்தித்துத் தானே ஆக வேண்டும்? ஆகவே ஒன்றாம் தேதிக்கும் முப்பத்தொன்றாம் தேதிக்கும், ஜனவரிக்கும் டிசம்பருக்கும் புது வருடத்துக்கும் பழைய வருடத்துக்கும் ஒரு எல்லைக் கோடு இருந்துதானே ஆக வேண்டும்?

இதுவே "சர்வதேசத் தேதிக் கோடு" எனப்படுவது , அது பேரிங் ஜல சந்தி, பசிபிக் மாகடல் இவற்றின் வழியே கிட்டத்தட்ட 1800 தீர்க்கரேகை வழியே செல்கிறது. அது சர்வதேச ஒப்பந்தப்படித் துல்லியமாக வரையறுக்கப்பட்டுள்ளது.

இந்தக் கற்பனைக் கோட்டில் தான் நாட்களும் மாதங்களும் வருடங்களும் முதல் முதலாக மாறுகின்றன. இதுதான் நமது

---

* பூமியின் விட்டத்தை நேராக அளக்க முடியாது. அதன் விட்டம் நூறு மீட்டர்களுக்குத் திருத்தமாகவே தெரியும் மேலே கூறியபடி ஒரு தினத்தின் நீளம் மாறுதலடையப் பூமியின் விட்டத்தில் சில மீட்டர்கள் அளவே கூடினாலும் குறைந்தாலும் போதும்.

காலண்டரின் ஆரம்பம். இவ்விடத்திலிருந்தே ஒவ்வொரு மாதத்தின் நாளும் ஆரம்பிக்கிறது. இதுவே புத்தாண்டின் தொட்டில். இங்குதான் ஒவ்வொரு நாளும் ஆரம்பித்து மேற்கு நோக்கி நகர்ந்து மறுபடியும் புறப்பட்ட இடத்தை அடைந்து மறைகிறது.

சோவியத் யூனியன் தான் ஒவ்வொரு புதுநாளையும் வரவேற்கும் முதல் நாடு. பேரிங் ஜல சந்தியில் உள்ள டேஷ்நேவ் முனையில் பிறந்த புது நாள் மேற்கு நோக்கிச் செல்லுகிறது. சோவியத் ஆசியாவின் கிழக்குக் கோடியில் உள்ள இதே முனையில் தான் 24 மணிகளுக்குப் பின் நாள் முடிவடைகிறது.

இவ்வாறு சர்வதேசத் தேதிக் கோட்டில் நாட்கள் மாறுகின்றன. இக்கோடு வரையறுக்கப்படுமுன் உலகைச் சுற்றி வந்த மாலுமிகள் நாட்களைத் தவறுதலாகக் கணக்கிட்டனர். மகெல்லன் என்னும் மாலுமி உலகைச் சுற்றி வந்த போது அவரோடு சென்றுவந்த அந்தோனியோ பிகபெத்தா என்பவர் கூறும் ஒரு உண்மைக்கதை கீழே தரப்பட்டுள்ளது.

"ஜூலை 19, புதனன்று வெர்டே முனைத் தீவுகளைக் கண்டு நாங்கள் நங்கூரமிட்டோம். கப்பல் குறிப்புப் புத்தகம் சரிதானா என்பதற்காக அன்று என்ன கிழமை என்று விசாரித்ததில் வியாழக்கிழமை என்று தெரியவந்தது. எங்கள் புத்தகமோ அன்று புதன்கிழமை என்று காட்டியது. எங்களுக்கு ஒரே ஆச்சரியம். எப்படி ஒரே சமயத்தில் எல்லோரும் ஒரே தப்பிதத்தை செய்திருக்க முடியும்.

"பிறகுதான் நாங்கள் ஒன்றும் தப்பிதம் செய்யவில்லை என்று தெரியவந்தது. தொடர்ந்து மேற்கு நோக்கிப் பிரயாணம் செய்ததில் சூரியனையே பின் தொடர்ந்து சென்றிருக்கிறோம். ஒருமுறை சுற்றி விட்டுப் புறப்பட்ட இடத்தை அடைந்தால் 1 மணி நேரம் அதிகம் கழிந்துதான் இருக்க வேண்டும். சற்று ஆழ்ந்து யோசித்தால் இது விளங்கும்."

தேதிக் கோட்டைக் கடக்கும் போது மாலுமிகள் செய்வதென்ன? பிழைகளைத் தவிர்க்க கிழக்கிலிருந்து மேற்காகச் செல்லும் போது ஒரு நாளைக் கழித்துக் கொள்ளவும், திரும்பும் போது ஒரு நாளைக் கூட்டிக்கொள்ளவும் செய்கிறார்கள். "உலகைச் சுற்றி 80 நாட்களில்" என்ற ஜூல் வேர்னின் புத்தகத்தில் மாலுமி "நான் ஞாயிறன்று திரும்பினேன். ஆனால், அப்பொழுது சனிக்கிழமையாக இருந்தது" என்று கூறுகிறான். இது நிகழ்ந்திருக்க முடியாது. மெகல்லனின் காலத்தில் அதாவது தேதிக்கோடு நிர்ணயிக்கப்படாதிருந்த காலத்தில்,

இவ்வாறு நிகழ்ந்திருக்கலாம். இது போலவே தான் எட்கார் ஆலன் போ எழுதிய "ஒரு வாரத்தில் மூன்று ஞாயிறுகள்" என்ற புத்தகத்தில் வருவதும் நினைத்துப்பார்க்க முடியாததாயிருக்கிறது. இரு மாலுமிகளில் ஒருவன் மேற்கு நோக்கியும் மற்றவன் கிழக்கு நோக்கியும் செல்ல ஆரம்பித்து இருவரும் புறப்பட்ட இடத்தையே அடைகிறார்கள். ஒருவன் "நேற்றுத்தான் ஞாயிறு" என்றான். மற்றவன் "நாளையல்லவா ஞாயிறு" என்றான். ஓரிடத்துக்கும் போகாமல் அங்கேயே இருந்த அவர்கள் நண்பனோ "இன்றல்லவா ஞாயிறு" என்றான்.

ஆகவே கிழக்கு நோக்கி உலகைச் சுற்றி வரும் போது ஒரே கிழமையை இரு தினங்களுக்கும் பெயரிடப்பட வேண்டும். மேற்கு நோக்கிச் சுற்றி வரும் போதோ ஒரு கிழமையை இழக்க வேண்டும். அப்போதுதான் கிழமைகளில் தவறு ஏற்படாது.

மெகல்லனின் காலத்திற்குப் பின் நானூறு ஆண்டுகள் கழிந்து விட்டன. தற்காலத்தில் மேற்கூறியவாறு திருத்துவது ஒரு சாதாரண நிகழ்ச்சி. ஆனால் எத்தனை பேருக்கு இது தெரியும்?

பிப்ரவரியில் எத்தனை வெள்ளிக்கிழமைகள் உள்ளன?

கேள்வி

பிப்ரவரியில் அதிக பட்சம் எத்தனை வெள்ளிக்கிழமைகள் வரக்கூடும்? குறைந்தது எத்தனை வரும்?

விடை

அதிக பட்சம் ஐந்து, குறைந்தது நான்கு என்பதுதான் வழக்கமான பதில். ஒரு லீப் வருடத்தில் பிப்ரவரி முதல் தேதி வெள்ளி அன்று வந்தால் 29 ஆம் தேதியும் வெள்ளியாக வரும். ஆக ஐந்து வெள்ளிகள்.

பிப்ரவரியில் மட்டுமே வெள்ளிக்கிழமைகளின் எண்ணிக்கை இதுபோல் இரு மடங்கு ஆகலாம். சைபீரியாவுக்கும் அலஸ்காவுக்கும் இடையே கப்பல் சென்று வருவதாகவும், ஒவ்வொரு வெள்ளிக்கிழமையன்றும் தவறாமல் ஆசியக் கரையிலிருந்து கிளம்புவதாகவும் கொள்வோம். ஒரு லீப் வருடத்தில் பிப்ரவரி முதல் தேதி வெள்ளிக்கிழமையாக அமைந்தால் அம்மாதத்தில் கப்பல் மாலுமி எத்தனை வெள்ளிக்கிழமைகளை எண்ணுவான்? மாலுமி மேற்கிலிருந்து கிழக்கு நோக்கிச் சென்று தேதிக்கோட்டை

ஒரு வெள்ளியன்று கடப்பதால் ஒவ்வொரு வாரமும் இரண்டு வெள்ளிக்கிழமைகளை எண்ண வேண்டும். ஆகவே, அம்மாதத்தில் பத்து வெள்ளிக்கிழமைகள் வரும். இதற்கு மாறாக ஒவ்வொரு வியாழனன்றும் அலாஸ்காவினின்று புறப்பட்டு மேற்காகச் சைபீரியாவை நோக்கிச் செல்லும் மாலுமி, கிழமைகளை எண்ணுவதில் ஒரு வெள்ளிக் கிழமையை இழப்பதால் மாத முழுவதிலும் அவனுக்கு ஒரு வெள்ளிக்கிழமை கூட வராது.

ஆகவே, *"பிப்ரவரியில் வரக்கூடிய வெள்ளிக்கிழமைகளின் எண்ணிக்கை அதிக பட்சம் 10, குறைந்தது 0"* என்பதே சரியான விடை.

அத்தியாயம் இரண்டு

சந்திரனும் அதன் இயக்கங்களும்

வளர்பிறை நிலவா, தேய்பிறை நிலவா?

பிறைச் சந்திரனைப் பார்த்து நாம் மகிழ்கிறோம், புகழ்கிறோம். ஆனால் நிலவைப் பார்த்து அது தேய்பிறை நிலவா வளர்பிறை நிலவா என்று எத்தனை பேர் சரியாகச் சொல்ல முடியும்? அவ்விரண்டுக்கும் உள்ள வேறுபாடு என்ன தெரியுமா? அவற்றின் விளைவுகள் எதிர்த்திசைகளில் இருக்கும். பூமியின் வடப்பாதியில் வளர்பிறை நிலவானால் பிறை முனைகளைச் சேர்க்கும் நேர்கோட்டுக்கும் வலப் புறமும் தேய்பிறையானால் இடது புறமும் இருக்கும்.

தேய்பிறை வளர்பிறை நிலவுகளை அறிய பிரெஞ்சுக்காரர்களுக்கு ஒரு நினைவுக்குறிப்பு உண்டு. அவர்கள் பிறையில் முனைகளை ஒரு கற்பனைக் கோட்டால் சேர்த்து நீட்டுகிறார்கள். அப்போது அது *d* அல்லது *p* என்ற லத்தீன் மொழி எழுத்துக்களைப் போலிருக்கும். *d* என்பது கடைசி என்று பொருள்படும், *"dernier"* என்ற வார்த்தையின் முதல் எழுத்து. ஆகவே, *d* என்பது தன் கடைசி நிலையிலுள்ள நிலவை, அதாவது தேய்பிறை நிலவைக் குறிக்கும். *P* என்பது முதலாவது என்று பொருள் தரும் *"premier"* என்ற வார்த்தையின் முதல் எழுத்து. ஆகவே அது ஆரம்ப நிலையை, அதாவது வளர்பிறையைக் குறிக்கும். ஜெர்மானியர்களும் தேய்பிறை வளர்பிறை நிலவுகளின் வடிவங்களை நினைவுக்கூட எழுத்துக்களுடன் தொடர்புபடுத்தும் குறிப்புக்கள் வைத்துள்ளார்கள்.

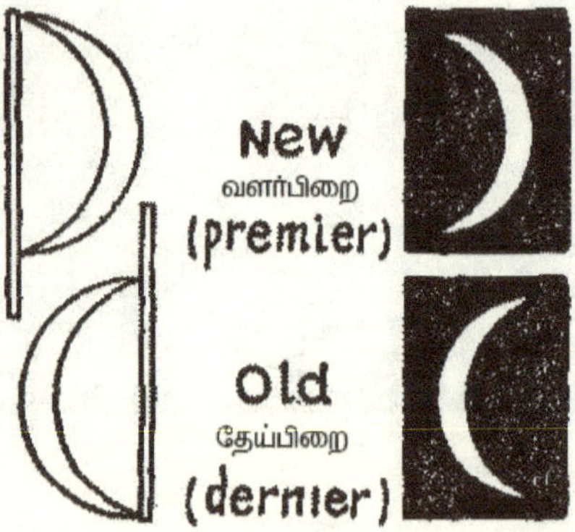

படம் 30. வளர்பிறை, தேய்பிறைச் சந்திரகலைகளின் வித்தியாசம் காண ஒரு சுலபமான வழி.

படம் 31. துருக்கி நாட்டின் பழைய கொடி

ஆனால் இவ்விதிகள் பூமியின் வட பாதிக்கு மட்டுமே பொருந்தும். ஆஸ்திரேலியா அல்லது ட்ரான்ஸ்வாலில் இதற்கு நேர்மாறான நிலை. ஆனால் வடப் பாதியிலும் கூட அதன் தென் அட்சங்களில் மேற்படி விதி பொருந்தாது. கிரிமியாவிலும், ட்ரான்ஸ்காகேஷியாவிலும் பிறை மிகவும் சாய்ந்து காணப்படுகிறது. இன்னும் தெற்கில் அது தன் பக்கவாட்டில் படுத்திருப்பது போல் இருக்கும். பூமத்திய ரேகை அருகிலோ, அது அராபிய இரவுக் கதைகளில் வரும் நிலாப்படகு போன்று அல்லது பிரகாசமான ஆர்ச் போன்று இருக்கும். இங்கு முன் கூறிய *p,d* விதிகள் பயன்படா. ஆகவே பிறைகள் பற்றித் தெரிந்துகொள்ள வானவியல் அடையாளங்களையே கொள்ள வேண்டும். வளர்பிறை நிலா மாலை வேளையில் மேற்கு வானில் காணப்படும்; தேய்பிறை நிலவு விடியற்கால வேளையில் கிழக்கே காணப்படும்.

கொடிகளில் சந்திரன்

கேள்வி

படம் 31 பிறையும் நட்சத்திரமும் கொண்ட பழைய துருக்கி நாட்டுக் கொடியைக் காட்டுகிறது. இதனால் பின் வரும் வினாக்கள் எழுகின்றன:

1. அது தேய்பிறை நிலவா அல்லது வளர்பிறை நிலவா?

2. கொடியில் உள்ள நிலையில் பிறையையும் நட்சத்திரத்தையும் சேர்த்துப் பார்க்க முடியுமா?

பதில்

1. ஏற்கனவே சொல்லப்பட்டவைகளையும் அது பூமியின் வட பாதியிலுள்ள ஒரு நாட்டின் கொடி என்பதையும் நினைவு கூர்ந்தால் அது தேய்பிறை நிலவு என்று தீர்மானிக்கலாம்.

2. நிலவின் வட்டத்துக்குள் நட்சத்திரத்தைப் பார்க்க முடியாது (படம் 32a) எல்லா வானியங்கு பொருட்களும் சந்திரனிடமிருந்து மிகத் தொலைவில் உள்ளன. ஆகவே சந்திரனால் மறைக்கப்பட முடியும். ஆகவே படம் 32 b ல் உள்ளது போல் நிலவின் இருண்ட பகுதியின் விளிம்பிற்கு வெளியே தான் அவற்றைக் காணலாம்.

துருக்கியின் தற்போதைய கொடி படம் 32 b ல் உள்ளது போலவே நட்சத்திரத்தைச் சந்திரனிடமிருந்து விலக்கிக் காண்பிக்கிறது.

சந்திரக் கலைகளின் வினோதங்கள்

சந்திரன் சூரியனிலிருந்து வெளிச்சத்தைப் பெறுகிறது. ஆகவே அதன் பிறை சூரியனை நோக்கிக் குவிந்து இருக்க வேண்டும். சித்திரக்காரர்கள் இதை அடிக்கடி மறந்து விடுகிறார்கள். சில பொருட்காட்சிகளில் வலது புறம் சூரியனை நோக்கி இருக்கும் படி அரைச் சந்திரனைக் காட்டும் படங்களை அடிக்கடி பார்க்கலாம். சில சமயங்களில் பிறையின் முனைகள் சூரியனை நோக்கி இருப்பதையும் காணலாம் (படம் 33).

பிறை நிலவைச் சரியானபடி வரைவது எளிதல்ல. கைதேர்ந்த சித்திரக்காரர்கள் கூட பிறையின் உள், வெளி வளைவுகளை அரை வட்டங்களாக விரைகிறார்கள் (படம் 34b) ஆனால் வெளி வளைவே அரை வட்டம். உள் விளைவு ஒரு அரை நீள்வட்டம் ஏனெனில்,

படம் 32. சந்திரப் பிறையின் முனைகளின் இடையில் நட்சத்திரம் தெரியாது.

படம் 33. இப்படத்தில் வானவியல் ரீதியான ஒரு பிழை உள்ளது. அது என்ன? *(விடை தெரியப் புத்தகத்தினுள் பார்க்கவும்)*

தொலைத்தோற்றத்தில் காணப்படுவதும் வெளிச்சமான பகுதியின் எல்லைக்கோடானதுமான அரைவட்டம் இது *(படம் 34a)*.

வானில் சரியான நிலையில் பிறையை வரைவதும் எளிதல்ல, அரைச் சந்திரனும் பிறைச் சந்திரனும் சூரியனைப் பொறுத்து வெவ்வேறு நிலைகளில் இருக்கின்றன. சந்திரன் சூரியனிலிருந்து வெளிச்சம் பெறுவதால் சூரியனின் சம வெட்டியான கதிர், பிறையின் வளைவு முனைகளைச் சேர்க்கும் கோட்டிற்குச் செங்குத்தாக இருக்க வேண்டும் என்று தோன்றும் *(படம் 35)*. வேறு விதமாகச் சொன்னால் பிறை முனைகளைச் சேர்க்கும் கோட்டின் நடுவில் செல்லும் நேர்குத்து கோட்டின் முடிவில் சூரியனின் மையம் இருக்க வேண்டும். இவ்விதி மெல்லிய கீற்றுப் போன்ற பிறைக்குத்தான்

படம் 34. (a): பிறையை வரைய வேண்டிய சரியான முறை: (b) : பிறை தவறான முறையில் வரையப்பட்டுள்ளது.

படம் 35. *(a)*: பிறையை வரைய வேண்டிய சரியான முறை; *(B)* : பிறை தவறான முறையில் வரையப்பட்டுள்ளது.

பொருந்தும். *(படம் 36)* சூரியக் கதிர்களைப் பொறுத்து சந்திரனின் வெவ்வேறு கலைகள் உள்ள நிலைகளைக் காட்டுகிறது. ஒளிக் கதிர்கள் சந்திரனை அடையுமுன் வளைவதைக் காண்க.

இவ்வினோத நிகழ்ச்சிக்கு விளக்கம் பின்வருமாறு:

சூரியனிடமிருந்து சந்திரனுக்கும் வரும் ஒளிக்கதிர் பிறை முனைகளைச் சேர்க்கும் கோட்டிற்குச் செங்குத்தாகவே தான் உள்ளது. ஆனால், நம் கண்கள் பார்ப்பது இந்த நேர்கோட்டையல்ல. கவிழ்த்துவைத்துள்ள கிண்ணம் போன்றுள்ள ஆகாயத்தின் மீது அதன் வீழ்ச்சியையே பார்க்கிறோம். அதாவது ஒரு வளைவுகோட்டைக் காண்கிறோம். ஆகவே தான் சந்திரன் வானில் தவறான முறையில் தொங்கிக் கொண்டிருப்பதுபோல் தோன்றுகிறது. ஆகவே சித்திரக்காரர்கள் இவ்விஷயங்களை நன்கு கவனித்து வரைய வேண்டும்.

படம் 36. சூரியனைப் பொறுத்து வெவ்வேறு சந்திரக்கலைகள் காணப்படும் நிலைகள்

இரட்டைக் கிரகம்

பூமியும் சந்திரனும் ஒரு இரட்டைக்கிரகம் ஆகும். இப்பெயர் பொருத்தமானதே. ஏனெனில் நமது உபக்கிரகமான சந்திரனின் நிறை அதன் அடிப்படைக்கிரகத்தின் நிறையுடன் ஒப்பிடின் அதிகமாகும். சூரிய மண்டலத்தில் இதனினும் அதிகப் பெரிதானவையும் மற்றும் அதிக கனமானவையுமான உபகிரகங்கள் உள்ளன. ஆனால் அவை அதனதன் அடிப்படைக் கிரகத்தைப் பொறுத்து, சந்திரன் பூமியைப் பொறுத்து இருப்பதைவிடச் சிறியவையே. சந்திரனின் விட்டம் பூமியின் விட்டத்தில் கால் பங்கை விட அதிகம். ஆனால், சூரிய மண்டலத்திலுள்ள மிகப் பெரிய உபகிரகத்தின் (எடுத்துக்காட்டாக நெப்டியூனுடைய உபக்கிரகமான ட்ரைட்டனனின்) விட்டம் அதன் அடிப்படைக் கிரகத்தின் விட்டத்தில் பத்தில் ஒரு பங்கு தான். மேலும் சந்திரனின் நிறை பூமியின் நிறையில் *1/81* பங்கு. ஆனால் சூரிய மண்டலத்திலேயே மிக அதிக கனமான உபகிரகத்தின்– வியாழனின் மூன்றாவது உபக்கிரகத்தின் – நிறை அதன் அடிப்படைக் கிரகத்தின் நிறையில் *1 / 10,000* பங்கு மட்டுமே.

கீழேயுள்ள அட்டவணை சில பெரிய உபக்கிரகங்களின் நிறை அவ்வவற்றின் அடிப்படைக் கிரகத்தின் நிறையில் என்ன பாகம் என்று காட்டுகிறது.

அடிப்படைக் கிரகம்	உபக்கிரகம்	உபக்கிரகத்தின் நிறை (அடிப்படைக் கிரகத்தின் நிறையின் பாகமாக)
பூமி	சந்திரன்	*0.0123*
வியாழன்	கனிமீட்	*0.00008*
சனி	டிட்டான்	*0.00021*
யுரேனஸ்	டிட்டானியா	*0.00003*
நெப்டியூன்	ட்ரைட்டன்	*0.00129*

சந்திரனின் பின்னம் மற்றதினும் அதிகம் என்பதைக் கவனிக்கவும்.

பூமி – சந்திரன் என்னும் மண்டலத்தை இரட்டைக் கிரகம் என அழைப்பதற்கு அவற்றினிடையிலுள்ள குறைந்த தூரம் மூன்றாவது காரணம். இதர கிரகங்களின் பல உபக்கிரகங்கள் வெகு தூரத்தில் சுற்றுகின்றன. வியாழனின் உபக்கிரகங்களில் சில (எடுத்துக்காட்டாக அதன் ஒன்பதாவது உபக்கிரகம், படம் *37) 65* மடங்கு அதிக தூரத்தில் சுற்றுகின்றன.

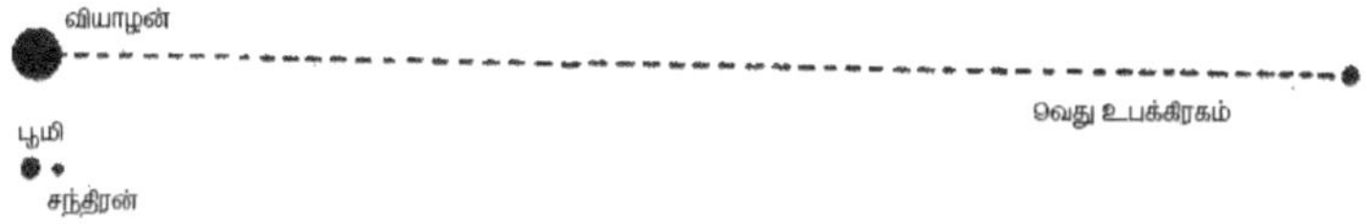

படம் 37. வியாழனின் மண்டலத்துடன் பூமி - சந்திரன் என்னும் மண்டலத்தை ஒப்பிடுதல். (கிரகங்களின் அளவுகளைக் காண்பிப்பதில் ஸ்கேல்படி வரையவில்லை)

இங்கு இன்னொரு முக்கியமான உண்மையையும் கவனிக்க வேண்டும். சூரியனைச் சுற்றிச் சந்திரனின் பாதை பூமியின் பாதையினின்று மிகச்சிறிதே வித்தியாசப்படுகிறது. சந்திரனோ பூமியில் இருந்து சுமார் 400,000 கி.மீ தூரத்தில் இருக்கும் போது இக் கூற்றை நம்புவது கடினம்தான். ஆனால் சந்திரன் பூமியை ஒருமுறை சுற்றும் போது, பூமி சந்திரனோடு சேர்த்துத் தனது வருடாந்திரப் பயணத்தில் சுமார் 1 /13 பங்கு, அதாவது 70,000,000 கி.மீ சென்றுவிடுகிறது. சந்திரனின் 2,5000,000 கி.மீ நீளமான வட்டப்பாதையை முப்பது மடங்கு நீட்டுகிறோம் என்று வைத்துக்கொள்ளுங்கள். அதன் வடிவத்தில் அப்போது என்ன மிஞ்சியிருக்கும்? ஒன்றும் இராது. அதனால் தான் சந்திரனின் பாதை பூமியின் பாதையுடன் அநேகமாகப் பொருந்தி விடுகிறது. உற்றுநோக்கினால் 13 இடங்களில் மட்டும் விலகியிருப்பது தெரியும். ஒரு சிறு கணக்கீடு மூலம் சந்திரனின் பாதை சூரியனை நோக்கிக் குழிந்து இருக்கிறது என்றும் அது 13 வளைக்கப்பட்ட முனைகள் கொண்ட13 கோண உருவம் என்றும் நிரூபிக்கலாம்.

படம் 38 ஒரு மாதத்தில் பூமியின் பாதை சந்திரனின் பாதை இவற்றைக் காண்பிக்கிறது. புள்ளிக்கோடு பூமியின் பாதையையும் முழுக்கோடு அளவுத்திட்டப்படி வரைந்தால்தான், அவற்றின் வேறுபாட்டைக் காட்ட முடியும். படத்தில் பூமியின் பாதையின் விட்டம் அரைமீட்டர். இதையே 10 செ.மீ ஆக வரைந்திருந்தால் இரு பாதைகளுக்கும் இடையில் உள்ள மிக அதிக விலகல் பாதைகளைக் காட்டும் கோட்டின் தடிப்பை விடக் குறைவாயிருந்திருக்கும். இந்தப் படம் பூமியும் சந்திரனும் சூரியனைச் சுற்றும் பாதை அநேகமாக ஒன்றே என்றும், வானியலார் இவற்றை இரட்டைக் கிரகம்* என்றது

---

* கூர்ந்து கவனித்தால் இப்படம் சந்திரனின் இயக்கத்தைச் சரியாகக் காட்டவில்லை என்று தெரியும். சந்திரன் பூமியைச்சுற்றும் பாதை ஒரு நீள்வட்டம். பூமி அந்த நீள்வட்டத்தின் ஒரு குவிமையத்திலுள்ளது. ஆகவே கெப்ளரின் இரண்டாவது விதிப்படி பூமியின் அருகிலிருக்கும் போது தூரத்தில் இருக்கும் போதைவிட அதிக வேகத்தில் 0.055 இது சற்று அதிகமே.

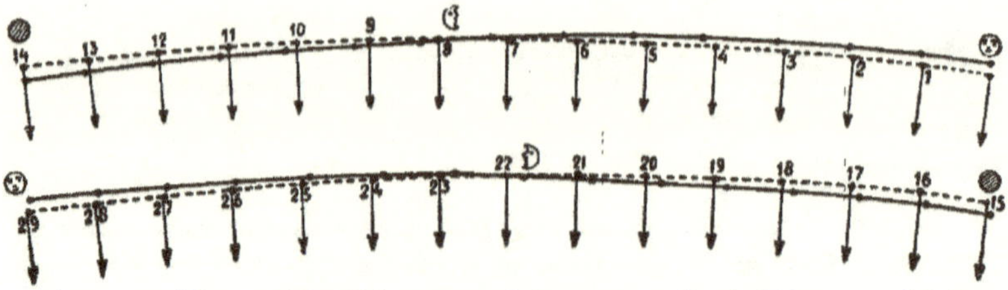

படம் 38. முழுக்கோடு சந்திரனின் ஒரு மாதப் பாதையையும் புள்ளிக்கோடு பூமியின் ஒரு மாதப் பாதையையும் காட்டுகின்றன.

பொருத்தமானதே என்றும் காண்பிக்கிறது.

ஆகவே சூரியனிலிருந்து பார்க்கும் ஒருவருக்கு சந்திரனின் பாதை சிறிது வளைந்ததாய் கிட்டத்தட்டப் பூமியின் பாதையுடன் பொருந்தியதாய்த் தோன்றும். ஆனால் பூமியைப் பொறுத்தவரை சந்திரனின் பாதை நீள்வட்டமானது என்ற உண்மை இதனால் பாதிக்கப்படாது.

இதன் காரணம் என்னவென்றால் பூமியிலிருந்து சந்திரனைப் பார்க்கும் போது நாமும் பூமியோடு நகர்வதால் சந்திரன் பூமியோடு பூமியின் பாதையில் நகர்வதைக் காண்பதில்லை.

சந்திரன் சூரியனை நோக்கி ஏன் விழுவதில்லை?

இது ஒரு முட்டாள்தனமான கேள்விபோல் தோன்றுகிறது. சந்திரன் ஏன் சூரியனுக்குள் விழ வேண்டும்? பூமி சூரியனை விட அதிக விசையுடன் சந்திரனை இழுப்பதால் சந்திரனைத் தன்னைச் சுற்றி வரச் செய்கிறது என்று தோன்றுகிறது.

ஆனால் உண்மை இதற்கு நேர்மாறானது என்று அறியும் போது ஆச்சரியப்படுவீர்கள். சூரியனே பூமியை விட அதிக விசையுடன் சந்திரனை இழுக்கிறது!

கணக்கீடு இதை நிரூபிக்கும். சூரியனும் பூமியும் சந்திரனை இழுக்கும் விசைகளை ஒப்பிடுவோம். இவ்விசைகள் இழுக்கும் பொருளின் நிறை, அப்பொருளுக்கும் சந்திரனுக்குமிடையிலுள்ள தூரம் இவ்விரண்டையும் சார்ந்திருக்கின்றன.

சூரியனின் நிறை பூமியின் நிறையைப் போல் 330,000 மடங்கு. அதாவது தூரங்கள் சமமாயிருந்தால் சூரியனின் இழுப்பு விசையும் இதே மடங்கு பெரிதாய் இருக்கும். ஆபால் சந்திரனிலிருந்து சூரியன்

பூமியைப் போல் சுமார் 400 மடங்கு தூரத்தில் இருக்கிறது. இழுப்புவிசை தூரத்தின் வர்க்கத்திற்கேற்பக் குறைவு. மொத்தத்தில் சூரியனின் இழுப்பு விசை பூமியின் இழுப்பு விசையைப் போல் $\frac{330,000}{160,000}$ மடங்கு அதாவது இரு மடங்குக்குச் சற்று அதிகம்.

அப்படியானால் சந்திரன் சூரியனை நோக்கி ஏன் விழுவதில்லை? சூரியனின் இழுப்புவிசை அதிகமாயிருந்தபோதிலும் பூமி எப்படி சந்திரனைத் தன்னைச் சுற்றி வரச் செய்கிறது?

பூமி சூரியனை நோக்கி விழாததின் காரணம் எதுவோ அதுவேதான் சந்திரன் சூரியனை நோக்கி விழாததற்கும் காரணமும் ஆகும். சூரியனின் இழுப்புவிசை முழுவதும் பூமி சந்திரன் இரண்டையுமே ஒரே நேர்கோட்டில் செல்லாது ஒரு வளைந்த பாதையில் தன்னைச் சுற்றி வரச் செய்வதில் செலவழிந்து விடுகிறது. *(படம் 38)* இதைக் காட்டுகிறது.

ஒருவேளை சிலருக்குச் சந்தேகம் இன்னும் நீங்கியிராது. பூமி சந்திரனை இழுக்கிறது. சூரியன் இன்னும் பலமாகத் தன்னை நோக்கி விழுந்து விடாது பூமியைச் சுற்றுவது ஏன்? சூரியன் சந்திரனை மட்டும் இழுக்காமல் பூமி சந்திரன் இரண்டையும் சேர்த்து இழுக்கிறது. அவ்விதம் இழுக்கும்போது அவை ஒன்றுக்கொன்றுள்ள தொடர்பு பாதிக்கப்படாது என்பதே இதன் காரணம். இன்னும் சரியாகச் சொன்னால் சூரியன் பூமியும் சந்திரனும் சேர்ந்த அமைப்பின் பொது ஈர்ப்புமையத்தை இழுக்கிறது. இந்த ஈர்ப்புமையம் பூமியின் மையத்திலிருந்து சந்திரனை நோக்கி பூமியின் ஆரத்தில் *2 /3* பங்கு தூரத்தில் உள்ளது. சந்திரனும் பூமியின் மையமும் இந்தப் பொது ஈர்ப்பு மையத்தை மாதத்தில் ஒரு முறை சுற்றி வருகின்றன.

சந்திரனின் பார்வைக்குத் தெரியும் பகுதியும் பார்வைக்குத் தெரியாத பகுதியும்

ஸ்டிரியஸ்கோப் தன்மை உள்ள படங்களில் சந்திரனது படத்தைப் போல் ஆச்சரியத்தில் ஆழ்த்துவது வேறு ஒன்றும் இல்லை. சாதாரணத் தட்டு போல் தெரியும் சந்திரன் பந்து போல் உருண்டையாயிருப்பதை அதில் காணலாம்.

இம்மாதிரி நமது உபக்கிரகத்தின் ஸ்டிரியஸ்கோப் புகைப்படம் ஒன்றைப் பெறுவது எவ்வளவு கடினம் என்பது பலருக்குத் தெரியாது. இதற்கு அதன் சலனங்களைப் பற்றி நன்கு அறிந்திருக்க வேண்டும்.

சந்திரன் பூமியை நோக்கி ஒரே முகத்தையே எப்போதும் காட்டிக் கொண்டு பூமியைச் சுற்றி வருகிறது. அவ்விதம் செய்யும்போது அது தன் அச்சிலும் தன்னைத்தானே ஒரு முறை சுற்றுகிறது. இவ்விரண்டுக்கும் ஆகும் காலம் ஒன்றே.

படம் 39 சந்திரன் பூமியைச் சுற்றிவரும் நீள்வட்டப் பாதையைக் காட்டுகிறது. வேண்டுமென்றே அது நீட்டி வரையப்பட்டிருக்கிறது. உண்மையில் சந்திரப் பாதையின் மையப்பெயர்வு 0.055 அல்லது 1 / 18. சந்திரனின் பாதையை அப்படியே காண்பித்தால் அதற்கும் வட்டத்துக்கும் வித்தியாசமே இராது. ஏனென்றால் பெரிய அச்சில் பாதியை ஒரு மீட்டராகக் காண்பித்தால் அதன் சிறிய அச்சில் பாதி 1 மி.மீ தான் குறைவாக இருக்கும். பூமி மையத்திலிருந்து 5.5 செ.மீ தூரத்திலிருக்கும். ஆகவே தான் பாதை நீட்டி வரையப்பட்டிருக்கிறது.

ஆகவே படம் 39 சந்திரன் பூமியைச் சுற்றி வரும் பாதையைக் காண்பிப்பதாக கொள்வோம். பாதையின் ஒரு குவிமையமான *O* வில் பூமி இருக்கிறது. கெப்ளரின் விதிகள் சூரியனைச் சுற்றும் கிரகங்களுக்கு மட்டுமின்றி அவற்றின் உபக்கிரகங்களுக்கும் பொருந்தும். கெப்ளரின் இரண்டாவது விதிப்படி சந்திரன் கால் மாதத்தில் *AE* என்ற தூரத்தைக் கடக்கிறது. *O ABCDE* என்பது நீள்வட்டப் பரப்பில் கால் பாகம். அதாவது *MABCD* என்ற பரப்புக்குச் சமம் (நிழலிட்டுக் காட்டப்பட்ட *MOQ, EQD*

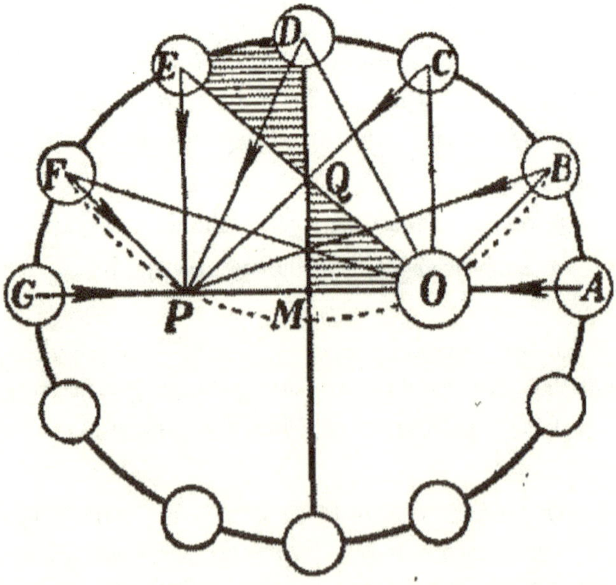

படம் 39. சந்திரன் பூமியைச் சுற்றிவரும் விதம். (விபரங்களைப் புத்தகத்தினுள் பார்க்கவும்)

என்ற பரப்புகளைப் பார்த்தானே அவை சமம் என்று புரியும்; ஆகவே, *OAE, MAD* என்ற பரப்புகள் சமம்) இவ்வாறு கால் மாதத்தில் சந்திரன் *A* யிலிருந்து *E* க்குச் செல்லுகிறது. சந்திரனின் சுழற்சியும் சரி; கிரகங்களின் சுழற்சியும் சரி, அவை சூரியனைச் சுற்றிவரும் போது நிகழ்வதைப் போலல்லாது, ஒரே சீராக நிகழ்கின்றன. கால் மாதத்தில் சந்திரன் சரியாக 90^0 திரும்புகிறது. ஆதலால் அது *E* ஐ அடையும் போது *A* யில் பூமியை நோக்கியுள்ள அதன் மீது 90^0 திரும்பி இருக்கும். அப்போது அந்த ஆரம் *M* ஐ நோக்கியிராது. மாறாக *M* க்கு சற்று இடப்புறம் தள்ளி மற்றொரு குவிமையமான *P* க்கு அருகே இருக்கும். சந்திரன் பூமியிலிருந்து அதைப் பார்ப்பவனிடமிருந்து சற்றுத் திரும்புவதால் அவனுக்கு இது வரை தெரியாத ஒரு ஒடுங்கிய சந்திரப் பகுதி தெரியும். கோணம் *OFP, OEP* ஐ விடச் சிறியது. ஆகவே, *F* ல் இருக்கும் போது இது வரை தெரியாத இன்னும் ஒடுங்கிய பகுதி தெரியும். “அபோஜீ” எனப்படும் *G* யிலும் “பெரிஜீ” எனப்படும் *A* யிலும் பூமியைப் பொறுத்துச் சந்திரன் ஒரே நிலையில் இருக்கிறது. *G* ஐத் தாண்டிச் செல்லும் போது பூமியிலிருந்து மேலும் திரும்புகிறது. ஆனால் இப்போது எதிர் திசையில் திரும்பி இதுவரை தெரியாத பக்கத்தின் ஒரு பாகத்தைக் காட்டுகிறது. இவ்வாறு தெரியும் பாகம் வர வர அகன்று கொண்டேபோய் பின் படிப்படியாக ஒடுங்கி *A* என்ற இடத்தில் பழைய நிலையை அடைகிறது.

சந்திரன் செல்லும் பாதை நீள்வட்டமாயிருப்பதால் அது தன் முகத்தை பூமிக்குக் காண்பிப்பதில்லை. ஆனால் மற்றொரு குவிமையத்துக்கு ஒரே பக்கத்தை மட்டும் காட்டுகிறது. ஒரு துலாக் கோலின் தட்டுக்கள் மையத்தைப் பொறுத்து மேலும் கீழும் அசைவது போல் நமக்கு அது தன் மையநிலையிலிருந்து திரும்புவது தோன்றுகிறது. இந்நிகழ்ச்சி “ஊசலியக்கம்” அல்லது ’லிப்ரேஷன்” (இலத்தீன் மொழியில் “*libra*’ என்றால் துலாக் கோல் என்று பொருள்) எனப்படும். ஒவ்வொரு புள்ளியிலும் ஊசலியக்கம் அப்புள்ளியிலுள்ள கோணத்தால் அளக்கப்படுகிறது. உதாரணமாக *E*ல் ஊசலியக்கக் கோணம் *OEP* க்குச் சமம். மிக அதிகமான ஊசலியக்கக் கோணம் சுமார் $7^0 53^{1}$’ அல்லது சுமார் 8^0 ஆகும்.

சந்திரன் தன் பாதையில் நகரும் போது மேற்சொல்லிய ஊசலியக்கக் கோணம் அதிகமாவதையும் குறைவதையும் ஆராய்வோம். *D* ஐ மையமாகக் கொண்டு குவிமையங்களான *O,P* இவை வழியே செல்லுமாறு ஒரு வில் வரைக. இவ்வில் நீள்வட்டத்தை *B;F* என்னும் புள்ளிகளில் வெட்டப்படும். *OP* வட்ட நேமியில் கோணங்கள் *OBP, OFP* ஒவ்வொன்றும் *ODP* என்ற மையக் கோணத்தில் பாதி. ஆகவே, சந்திரன்

A யிலிருந்து *D* ஐ நோக்கிச் செல்லும் போது ஊசலியக்க கோணம் முதலில் விரைவாக அதிகரித்து, *B* என்ற புள்ளியில் அதிகபட்ச அளவை அடைந்து, பின் படிப்படியாகத் தொடர்ந்து அதிகரிக்கிறது. *D*க்கும் *F*க்கும் இடையில் ஊசலியக்க கோணம் படிப்படியாக முதலில் மெதுவாகவும் பிறகு விரைவாகவும் குறைய ஆரம்பிக்கிறது. நீள்வட்டத்தின் மறு பாதியிலும் இது போன்றே நிகழ்ச்சிகள் ஏற்படுகின்றன. ஆனால் நேர்மாறான வரிசைக் கிரமத்தில் நிகழ்கின்றன. (ஊசலியக்கக் கோணம் கிட்டத்தட்ட நீள்வட்டத்தின் பெரிய அச்சிலிருந்து சந்திரனுக்குள்ள தூரத்திற்கு நேர் விகிதத்திலுள்ளது.)

இம்மாதிரிச் சந்திரன் நம் பார்வைக்கு மறைந்துள்ள தன் பாதியின் ஒரு பகுதியைக் காட்டுவது தீர்க்க ஊசலியக்கம் எனப்படும். மற்றொன்று அட்ச ஊசலியக்கம் என்பது. சந்திரப் பாதையின் தளம் சந்திர மத்திய ரேகையின் தளத்துக்கு 6 ½ 0 சாய்ந்துள்ளது. இதனால் தான் சில சமயங்களில் தெற்கிலிருந்தும் சில சமயம் வடக்கிலிருந்தும் சந்திரனைப் பார்க்கிறோம். அப்போது கண்ணுக்குத் தெரியாத அதன் பாதியின் துருவங்களைச் சற்றுப்பார்க்க முடிகிறது. இந்தத் தீர்க்க ஊசலியக்கக் கோணம் 6 ½ 0 வரை அடைகிறது.

சந்திரனின் ஊசலியக்கத்தை உபயோகித்து வானியலார் எப்படி ஸ்டிரியோஸ்கோபிக் படம் எடுக்கின்றனர் என்று பார்க்கலாம். இதற்குச் சந்திரனின் இரண்டு நிலைகளைப் படம் எடுக்க வேண்டும். அவ்விரு நிலைகளுக்கும் இடையிலுள்ள கோணம் போதிய அளவு பெரிதாய் இருக்க வேண்டும் என்று வாசகர்கள் ஊகித்திருக்கலாம். *A* யிலும் *B* யிலும் அல்லது *B* யிலும் *C* யிலும் அல்லது *C* யிலும் *D* யிலும் சந்திரனின் நிலை ஸ்டிரியஸ்கோபிக் படம் எடுக்க ஏற்றது. ஆனால் இதில் உள்ள கஷ்டம் என்ன என்றால் இவ்விரு நிலைகளுக்கும் இடையேயுள்ள 36 முதல் 48 மணி நேரத்துக்குள், முதல் படத்தின் கடைசிப் பாகத்தில் சந்திரனின் பகுதி இருட்டிலிருந்து வெளிச்சத்துக்கு வந்து பிரகாசித்துக் கொண்டிருக்கும். இது ஸ்டிரியோஸ்கோப் படங்களுக்கு ஒவ்வாது. ஆதலால், மாறுபட்ட தீர்க்க ஊசலியக்கக் கோண்ங்களில், சந்திரனின் ஒரே மாதிரியான நிலையைப் படம் பிடிக்க வேண்டும். இதன் மூலம் பிரகாசமான வட்டப் பகுதி சந்திரனின் ஒரே பரப்பில் இருக்கும். இது மட்டுமல்ல, இந்த இரு நிலைகளிலும் ஒரே அட்ச ஊசலியக்கக் கோணங்களும் இருக்க வேண்டும்.

இதிலிருந்து ஸ்டிரியோஸ்கோபிக் படம் எடுப்பது எவ்வளவு கடினம் என்று தெரியும். சில சமயங்களில் முதல் படம் எடுத்த பின் அடுத்த படம் எடுக்க வருடக்கணக்கில் காத்திருக்க வேண்டும்.

நாம் இது வரை கூறிய விளக்கம் எல்லாம், நம் பார்வைக்குத் தெரியாத சந்திரப் பகுதியை வானவியலார் காண சந்திரனின் இயக்கங்கள் எவ்வாறு உதவுகின்றன என்று தெரிவிக்கவே. சந்திரனின் ஊசலியக்கங்கள் அதன் பரப்பில் பாதிக்குப்பதில் ஐம்பத்தொன்பது சதவீதத்தைக் காண உதவுகின்றன. சோவியத் நாடு மூன்றாவது அண்டவெளி ராக்கெட்டைச் சந்திரனை நோக்கிச் செலுத்துமுன் சந்திரனின் மீதிப் பாகத்தை ஆராய்ந்தறிய இயலாதிருந்தது. அது எப்படி இருக்கிறது என்பது எவருக்கும் தெரியாதிருந்தது. சத்திர மலைத் தொடர்களின் பகுதிகளையும், சந்திரனின் தெரியா பாகத்திலிருந்து தெரியும் பாகத்துக்குச் செல்லும் வெளிச்சமான பட்டைகளையும் சித்தனையில் பின் புறத்தோடு பொருத்தி நமக்குத் தெரியாத பாகத்தைப் பற்றிய சில விவரங்களை எண்ணிப்பார்க்கும் சாமார்த்தியமான முயற்சிகளை மேற்கொண்டனர். 1959 ஆம் ஆண்டு அக்டோபர் 4 ம் தேதியன்று தன்னியக்க அண்டவெளி நிலையம் செலுத்தப்பட்டதால், சந்திரனின் கண்ணுக்குத் தெரியாத பக்கத்தின் புகைப்படங்கள் பெறப்பட்டன. இப்புகைப்படங்களின் உதவியால் சந்திரனின் கண்டுபிடிக்கப்பட்ட புதிய தரை அமைப்புகளுக்குப் பெயர் தர சோவியத் அறிவியலாளர்களுக்கு உரிமை கிடைத்தது. புதிய எரிமலைவாய்களுக்கு, அறிவியல் துறையிலும் கலாச்சாரத் துறையிலும் புகழ்பெற்ற லமனோசவ், த்ஸிஓல்கோவ்ஸ்கிய், ஜோலியா க்யூரீ இதரார் ஆகியோரின் பெயர்கள் இடப்பட்டன. இரு புதிய கடல்கள் மாஸ்கோக் கடல், மேச்தா (கனவு) கடல் என்று பெயர் சூட்டப்பட்டன.

சந்திரனின் தெரியாத பகுதியில் வாயுமண்டலம் இருக்கிறது என்று சிலர் கூறுவது பொருந்தாது என்பதை திட்டமாகக் கூறலாம். ஏனெனில் அது பௌதீகத்தின் விதிகளுக்கு முரணானது. ஒரு புறம் வாயுமண்டலம் இல்லையெனின் மறுபுறம் எவ்வாறு இருக்க முடியும்? (இது பற்றிப் பின்னர் மறுபடியும் கவனிக்கலாம்.)

இரண்டாவது சந்திரனும் சந்திரனின் சந்திரனும்

சில சமயங்களில் பூமிக்கு இன்னுமொரு உபக்கிரகம் அதாவது இன்னொரு சந்திரன் இருப்பது நிச்சயமாகிவிட்டதாக இடையிடையே பத்திரிகைச் செய்திகள் வந்திருக்கின்றன. இவ்விஷயம் சந்தேகத்துக்கு இடமின்றி இன்னும் நிரூபிக்கபடவில்லை யெனினும் ஆவலைத் தூண்டுவதாயுள்ளது.

பூமிக்கு இன்னொரு உபக்கிரகம் உள்ளது என்ற கருத்து புதிதல்ல. ஜூல் வேர்ன் என்பாரது *"De la tarre a la lune"* (*"பீரங்கியிலிருந்து சந்திரனுக்கு"*) என்ற புத்தகத்தைப் படித்தவர்களுக்கு பூமிக்கு இன்னும் ஒரு சந்திரன் இருப்பதாயும், அதை நாம் பூமியில் இருந்து காண முடியாதபடி அவ்வளவு சிறியதாய் இருப்பதாகவும், வேகமாக நகர்வதாகவும் அவர் கூறியிருப்பது நினைவுக்கு வரும். பெடிட் என்ற பிரெஞ்சு வானவியலார் அந்த உபக்கிரகம் இருக்கிறது என்று ஊகித்ததாகவும், 3 மணி 20 நிமிடங்களில் அது பூமியைச் சுற்றுவதாய் நினைத்தாகவும் ஜூல் வேர்ன் சொல்லுகிறார். பூமியிலிருந்து 8140 கி.மீ தூரத்தில் அது இருப்பதாக நினைத்தார்கள். "விஞ்ஞானம்" என்ற பெயருள்ள ஓர் ஆங்கிலப் பத்திரிகை ஜூல் வேர்னின் புத்தகத்திலுள்ள வானவியலைப் பற்றி விமர்சனம் செய்யும் போது "பெடிட்" என்பதே ஒரு கற்பனைப் பெயர் என்று எழுதியது. ஒரு கலைக்களஞ்சியம் கூட இப்பெயருடைய வானவியலார் பற்றிக் குறிப்பிடவில்லை. எனினும், இம்மாதிரி ஒரு கற்பனை வானவியலாரை உருவாக்கியவர் என்ற குற்றத்துக்கு அந்நாவலாசிரியர் ஆளாகவில்லை. சென்ற நூற்றாண்டின் மத்தியில் டூலூஸ் வானாராய்ச்சி சாலையின் தலைவரான பெடிட் என்பார் பூமிக்கு இரண்டாவது சந்திரன் இருப்பதாகவும் அது பூமியிலிருந்து 5000 கி.மீ (8000 கி.மீ.ல் அல்ல) தூரத்தில் 3 மணி 20 நிமிடங்களில் பூமியைச் சுற்றிவரும் ஒரு விண்கல் என்றும் சொன்னார். சில வானவியலார்களே இக்கருத்தை ஒப்புக் கொண்டனர். நாளடைவில் இவ்வெண்ணமே நினைவிலிருந்து அகன்று விட்டது. பூமிக்கு இன்னும் ஒரு சிறு உபக்கிரகம் இருப்பதாகக் கருதுவது விஞ்ஞானத்துக்கு முரணல்ல. ஆனால் இத்தைகைய உபக்கிரகம் இருந்தால், அது சூரியனையும் சந்திரனையும் கடக்கும் அபூர்வ சந்தர்ப்பங்களில் நம் கண்ணுக்குப் புலப்படும். அது பூமியின் நிழலினால் மறைக்கப்படும் அளவு அருகில் இருந்தால் கூட, மாலையிலும் காலையிலும் சூரியக் கதிர்களினால் ஒரு நட்சத்திரத்தைப் போல் பிரகாசிக்கும்.* அதன் வேகமான இயக்கத்தாலும், அடிக்கடி தோன்றுவதினாலும் பலரது கவனத்தையும் அது கவர்ந்திருக்கும். மேலும் ஒரு முழு சூரிய கிரகணத்தின் போது வானவியலார் பார்வைக்கு அது தப்பி இருக்க முடியாது. சுருக்கமாகச் சொன்னால் பூமிக்கு இன்னொரு உபக்கிரகம் இருந்தால் அது அடிக்கடி தென்படும். ஆனால் அவ்வாறு தென்பட்டதில்லை என்பதை மறுக்க முடியாது.

---

* *1957 ம் ஆண்டு அக்டோபர் 4ம் தேதியன்று சோவியத் நாடு முதல் ஸ்பூத்னிக்கை செலுத்திய பின்பு இதனை எளிதில் நிரூபிக்க முடிந்தது. —(ப.ர்)*

சந்திரனைச் சுற்றி வரும் வேறொரு குட்டிச் சந்திரன் இருக்கலாம் என்ற மற்றொரு கருத்தும் உள்ளது. இதற்கு ஆதாரம் காட்டுவது கடினம். இது பற்றி மௌல்டன் என்ற வானவியலார் கூறுவதாவது;

'முழு நிலவொளியில் சூரிய வெளிச்சம் அல்லது வெளிச்சம் அதன் அருகிலுள்ள ஒரு மிகச் சிறு கோளைக் காண்பதைத் தடுக்கும். சந்திர கிரகணத்தின் போது தான் சந்திரனின் துணைக்கோள் மீது சூரிய வெளிச்சம் படுவதுடன் அதன் அருகிலுள்ள வானப் பிரதேசத்தில் சந்திரனிடமிருந்து சிதறிய வெளிச்சம் இல்லாதிருக்கும். அப்போதுதான் சந்திரனைச் சுற்றும் அக்குட்டித் துணைக்கோளைக் காண முடியும். இது பற்றி இதுவரை நடைபெற்ற சோதனைகளில் இருந்து எந்தவித முடிவுகளும் அடையப்படவில்லை."

சந்திரனில் ஏன் வாயுமண்டலம் இல்லை?

சில கேள்விகளைத் தலைமாறாகக் கேட்டால் நன்கு விளங்கும். இக்கேள்வியும் அப்படிப்பட்ட ஒன்றுதான். இதற்கு விடை காணுமுன் பூமியைச் சுற்றி வாயுமண்டலம் இருப்பது ஏன் என்று பார்க்கலாம். காற்று என்பது மற்ற எந்த வாயுவையும் போல் எல்லாத் திசைகளிலும் அலைந்து கொண்டிருக்கும் மூலக்கூறுகளால் ஆனது. $0^0 C$ யில் அவற்றின் சராசரி வேகம்.

வினாடிக்கு 0.5 கி.மீ அதாவது ஒரு துப்பாக்கிக் குண்டின் வேகம். அப்படியானால் அவை ஏன் விண்வெளிக்குள் பாய்ந்து விடுவதில்லை? ஏனா? சுடப்பட்ட துப்பாக்கிக் குண்டு மட்டும் விண்வெளிக்குள் பாய்ந்து தப்பிவிடுகிறதா? இல்லையே. அது போலவேதான் இதுவும். தங்கள் சக்தியை புவிக்கவர்ச்சியை மீறிச் செல்வதில் செலவழித்த பின், பூமியை நோக்கி அம் மூலக்கூறுகள் விழுகின்றன. பூமியின் மேற்பரப்பினின்றும் செங்குத்தாக மேல் நோக்கி வினாடிக்கு 0.5 கி.மீ வேகத்தில் கிளம்புவதாக வைத்துக் கொள்வோம். எவ்வளவு உயரம் செல்லும்? அதன் ஆரம்ப வேகம் V, புவிக் கவர்ச்சியின் வளர்வேகம் g, அது செல்லும் உயரம் h எனின் இவற்றிடையிலுள்ள தொடர்பை $v2 = 2gh$ என்ற சமன்பாடு காட்டுகிறது. இதில் $v = 500$ மீ. / வினாடி; $g = 10$ மீ. / வினாடி2. ஆதலால் $250{,}000 = 20h$; ∴$h = 12500$மீ. = 12 ½ கி.மீ.

காற்றின் மூலக்கூறுகள் இவ்வாறு 12 ½ கி.மீ க்கு மேல் எழும்ப முடியாது என்றால், இந்த 12 ½ கி.மீ எல்லைக்கு மேல் உள்ள காற்று எங்கிருந்து வந்தது என்ற கேள்வி எழுகிறது. வாயுமண்டலத்திலுள்ள

பிராணவாயு பூமியின் பரப்பின் அருகே செடிகள் வெளிவிடும் கரியமில வாயு உண்டாகிறது. ஆனால், 500 கி.மீ க்கும் அதிக உயரத்தில் காற்று இருப்பது நிரூபிக்கப்பட்டிருக்கிறது. அதை இவ்வளவு உயரத்துக்குக் கொண்டுவந்த விசை எது? புள்ளிவிபர வல்லுநரிடம் போய், "சராசரி மனித ஆயுள் 40 என்கிறீர்கள். அப்படியானால் எப்படி 80 வயதடைந்த மனிதர்கள் எங்கிருந்து வருகின்றனர்?" என்று கேட்டால் என்ன பதில் சொல்வாரோ. பௌதிக விஞ்ஞானம் அளிக்கிறது. விஷயம் என்னவென்றால் நாம் கணக்கில் எடுத்துக் கொண்டது ஒரு சராசரி மூலக்கூறின் வேகம். இது 0.5 கி.மீ / வினாடி; ஆனால் உண்மையில் சில மூலக்கூறுகளின் வேகம் இதை விட அதிகம். சிலவற்றின் வேகம் குறைவு சராசரி வேகத்திலிருந்து வேறுபடும் மூலக்கூறுகளின் எண்ணிக்கையின் விகிதம் குறைவு. 0^0C உள்ள ஒரு குறிப்பிட்ட கன அளவு பிராண வாய்வு உள்ள மூலக்கூறுகளின் எண்ணிக்கையில் 20% மூலக்கூறுகளின் வேகம் வினாடிக்கு 400 முதல் 500 மீ வரை. சுமார் இதே எண்ணிக்கை உள்ள மூலக்கூறுகளின் வேகம் வினாடிக்கு 300 முதல் 400 மீ வரை. 17% வேகம் வினாடிக்கு 200 முதல் 300 மீ வரை. 9% வேகம் வினாடிக்கு 600 முதல் 700 மீ வரை. 8% வேகம் வினாடிக்கு 700 முதல் 800 மீ வரை. 1% வேகம் வினாடிக்கு 1300 முதல் 1400 மீ வரை. $\frac{1}{1,000,000}$ பாகத்துக்கும் குறைந்த பகுதியின் வேகம் வினாடிக்கு 3500 மீ. இதனால் அது 600 கி.மீ உயரத்துக்கு செல்ல முடியும். எவ்வாறெனில் $3500^2 = 20h$. ஆகவே, $h = \frac{12,250,000}{20}$ அல்லது $h = 600$ கி.மீ. க்கு அதிகம்.

பூமியின் மேற்பரப்புக்கு நூற்றுக்கணக்கான கி.மீ உயரத்திலும் பிராண வாயுத்துகள்கள் ஏன் இருக்கின்றன? என்று இப்போது பார்ப்போம். அதன் காரணம் வாயுக்களின் பௌதீக பண்புகளை ஒட்டியிருக்கிறது. ஆயினும், பிராண வாயு கரியமில வாயு நைட்ரஜன் போன்றவற்றின் மூலக்கூறுகளுக்கு அவை பூமியிலிருந்து ஒரேயடியாக தப்பிவிட போதுமான வேகம் கிடையாது. அதற்குத் தேவையான வேகம் வினாடிக்கு 11 கி.மீ. இவ்வாயுக்களின் தனிப்பட்ட சில மூலக்கூறுகளுக்கு குறைந்த வெப்ப நிலையில் இந்த வேகம் உள்ளது. வாயுமண்டலத்தில் சில லேசான நீர் வாயுவில் பாதி அளவு மட்டும் இம்முறையில் பூமியிலிருந்து தப்ப ஆகும் வருடங்களின் எண்ணிக்கை 25 இலக்கங்கள் கொண்ட எண் என கணக்கிடப்பட்டுள்ளது. பல லட்ச வருடங்களுக்குப் பின்னும் நம்மைச் சுற்றியுள்ள காற்றின் நிறையில் எந்த மாறுதலும் இராது.

இவ்வளவு சொன்ன பிறகு சந்திரனில் வாயு மண்டலம் ஏன் இருக்க முடியாது என்பதற்கு அதிக விளக்கம் தேவையில்லை.

சந்திரனின் கவர்ச்சி விசை பூமியின் கவர்ச்சி விசையில் 1 / 6 பங்கு. அதன் கவர்ச்சியை மீறி செல்லத் தேவையான வேகமும் குறைவு. அதாவது வினாடிக்கு 2360 மீ. சாதாரண வெப்பநிலையில் பிராண வாயு நைட்ரஜன் இவற்றின் மூலக்கூறுகளின் வேகம் இதனினும் அதிகமாக இருக்கலாம். ஆகவே, சந்திரனில் வாயு மண்டலம் ஏற்பட்டாலும் அதை படிப்படியாக இழந்து விடும். இவ்வாறு அதிக வேகமான மூலக்கூறுகள் தப்பித்த பின் வாயுத்துகளிடையே வேக வினை விநியோகம் என்ற பௌதிக விதிப்படி மற்ற மூலக்கூறுகளும் இவ்வேகத்தை அடைந்து இவைகளும் விண்வெளிக்குத் தப்பி விடுகின்றன. கவர்ச்சி குறைவாக உள்ள எந்தக் கோளில் இருந்தும் நீண்ட காலத்தில் எல்லா காற்றும் இவ்வாறு விண்வெளிக்குத் தப்பிவிடும்.

எந்தக் கோளிலும் உள்ள வாயு மண்டலத்திலுள்ள மூலக்கூறுகளின் சராசரி வேகம் மேற்படி அவதி வேகத்தில் மூன்றில் ஒரு பங்காக இருந்தால் (அதாவது சந்திரனில் 2360:3 = சுமார் 790 மீ / வினாடி) அதன் வாயு மண்டலம் சில வாரங்களில் பாதி ஆகி விடும் என்று கணித ரீதியாக நிரூபிக்கலாம். எந்தக் கோளிலும் வாயு மண்டல மூலக்கூறுகளின் சராசரி வேகம் அகதிவேகத்தில் 5ல் 1 பங்காக இருந்தால் தான் வாயு மண்டலம் அந்த கோளுடன் இறுதியாக ஒட்டியிருக்கும். மனிதன் ஒரு நாள் சந்திரனை அடையும் போது அதை வாயுமண்டலத்தால் சூழ செய்து மனிதர்கள் குடியேறத் தக்கதாய் செய்து விடலாம் என்பது சிலர் கருத்து. இக்கேள்விகளுக்கே இடம் இல்லை என்பதை இதுவரை கூறிய விளக்கங்களிலிருந்து வாசகர்கள் புரிந்து கொண்டிருப்பார்கள். நமது உபக்கிரகத்தில் வாயு மண்டலம் இல்லாதது ஏதோ தற்செயலானதோ அல்லது இயற்கையின் கோளாரே அல்ல. அது பௌதிக விதிகளின் படி ஏற்படும் பொருத்தமானவைகளே.

இதே காரணத்தால் கவர்ச்சி விசை குறைவாக கொண்ட வேறுபல கிரகப் போலிகளிலும் மற்றும் பல உபகிரகங்களின் வாயு மண்டலமின்மை விளக்கலாம்.

சந்திரனின் அளவுகள்

எண்கள் மூலம் சந்திரனின் அளவுகளைக் குறிப்பிடலாம். உதாரணமாக அதன் விட்டம் 3500 கி.மீ இதே போல அதன் பரப்பு கன அளவு முதலியனவற்றையும் குறிப்பிடலாம். எண்கள் கணக்கீடுகள் செய்யவே மிக அவசியம். அந்த அளவுகளை பற்றி கற்பனை செய்ய உதவா. இதற்கு வேறு நல்ல உதாரணங்கள் பார்க்கலாம்.

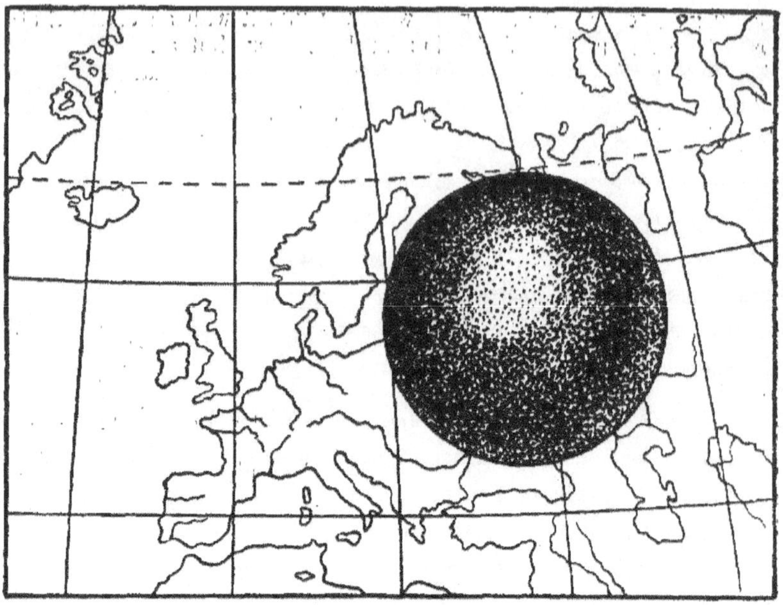

படம் 40. சந்திரனை ஐரோப்பாவுடன் ஒப்பிடுதல். (சந்திரனின் பரப்பு ஐரோப்பாவின் பரப்பினும் குறைவு என்று நினைத்துவிட வேண்டாம்)

சந்திரனை ஒரு கண்டமாக கருதி பூமியிலுள்ள கண்டங்களுடன் ஒப்பிடலாம். (படம் 40). பூமியின் புறப்பரப்பில் பதினான்கில் ஒரு பங்கே சந்திரனின் புறப்பரப்பு என்று சொல்வதை விட ஒரு உதாரணம் தருவது அதை நன்கு விளக்கும். அதன் பரப்பு இரு அமெரிக்காக்களின் பரப்புக்குச் சற்று குறைவு. நாம் பார்க்க முடிகிற பக்கத்தின் பரப்பும் தென் அமெரிக்காவின் பரப்பும் கிட்டத்தட்டச் சமம்.

சந்திரனிலுள்ள கடல்களை பூமியிலுள்ள கடற்பரப்புகளுடன் ஒப்பிட படம் 41ல் சந்திரனின் படத்தின் மேல் அதே அளவு திட்டப்படி வரைந்த கருங்கடல், காஸ்பியன் கடல் ஆகியவை பொருத்திக் காட்டப்பட்டிருக்கின்றன. பார்த்த மாத்திரத்திலேயே சந்திரனிலுள்ள "கடல்கள்" பெரியவை அல்ல என்று கண்டு கொள்ளலாம். உதாரணமாக 170000 சதுர கி.மீ பரப்புள்ள மார் ஸெரெனிடாடிஸ் என்பது காஸ்பியனின் பரப்பில் 2.5 பங்குதான்.

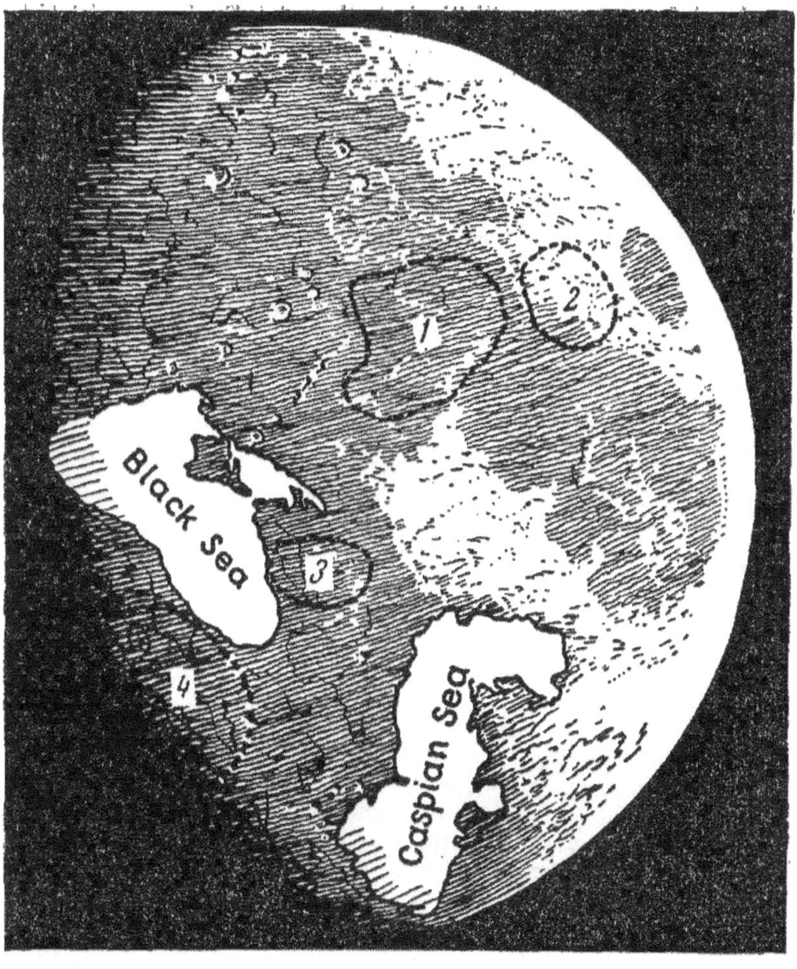

படம் 41. பூமியிலுள்ள கடல்களையும் சந்திரனில் உள்ள கடல்களையும் ஒப்பிடுதல், கருங்கடலையும் காஸ்பியன் கடலையும் சந்திரனுக்கு மாற்றினால் அவைகளே அங்குள்ள எல்லாவற்றினும் பெரியனவாய் இருக்கும்.

ஆனால், சந்திரனிலுள்ள எரிமலைவாய்கள் பூமியிலுள்ளதை விடப் பெரியவை. உதாரணமாக க்ரிமால்டி எரிமலை பைகால் ஏரியை விட அதிகப் பரப்புள்ளது. ஸ்விட்ஸர்லாந்து பெல்ஜியம் போன்ற ஏதேனும் ஒரு சிறு நாட்டைக் கூட விழுங்கிவிடும்.

சந்திரனின் நிலத்தோற்றம்

சந்திரனின் பரப்பை எத்தனையோ முறை படம் எடுத்திருக்கிறார்கள். அப்படங்களில் சந்திரனின் மேடுபள்ளங்களையும் எரிமலைவாய்களையும் வாசகர்கள் பார்த்திருக்கலாம் (படம் 42) சிலர் தொலை நோக்கி மூலம் சந்திரனில் உள்ள மலைகளையும் பார்த்திருக்கலாம். இதற்கு 3 செ.மீ லென்ஸ் உள்ள கருவியே போதும்.

ஆனால் புகைப்படங்களோ அல்லது தொலைநோக்கி மூலம் தெரியும் காட்சிகளோ, சந்திரனிலேயே உள்ள ஒருவனுக்கு அதன் பரப்பு எப்படித் தோன்றும் என்பதைத் தெரிவிக்க முடியாது. சந்திரனிலுள்ள மலைகளின் அருகே இருந்து பார்க்கும் போது ஒருவன் முற்றிலும் வேறு ஒரு கோணத்திலிருந்து பார்க்கிறான். ஒரு பொருளை வெகு உயரத்தில் இருந்து பார்ப்பதற்கும் பக்கத்திலிருந்து பார்ப்பதற்கும் மிகுந்த வேறுபாடு உண்டு. உதாரணமாக பூமியிலிருந்து பார்ப்பவனுக்கு ஏரோடோஸ்தெனஸ் மலை, நடுவில் ஒரு சிகரத்துடன் கூடிய வட்டமான அரங்கு போன்றிருக்கிறது. தொலைநோக்கி மூலம் பார்த்தால் அதில் செங்குத்தான சரிவுகளும் தெளிவான நிழல்களும் காணப்படுகின்றன. ஆனால் அதன் குறுக்குவெட்டுத் தோற்றத்தைப் பார்க்கவும் (படம் 43) அரங்கின் 60 கி.மீ விட்டத்துடன் ஒப்பிடும் போது அதன் சுற்றுச்

படம் 42. சந்திரனிலுள்ள எரிமலைவாய்கள்.

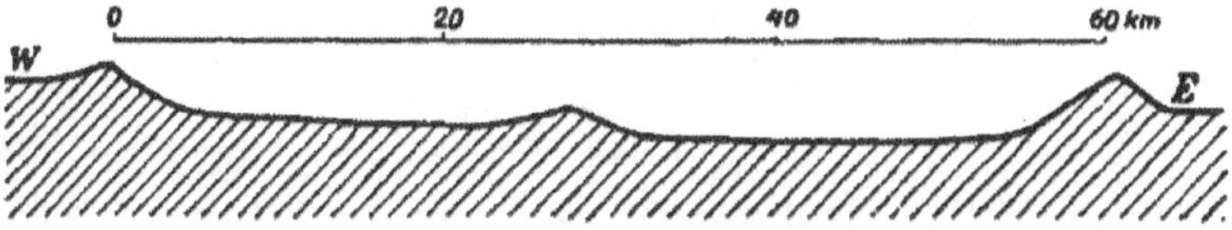

படம் 43. ஒரு எரிமலைவாயின் குறுக்கு வெட்டுத் தோற்றம்.

சுவரும் நடுவிலுள்ள கூம்பும் மிகவும் தாழ்ந்தவை. அவற்றின் சரிவுகள் உயரத்தைக் குறைவாய் காண்பிக்கின்றன. இந்த எரிமலை வாயினுள் நீங்கள் சுற்றித் திரிவதாய் வைத்துக்கொள்வோம். அதன் விட்டம் லாடோகா ஏரிக்கும் பிங்லாந்து வளைகுடாவிற்கும் இடையிலுள்ள தூரத்துக்கு சமம் என்பதை மறந்து விட வேண்டாம். அச்சுவர்கள் வட்ட வடிவமாய் இருக்கின்றன என்பதையே நீங்கள் பார்க்க முடியாது. அதன் அடிபாகத்தை தரையின் குழிவு மறைத்துவிடும். மேலும், சந்திரனின் தொடுவானம் பூமியின் தொடுவானத்தை போல் இருமடங்கு குறுகியது. ஏனெனில் சந்திரனின் விட்டம் பூமியின் விட்டத்தில் கால் பங்கே. பூமியில் ஒரு சமவெளியின் மத்தியில் நிற்கும் சராசரி உயரம் உள்ள ஒருவன் ஐந்து கி.மீ தூரம் பார்க்க முடியும். இது அடிவானத்தின் துராவிதியிலிருந்து அதாவது $D = V2Rh$ என்ற சமன்பாட்டிலிருந்து கணக்கிடப்படுகிறது. இதில், D, R, h என்பன கிலோ மீட்டர்களில் முறையே தொடுவானின் தூரம். கிரகத்தின் ஆரம், கண்ணின் உயரம் இவற்றை குறிக்கும்.

இச்சமன்பாட்டில் உள்ள எழுத்துகளுக்கு பூமி, சந்திரன் இவற்றில் உள்ள மதிப்புகளைப் போட்டால், சராசரி உயரம் உள்ள ஒரு மனிதனுக்கு தொடுவானின் தூரம் பூமியின் 4.8 கி.மீ சந்திரனில் 2.5 கி.மீ.

படம் 44 சந்திரனில் மெட்ரோபாலிடன் எரிமலை வாயினுள்ளவன் என்ன பார்ப்பான் என்பதைக் காட்டுகிறது. படத்திலுள்ள நிலத்தோற்றம் சந்திரனிலுள்ள வேறொரு எரிமலை வாயான ஆர்க்கிமிடிஸ் என்பதை காட்டுகிறது. ஒரு பரந்த சமவெளியும் அதில் தொடுவானிற்கப்பால் குன்றுகளின் தொடர்ச்சியும் உள்ள இக்காட்சி நம் மனக் கண்ணில் தோன்றும் எரிமலைவாய் காற்றினின்றும் எவ்வளவு வேறுபட்டுள்ளதல்லவா. இச்சுவரில் ஏறி மறுபக்கம் வந்தால் அவன் வந்தான் எதிர்பார்த்ததைக் காண மாட்டான். மறுபுறம் உள்ள சரிவு செங்குத்தாக இல்லை. (படம் 43) ஆகவே, அது மலைப் போலவே தோன்றாது. இதில் முக்கியமான விஷயம் என்னவென்றால் அம்மலைத் தொடர் வட்டமாக சுற்றி இருப்பதுடன் நடுவில் வட்டமான வாய் இருப்பதும் தெரியாது. உச்சியில் ஏறினாலும் முன்பே கூறியபடி

படம் 44. ஒரு பெரிய எரிமலைவாயின் மையத்தினின்று ஒருவன் பார்க்கக் கூடியவை.

குறிப்பிடத்தக்க அளவில் எந்த பலனும் இருக்காது. சந்திரனில் பெரிய எரிமலை வாய்களோடு அநேக வட்டமான அரங்குகள் போன்றவனவும் உள்ளன. பக்கத்திலிருந்து பார்த்தால் கூட அவை தெரியும். அவற்றின் உயரமும் குறைவு. ஆனால், அங்குள்ள சில மலைத்தொடர்கள் பூமியில் உள்ளவை போன்று 7, 8 கி.மீ உயரம் உள்ளன. அவற்றுக்கு பெயர்களும் பூமியின் மலைத்தொடர்கள் போல ஆல்ப்ஸ், காக்கஸஸ் அப்பினைன் என்று வைக்கப்பட்டுள்ளன. பூமியுடன் ஒப்பிடும் போது சிறியதான சந்திரனில் இவை கம்பீரமாகக் காட்சியளிக்கின்றன.

சந்திரனில் வாயுமண்டலமின்மையும் அதனால் நிழலுக்கும் வெளிச்சத்துக்கும் உள்ள நல்ல தெளிவான வேறுபாடும் தொலைநோக்கி வழியாகப் பார்க்கும் போது ஒரு மாயத் தோற்றத்தை அளிக்கின்றன. மிகச் சிறிய மேடுபள்ளங்களும் மிகைபடத் தெரிகின்றன. ஒரு முழுப் பட்டாணிக் கடலையைப் பாதியாகப் பிளந்து வளைந்த பரப்பு மேல்புறமாக இருக்கும்படி மேஜைமேல் வைத்து அதன் நீண்ட நிழலைக் கவனிக்கவும் (படம் 45) பக்கவாட்டிலிருந்து வெளிச்சம்

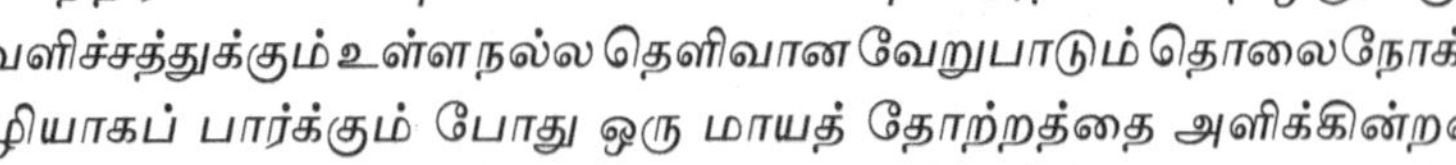

படம் 44. ஒரு பெரிய எரிமலைவாயின் மையத்தினின்று ஒருவன் பார்க்கக் கூடியவை.

படம் 46. தொலைநோக்கியில் பிக்கோ சிகரம் ஒரு செங்குத்தான குன்று போல் தோன்றுகிறது

வருவதால் சந்திரனில் ஒரு பொருளின் நிழல் அப்பொருளின் உயரத்தைப் போல் இருபது மடங்கு நீளமாயிருக்கிறது. வானவியலாளருக்கு இது ஒரு வரப்பிரசாதம் போன்றது. ஏனெனில் தொலைநோக்கி மூலம் தெரியும் நீளமான நிழல்கள் மூலம் 30 மீட்டர் உயரத்துக்கும் குறைந்த பொருளைக் காண முடிகிறது. இதே காரணம் சந்திரனின் மேடுபள்ளங்களையும் மிகைபடுத்திக் காட்டுகிறது. உதாரணமாக பிக்கோ சிகரம் தொலைநோக்கி வழியே உயர்ந்த ரம்பப் பற்கள் போன்ற முனைகள் உள்ளதாய்த் தெரிகிறது. (படம் 46) இவ்வாறுதான் அது

படம் 47. சந்திரலோகவாசி பிக்கோவை ஒரு சரிவு போல் காண்கிறான்.

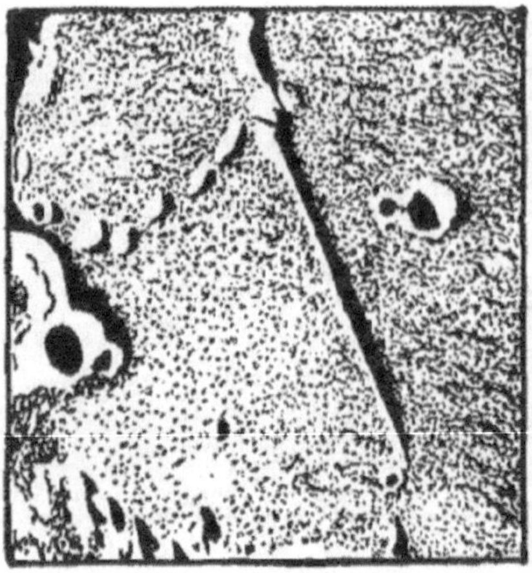

படம் 48. தொலைநோக்கி வழியே சந்திரனில் தெரியும் "நேரான சுவர்".

முன்பு காட்டப்பட்டு வந்தது. சந்திரனிலிருந்து பார்ப்போருக்கு அது படம் 47 ல் உள்ளது போல் வேறு மாதிரித் தோன்றும்.

சந்திரனின் வேறு சில அம்சங்களை நாம் குறைத்து மதிப்பிடுகிறோம். தொலைநோக்கி வழியே ஏதோ தெரிந்தும் தெரியாமலும் இருக்கக்கூடிய கீறல் போன்ற பிளவுகளை நாம் சந்திரனுக்கே சென்று காண்போமானால் தொடுவானம் வரை நீண்ட மிக மிக ஆழமான இருண்ட கிடு கிடு பள்ளத்தைக் காண்போம். இன்னும் ஒரு உதாரணம். சந்திரனில் "நேரான சுவர்" என்ற பெயரில் ஒரு செங்குத்தான சுவர் சந்திர சமவெளியை இரு பிரிவுகளாகப் பிரித்துக்கொண்டு நிற்கிறது. (படம் 48) தொலைநோக்கியில் பார்க்கும் போது அது 300 மீட்டர் உயரமுள்ளது என்பதை மறந்து விடுகிறோம்.

படம் 49. சந்திரனில் "நேரான சுவரின்" அடிவாரத்தில் நின்று பார்ப்பவனுக்கு அது தோன்றும் விதம்

படம் 50. ஒரு சந்திர "வெடிப்பின்" விளிம்பில்.

ஆனால், அருகே சென்று பார்த்தால் அதன் கம்பீரத்தைக் கண்டு ஆச்சரியத்தில் மூழ்கிவிடுவோம். நம் சித்திரக்காரர் இச்சுவரை அதன் கீழே நின்று பார்த்தால் எவ்வாறு தோன்றும் என்று படம் 49ல் காட்டியிருக்கிறார். அது தொடுவானம் வரை நீண்டிருக்கிறது. 100 கி.மீ நீளமல்லவா? தொலைநோக்கியில் இலேசான பிளவுகள் போன்று காண்பவை எவ்வளவு ஆழமான பெரிய பள்ளங்களாக இருக்கும் என்பதை படம் 50 காட்டுகிறது.

சந்திர வானங்கள்

கருப்புத் திரைப் பின்னணி

பூமியிலிருந்து ஒருவர் சந்திரனை அடையக்கூடுமானால் மூன்று அசாதாரணமான நிகழ்ச்சிகள் அவர் கவனத்தைக் கவரும்.

முதலில் நாம் பூமியில் நம் தலைக்கு மேலே பார்க்கும் நீலநிற வானிற்குப் பதில் சந்திரனில் பட்டப் பகலிலும் நல்ல சூரிய வெளிச்சத்தில் வானம் கன்னங்கரேலென்று இருக்கும். பல நூற்றுக்கணக்கான நட்சத்திரங்கள் நன்கு தெரியும். ஆனால், அங்கு வாயுமண்டலம் இல்லாததால் ஒன்று கூட மினுமினுக்காது.*

---

* சோவியத் அண்டவெளிவலவர் யூரி ககாரின், 1961 ஆம் ஆண்டு ஏப்ரல் 12ம் தேதியன்று "வாஸ்தோக்" என்னும் அண்டவெளிக் கப்பலில் உலகத்திலேயே முதன்முறையாக அண்டவெளிப் பறத்தலை நடத்தியபோது, இதே காட்சியைத் தான் கண்டார். தாம் கண்டதைப் பற்றி யூரி ககாரின் கூறுவதாவது: "... அடிவானத்தின் காட்சி மிகவும்

ஃபளமமேரியன் என்பவர் இக்காட்சியை அப்படியே படம் பிடித்துக் காட்டுகிறார். "சுத்தமான, தெளிவான நீல வானும், உதயத்தின் மென்மையும், சூரிய அஸ்தமனத்தின் கம்பீரமான தீ வண்ணமும், பாலைவனங்களின் மனம்கவர் அழகும், பனிமூடிய வயல்களும், புல்வெளியும், நீலவானைக் கண்ணாடிபோல் பிரதிபலிக்கும் அளக்கமுடியா ஆழம் கொண்ட நீர்நிலைகளின் அழகும் எல்லாம் இப்பூமி உருண்டையைச் சூழ்ந்துள்ள மெல்லிய போர்வையால் அன்றோ? அதில்லாமல் இவ்வண்ணங்களில் ஒன்றுகூட இராது. நீல வானிற்குப்பதில் முடிவற்ற சூனியத்தின் கருமையே உங்களைச் சூழ்ந்திருக்கும். கம்பீரமான உதய அஸ்தமனங்களுக்குப் பதில் பகல் இரவாவதும் இரவு பகலாவதும் திடீர்திடிரென நிகழ்ந்திருக்கும். கண்ணைக்கூசும் சூரியக்கதிர்கள் நேராக விழாத எங்கும் நிலவும் மென்மையான அரைவெளிச்சத்துக்குப் பதிலாக, சூரிய ஒளி நேராக விழும் இடங்களில் மட்டுமே பிரகாசமான வெளிச்சம் இருந்திருக்கும்; மற்ற இடங்களில் கும்மிருட்டாக நிழல் நிலவியிருக்கும்".

சந்திர வானத்தில் பூமி தென்படும் விதம்

சந்திரனிலிருந்து பார்க்கும் போது தெரியும் குறிப்பிடத்தக்க காட்சிகளில் அடுத்தது வானில் தொங்கும் பூமியின் பெரிய வட்டமாகும். சந்திரனை நோக்கி நாம் செல்லும் போது நமக்குக் கீழே இருப்பதாகத் தோன்றிய பூமி திடீரென மேலே தோன்றும் வினோதத்தைக் காண்போம். பிரபஞ்ச முழுவதுக்கும் பொதுவான 'மேல்', 'கீழ்' என்பது கிடையாது.

ஆகவே சந்திரனை நோக்கிச் செல்லும் போது நாம் கீழே விட்டுச்சென்ற பூமி நாம் சந்திரனை அடையும் போது மேலே தெரிவதில் ஆச்சரியப்பட ஒன்றுமில்லை.

அழகானது, நனிசிறப்பானது. புவிமேற்பரப்பின் வெளிச்சமான பகுதியிலிருந்து கருப்பான விண்மீன் நிறைந்த வானத்துக்கு மாறுதலுறும் போது, அசாதாரண, பகட்டான தோற்றத்தைக் காணமுடியும்... பூமியில் இருப்பதைவிட அண்டவெளியில் சூரியன் பன்மடங்கு ஒளியுடன் பிரகாசிக்கிறான். ஒளிவீசும் நட்சத்திரங்கள் தெளிவாகத் தெரியும். நமது பூமியிலிருந்து பார்ப்பதை விட அண்டவெளியில் வானத்தின் காட்சி மிகவும் வேறுபாடானது."

மற்றொரு சோவியத் அண்டவெளிவலவர் அலெக்ஸேய் லெஓனவ் 1965ம் ஆண்டு மார்ச்சு 18ம் தேதியன்று மனிதகுலத்தின் வரலாற்றிலேயே முதன்முறையாக அண்டவெளிக்கப்பலிருந்து வெளியேறி அண்டத்தில் மிதந்தார். அவருடைய அனுபவங்கள் வருமாறு: 'என் தலைக்கு மேல் மினுமினுக்காத ஒளிவீசும் நட்சத்திரங்கள் நிறைந்த கருப்பான வானம். நெருப்பு வீசும் வட்டத்தகடு போல் சூரியன் காட்சியளித்தான். மனதில் எளிமையும், எல்லையற்ற அண்டத்தில் உள்ளோம் என்னும் உணர்வும் உன் உள்ளத்தில் ஓங்கியிருந்தன. ஒளிமிகுந்த அப்பரப்பில் எனக்கு நன்றாக இருந்தது."

சந்திரனிலிருந்து பார்க்கும் போது தெரியும் பூமிவட்டம் மிகப் பெரிதாக இருக்கும். அதன் விட்டம் சாதாரணமாக பூமியிலிருந்து நமக்குத் தெரியும் நிலா வட்டத்தினது போல் நான்கு மடங்கு இருக்கும். இதுதான் சந்திரலோகப் பிரயாணிக்குக் காத்திருக்கும் மூன்றாவது அதிசயம். நல்ல நிலவு அடிக்கும் இரவில் பூமியிலுள்ள நமக்கு எவ்வளவு பிரகாசம் கிடைக்கிறதோ, அதைவிட மிக மிக அதிகமான பிரகாசம் சந்திரனுக்கு "பூமியொளி" யால் கிடைக்கும். ஏனெனில் நம் பூமி சந்திரனைப் போல் 14 மடங்கு உள்ளது. மேலும் ஒரு ஒளிரும் பொருளின் பிரகாசம் அதன் விட்டத்தை மட்டும் பொருத்ததல்ல. அதன் பரப்பின் பிரதிபலிக்கும் தன்மையையும் பொறுத்தது. இவ்விஷயத்தில் பூமியின் பரப்பின் தன்மை சந்திரப் பரப்பைப் போல் ஆறு மடங்கு சிறந்தது.* ஆகவே பூமியொளி பூரண சந்திரன் பூமிக்கு அளிப்பதைப் போல் குறைந்தது 90 மடங்கேனும் சந்திரனுக்கு வரும். பூர்ண பூமியொளி இருக்கும் போது சந்திரனில் உள்ள மனிதன் மிகப்பொடி அச்சு எழுத்துக்களையும் படிக்க முடியும். பூமி சந்திரனைப் பிரகாசிக்கச் செய்வதால் பூமி சந்திரனிலிருந்து 400,000 கி.மீ தூரத்தில் இருந்த சந்திரனில் இரவு கவிந்த பகுதிகள் சந்திர வில்லிற்குள் மங்கலாக மினுமினுப்பதை நாம் பார்க்க முடிகிறது. இதைச் "சாம்பல் ஒளி" என்பர். அப்படியானால் பூமி சந்திரனை எவ்வளவு பிரகாசிக்கச் செய்கிறது என்பதை உணரலாம். தொன்னூறு முழு நிலவுகள் ஒரே சமயத்தில் பிரகாசிப்பதாகக் கற்பனை செய்து கொள்ளுங்கள். இதோடு வெளிச்சத்தின் ஒரு பகுதியை விழுங்க வாயு மண்டலம் இல்லாததையும் சேர்த்துக் கொள்ளுங்கள். அதுவே முழு பூமியொளியில் முழுகிக் குளித்து மின்னும் சந்திரப் பரப்பின் மனங்கவர் காட்சியாகும்.

சந்திரனிலிருந்து பார்ப்பவர்க்கு பூமியிலுள்ள கண்டங்களும் கடல்களும் தெரியுமா? சந்திரனிலிருந்து பார்ப்பவருக்குப் பூமியானது

---

* சந்திரனின் நிலப்பரப்பு அடிக்கடி நினைப்பது போல் அவ்வளவு வெள்ளையானதல்ல. அது இருண்டிருக்கிறது என்று சொல்வது பொருந்தும். இப்படிச் சொல்வது அது வெண்மையான ஒளியுடன் பிரகாசிக்கிறது என்பதற்கு முரணாகாது. "சூரிய ஒளி ஒரு கரிய பரப்பில் பட்டுப் பிரதிபலிப்பதாலும் அது வெள்ளையாகவே இருக்கும். சந்திரப் பரப்பை கருமையான வெல்வெட் துணி கொண்டு போர்த்தி விட்டாலும் ஒரு வெள்ளித்தட்டு போன்றே அது தோன்றும்" என்று டிண்டல் என்பார் தமது "ஒளி" என்ற நூலில் கூறுகிறார். சராசரியாக சந்திரப் பரப்பின் பிரதிபலிக்கும் தன்மை, ஒரு கரிய எரிமலைப் பாறையின் பிரதிபலிக்கும் தன்மையை ஒத்தது.

பள்ளிக்கூடத்திலுள்ள பூமி உருண்டை போலவே தெரியும் என்ற தவறுதலான எண்ணம் அநேகருக்கு உள்ளது. அவ்வாறேதான் பூமியின் கண்டங்களையும் மற்ற எல்லைக்கோடுகளையும் காண்பிக்க விரும்பும் சித்திரக்காரர்களும் வரைகிறார்கள். இது வெறும் கற்பனையே. இம்மாதிரி ஒன்றும் தெரியாது. பூமியின் பரப்பில் பாதியை மேகங்களே மறைத்துவிடுகின்றன. இன்னும் நம் வாயுமண்டலம் சூரியக் கதிர்களை அதிதீவிரமாகச் சிதற அடிக்கிறது. ஆகவே வெள்ளி போன்று அவ்வளவு பிரகாசமாகவும் உள் நுழைய முடியாததாகவும் நம் பூமியும் தோன்றும். கெ.ஆ. திகாவ் என்ற சோவியத் வானியலாளர் இது பற்றி ஆராய்ந்து கூறுவதாவது:

"வெளியிலிருந்து பூமியை நோக்கும் போது வெள்ளையான ஆகாயம் போன்ற ஒரு தட்டையே காண்போம். புறப்பரப்பின் வேறு எந்த விபரமும் தெரியாது. சூரிய ஒளியின் பெரும் பகுதி பூமியின் பரப்பை அடையுமுன்பே வாயுமண்டலத்தால் சிதறியடிக்கப்படுகிறது. பூமியின் பரப்பிலிருந்து பிரதிபலிக்கப்படும் ஒளியும், வாயுமண்டலத்தால் மீண்டும் சிதறியடிக்கப்பட்டு வலுவிழக்கிறது."

இவ்வாறு சந்திரன் தன் புறப்பரப்பின் விபரங்களை எல்லாம் காண்பித்த போதிலும் நம் பூமி மட்டும் தன் புறப்பரப்பின் விபரங்களை பிரகாசிக்கிற வாயுமண்டலம் என்ற போர்வையினடியில் சந்திரனிடமிருந்து, ஏன், இப்பிரபஞ்சமுழுவதிலும் இருந்தே மறைத்துக் கொள்கிறது.

பூமிக்கும் சந்திரனுக்கும் உள்ள வித்தியாசம் இது ஒன்று மட்டுமல்ல, நமது ஆகாயத்தில் சந்திரன் உதயமாகிறது, அஸ்தமிக்கிறது. நட்சத்திரங்களுடன் அதுவும் சேர்ந்து நகருகிறது. ஆனால் சந்திர வானில் பூமி இவ்வாறு செய்வதில்லை. அது உதிப்பதில்லை. அஸ்தமிப்பதில்லை. நட்சத்திரங்களுடன் சேர்ந்து நகருவதுமில்லை. சந்திரனின் ஒவ்வொரு பாகத்துக்கும் அது ஒவ்வொரு நிலையான இடத்தில் அநேகமாகச் சலனமற்று ஆகாயத்தில் தொங்கும். ஆனால் பூமிக்குப் பின்னால் நட்சத்திரங்கள் மெதுவாக நகரும். சந்திரன் எப்போதும் தன் ஒரே முகத்தையே பூமிக்குக் காட்டுகிறது என்று முன்கூறிய உண்மையே இதன் காரணம். சந்திரனிலிருந்து பார்ப்பவருக்கு பூமி ஆகாயத்தில் நிலையாக இருப்பதாகத் தோன்றும். உதாரணமாக ஒரு எரிமலைவாய்க்கு நேர் மேலே உச்சியில் பூமி இருப்பதாய்த் தெரிந்தால் அது அவ்விடத்தை விட்டு நகராது. அடிவானில் இருப்பதாகத்

தோன்றினால் அங்கேயே எப்போதும் இருக்கும். ஆனால் முன்கூறிய 'ஊசலியக்கம்' காரணமாகச் சிறிது சலனம் ஏற்படும். பூமி வட்டத்துக்குப் பின்னால் நட்சத்திரங்கள் 27 1/3 நாட்களிலும் சூரியன் 29 ½ நாட்களிலும் இவ்வாறு பிற கிரகங்களும் சுற்றுகின்றன. ஆனால் பூமி மட்டும் கரிய ஆகாயத்தில் ஒரே இடத்தில் நிலையாகத் தொங்கும்.

இவ்வாறு பூமி நிலையாக இருப்பதாகத் தோன்றினும் அது தனது அச்சில் 24 மணிக்கு ஒருமுறை விரைவாகச் சுற்றிக் கொண்டுதான் இருக்கிறது. நம் வாயுமண்டலம் மட்டும் ஒளி ஊடுருவக்கூடிய பொருளாயிருந்தால் விண்வெளிப் பிரயாணிகளுக்கு நம் பூமி ஒரு நல்ல கடிகாரமாயிருக்கும். சந்திரப் பிறைகள் போல் பூமிக்கும் பிறைகள் உண்டு. ஆகவே சந்திர வானில் அது எப்போதும் முழு வட்டமாகத் தென்படுவதில்லை. சந்திரனுக்குத் தெரிகிற சூரிய ஒளிபடும் பூமியின் பகுதியைப் பொருத்து அது வரை வட்டமாகவோ குறை வட்டமாகவோ, ஒடுங்கிய வில் பிறையாகவோ, அகன்ற பிறையாகவோ தோன்றுகிறது. சூரியன் பூமி சந்திரன் இவைகள் ஒன்றுக்கொன்று எந்நிலைகளில் இருக்கின்றன என்பதைக் காட்டும் படம் வரைந்தால் சந்திரப் பிறைகளும் பூமிப் பிறைகளும் ஒன்றுக்கொன்று நேர் எதிரான கலைகளைக் காட்டுகின்றன என்று தெரியும்.

நமக்கு அமாவாசை தினத்தன்று சந்திர லோகவாசிக்கு பூமி முழுவட்டமாக, "பௌர்ணமிப்பூமி" யாகத் தோன்றும். இவ்வாறு நமக்குப் பௌர்ணமத் தோன்றும். இவ்வாறு நமக்குப் பௌர்ணமியானால் அங்கு "அமாவாசைப் பூமி" (படம் 51). நாம் அமாவாசைக்குப்பின் பிறையைப் பார்க்கும் போது சந்திரலோகவாசி

படம் 51. சந்திரலோகத்தில் "அமாவாசைப் பூமி" கறுத்த பூமி வட்டத்தைச் சுற்றி அதன் ஒளிரும் வாயும்மண்டலம் இருக்கிறது.

“தேய்பிறை” பூமியை அதாவது பூமியில் உள்ள நமக்குச் சந்திரனின் எப்பகுதி தெரியவில்லையோ அதைக் காண்கிறான். பூமிப் பிறைகள் சந்திரப் பிறைகள் போன்று அவ்வளவு திடீர் மாற்றங்களை அடைவதில்லை. பூமியின் வாயுமண்டலம் பகல் இரவாவதையும் இரவு பகலாவதையும் படிப்படியாக நிகழச் செய்கிறது. இதையே பூமியிலுள்ள நாம் சந்திவெளிச்சம் என்கிறோம்.

பூமிப் பிறைகளுக்கும் சந்திரப் பிறைகளுக்கும் இன்னும் ஒரு வித்தியாசம் இருக்கிறது. அமாவாசையன்று நாம் சந்திரனைக் காணவே முடியாது. அப்போது அது சுமார் 50 அல்லது தன் விட்டம் போல் 10 மடங்கு அளவு சூரியனுக்கு மேலோ கீழோ இருப்பதால் சூரிய ஒளி படும் சந்திரப்பகுதியினை நாம் பார்க்க இயலும். என்றாலும், சூரியப்பிரகாசத்தில் சந்திரனின் அம்மங்கிய வெள்ளிக்கீற்று மறைந்து விடுவதால் நாம் காண முடிவதில்லை. அமாவாசைக்குப்பின் இரண்டு தினங்கள் கழிந்து சந்திரன் சூரியனிடமிருந்து போதிய அளவு விலகியிருக்கும் போதே நாம் பார்க்க முடிகிறது. வசந்த காலங்களிலோ ஏதோ சில அபூர்வமான சந்தர்ப்பங்களில் மட்டும் ஒரு நாள் கழிந்ததுமே பார்க்க முடிகிறது. ஆனால் சூரியக் கதிர்களை சிதற அடிக்க

படம் 52. சந்திரவானில் “வளர்பிறைப்பூமி”. அதன் கீழுள்ள வெள்ளைத் தட்டு தான் சூரியன்

வாயுமண்டலம் இல்லாததால் சந்திரனிலிருந்து "அமாவாசைப் பூமி" யைப் பார்க்கும் போது இவ்வாறு நிகழாது. அங்கே நட்சத்திரங்களும் பிற கிரகங்களும் சூரிய ஒளியில் மறைந்துவிடா. ஆகவே சூரியனுக்கு எதிரில் பூமி இல்லாத போது (அதாவது கிரகண காலங்களில் போலன்றி சற்று மெலோ கீழோ இருக்கும் போது) நட்சத்திரங்கள் நிறைந்த கரிய பின் திரையில் படம் 52ல் உள்ளது போல் தன் விளைவுகள் சூரியனிலிருந்து விலகியிருக்கிறபடி பிறையாகப் பூமி தென்படும். பூமி சூரியனிலிருந்து இடப்புறம் நகரும் போது இப்பிறையும் பின் தொடரும்.

ஒரு சிறு தொலைநோக்கி வழியே சந்திரனைப் பார்க்கும் போது காணப்படும் இது போன்ற ஒரு நிகழ்ச்சி கீழே விவரிக்கப்படுகிறது. பௌர்ணமியன்று நாம் சந்திரனை முழு வட்டமாகப் பார்ப்பதில்லை. சந்திரன் சூரியன் இவற்றின் மையங்களைச் சேர்க்கும் கோடு பார்ப்பவரது கண்ணின் வழியே செல்வதில்லை.

ஆதலால் சந்திரனில் பிறை போன்ற பாகம் இல்லாதிருக்கிறது. இப்பாகம் ஒரு இருண்ட துண்டாக சந்திரன் வலப்புறம் நகரும்போது இடப்புறம் நகருகிறது. ஆனால் சந்திரனும் பூமியும் ஒன்றுக்கொன்று நேர்மாறான கலைகளைக் காட்டுகின்றன. இத்தருணத்தில் சந்திரலோகவாசி "அமாவாசைப் பூமி" யின் கீற்றுப்போன்ற பிறையை காண்கிறான். சந்திரனின் ஊசலியக்கங்கள் காரணமாக சந்திரவானில் பூமி முற்றிலும் நிலையாக இருப்பதில்லை என்று ஏற்கனவே கூறப்பட்டுள்ளது. அதனுடைய சராசரி இருப்பிடத்திலிருந்து

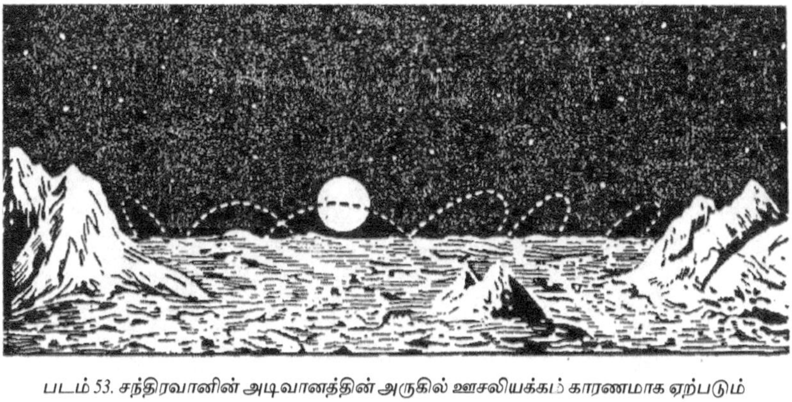

படம் 53. சந்திரவானின் அடிவானத்தின் அருகில் ஊசலியக்கம் காரணமாக ஏற்படும் பூமியின் மெதுவான இயக்கங்கள். புள்ளிக் கோடுகள் பூமியில் மையம் நகரும் பாதையைக் காட்டுகின்றன

வடதென் திசையின் 14^0 களும் கிழமேல் திசையில் 16^0 களும் விலகுகிறது. சந்திரனில் தொடுவானிற்கு மேல் எப்போதெல்லாம் பூமி காணப்படுகிறதோ அப்போதெல்லாம் அது அஸ்தமிப்பதும் உதிப்பதும் வினோதமான வளைந்த பாதை வழியே நிகழ்கின்றன *(படம் 53)* வானின் குறுக்கே செல்லாது தொடுவானில் ஒரு குறிப்பிட்ட புள்ளியில் பூமி உதித்து அஸ்தமிப்பது தொடர்ந்து பல பூமிநாட்களுக்கு நிகழலாம்.

சந்திரனில் கிரகணங்கள்

சந்திர வானில் தோன்றும் நிகழ்ச்சிகளில் மற்றொன்றான கிரகணம் என்பதைப் பற்றி இப்போது கூறுகிறேன். சந்திரனில் இரு கிரகணங்கள் உள்ளன. சூரிய கிரகணம் ஒன்று, "பூமி கிரகணம்" மற்றொன்று. நாம் பார்க்கும் சூரிய கிரகணம் போன்று இல்லாவிடினும் முன்னது மிகவும் விசேஷமாய்க் குறிப்பிடத்தக்கது. நாம் பூமியில் சந்திர கிரகணம் பார்க்கும் போது அது நிகழ்கிறது. அப்போது சந்திரன் சூரியன் இவற்றின் மையங்களைச் சேர்க்கும் நேர்கோட்டில் பூமி இருக்கிறது. அதனால் பூமியின் நிழலில் சந்திரன் மறைந்து விடுகிறது. இச்சமயத்தில் சந்திரனைப் பார்த்திருப்பவர்கள் சந்திரனில் அறவே வெளிச்சம் இல்லாது போகவில்லை என்பதையும் அது பார்வைக்கே தெரியாது போய் விடவில்லை என்பதையும் கவனித்திருப்பார்கள். கூம்பு போல் விழும் பூமியின் நிழலை ஊடுருவி வரும் செந்நிறக் கதிர்களில் சந்திரன் தெரிகிறது. இச்சமயத்தில் நாம் சந்திரனை அடைந்து பூமியை நோக்கினால் இச் செந்நிற ஒளியின் காரணம் விளங்கும். சந்திர வானில் சிறிய பிரகாசமான சூரியனுக்கு முன்னால் செந்நிற ஒளியுடைய வாயுமண்டலம் சூழ்ந்த கரிய தட்டுப்போல் பூமி காட்சியளிக்கும். பூமி விளிம்பைச் சுற்றியுள்ள இச் செந்நிற ஒளியே நிழலால் இருண்ட சந்திரன் மேல் விழிகிறது. *(படம் 54).*

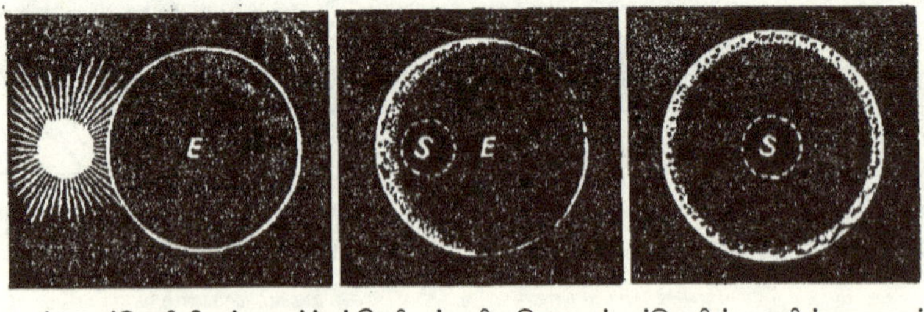

படம் 54. சந்திரனிலிருந்து பார்க்கத் தெரியும் சூரிய கிரகணம். சந்திரனின் வானில் அசைவற்று தொங்குகின்ற பூமி (பூ) த்தட்டுக்குப் பின்னால் சூரியன் (சூ) மெதுவாகப் புகுகிறது.

பூமியில் உள்ள நமக்குச் சூரிய கிரகணம் சில நிமிடங்களே. ஆனால் சந்திரனிலோ சூரிய கிரகணம் நான்கு மணிகளும் இதற்கு மேலும் கூட, அதாவது நமக்குச் சந்திர கிரகணங்கள் நீடிக்கிற கால அளவுக்கு நீடிக்கும். ஏனெனில் உண்மையில் இவை சந்திர கிரகணங்களே. ஆனால் அவை பூமியிலிருந்து அல்லாமல் சந்திரனிலிருந்து பார்க்கப்படுகின்றன.

'பூமி கிரகண" ங்களைப் பொறுத்தவரை, அவை அவ்வளவு குறிப்பிடத்தக்கவையல்ல. இன்னும் சொல்லப்போனால் கிரகணங்கள் என்ற பெயருக்கே தகுதியுடையவையல்ல. நமக்குச் சூரிய கிரகணம் ஏற்படும் போது சந்திரனில் அவை ஏற்படுகின்றன. சந்திரனிலுள்ள ஒருவன் பெரிய பூமி வட்டத்தில் ஒரு சிறு கருப்பு வட்டம் நகர்ந்து செல்வதைக் காண்பான். இவ்வட்டம் பூமி மீது நகர்ந்து செல்லும் போது பூமியில் உள்ளவர்கள், சூரிய கிரகணத்தைக் காண்பார்கள்.

சூரியமண்டலத்தில்வேறுஎங்கும்இம்மாதிரிசூரியகிரகணங்களைப் பார்க்கவே முடியாது. இதற்குக் காரணம் தற்செயலானதே. அது என்னவென்றால் சூரியனுக்கும் பூமிக்கும் இடையில் வரும் சந்திரனின் விட்டம் சூரியனின் விட்டத்தில் எத்தனை பங்கு சிறியதோ அத்தனை பங்கு அது சூரியனை விட நமக்கு அருகில் இருக்கிறது. வேறு எந்தக் கிரகத்திலும் இவ்வாறு அமையவில்லை.

வானவியலார் கிரகணங்களைக் கூர்ந்து கவனிப்பது ஏன்?

மேலே சொன்ன தற்செயலான விஷயத்தால் சந்திரனைத் தொடர்ந்து செல்லும் அதன் நீண்ட கூம்பு வடிவ நிழல் பூமியைத் தொடுகிறது. (படம் 55) உண்மையில் சந்திர நிழலின் சராசரி நீளம் சந்திரனுக்கும் பூமிக்கும் இடையே உள்ள சராசரி தூரத்தை விடக் குறைவு. இந்தச் சராசரி தூரங்களை மட்டுமே நாம் கருத்தில் கொண்டால், பூரண சூரிய கிரகணம் என்பதே இராது. சந்திரன் பூமியைச் சுற்றி ஒரு நீள்வட்டமான பாதையில் நகருவதாலேயே அவை ஏற்படுகின்றன. சில நிலைகளில் சந்திரன் வேறு எந்த நிலைகளையும் விட 42,200 கி.மீ பூமியின் அருகில் இருக்கிறது. சந்திரன் இப்பதையில் சுற்றிவரும் போது பூமியில் இருந்து 363,300 கி.மீ முதல் 405,500 கி.மீ தூரம் வரையில் இருக்கிறது.

பூமியின் குறுக்காகச் செல்லும் சந்திரனின் நிழலின் நுனி தீட்டுவதே "சூரிய கிரகணம் தெரியும் பகுதி". இது ஒரு பொழுதும் கி.மீக்கு அதிக அகலமாக இருப்பதில்லை. ஆகவே சூரிய கிரகணம் தெரியக்கூடிய

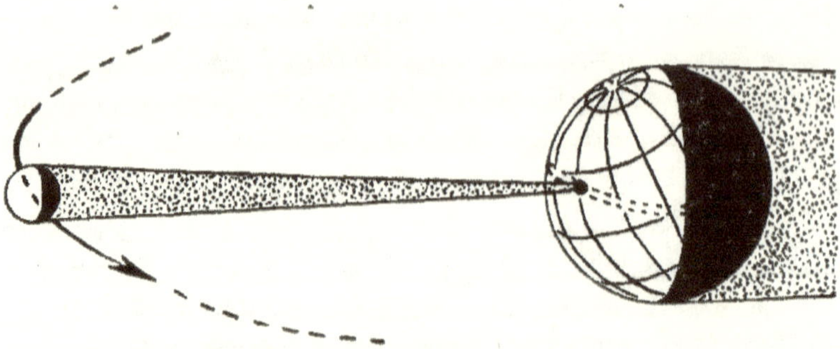

படம் 55. சந்திர நிழலின் கூம்பின் நுனி பூமியின் பரப்பில் நிழல் பாதையை வரைகிறது. இங்கிருந்து தான் சூரிய கிரகணங்க்ள் தெரிகின்றன.

அதிருஷ்டம் பெற்ற இடங்கள் கொஞ்சமே. அதோடு சூரிய கிரகணம் மையையும் சேர்த்துக் கவனித்தால் பூர்ண சூரிய கிரகணம் என்பது எவ்வளவு அபூர்வமான நிகழ்ச்சி என்பது தெரியும். பூர்ண சூரிய கிரகணம் உலகின் எப்பகுதியிலும் 200 முதல் 300 வருடங்களுக்கு ஒரு முறையே ஏற்படுகிறது.

இதனால் தான் வானவியலார் பூர்ண சூரிய கிரகணத்தைத் தேடி அலைகின்றனர். அது தெரியக்கூடிய இடம் எவ்வளவு தொலைவில் இருப்பினும் ஆராய்ச்சிக்குழுவினர் செல்கின்றனர். 1936 ஜூன் 19ம் தேதி ஏற்பட்ட சூரிய கிரகணம் சோவியத் யூனியனின் எல்லைக்குள் மட்டுமே தெரிவதாயிருந்தது. அதுவும் இரண்டு நிமிடங்களுக்கு மட்டுமே. இதற்காகப் பத்து நாடுகளைச் சேர்ந்த எழுபது விஞ்ஞானிகள் சிரமத்தைப் பொருட்படுத்தாது சோவியத் யூனியனுக்கு வந்தார்கள். மேகம் மூடியிருந்ததன் காரணமாக நான்கு குழுவினரின் முயற்சிகள் வீணாயின. இதில் சோவியத் யூனியனைச் சேர்ந்த வானியலார் மிக அதிகப் பங்கு எடுத்துக் கொண்டனர். பூர்ணகிரகணம் தெரியுமிடங்களுக்கு முப்பது ஆராய்ச்சிக் குழுவினர் சென்றனர்.

1941 ல் கூட போர் நடந்து கொண்டிருக்கும் போதும் அஸோவ் கடல் முதல் ஆல்மா ஆடா வரை சூரிய கிரகணம் தெரியக்கூடிய பகுதிக்கு சோவியத் அரசு ஆராய்ச்சிக் குழுவினர்களை அனுப்பி வைத்தது. 1947 ம் ஆண்டு மே மாதம் 20 ஆம் தேதி அன்று நிகழ்ந்த சூரிய கிரகணத்தை ஆராய பிரேஸிலுக்கு ஒரு சோவியத் ஆராய்ச்சிக்குழு சென்றது. 1952 பிப்ரவரி 25, 1954 ஜூன் 30, 1961 பிப்ரவரி 15 தேதிகளில் நிகழ்ந்த சூரிய கிரகணங்களை ஆராய சோவியத் நாட்டில் பெரு முயற்சிகள் எடுக்கப்பட்டன. 1965 மே 30ம் தேதியன்று சோவியத் ஆராய்ச்சிக்

குழுவினர், பஸிபிக் மாகடலின் தென் மேற்குப் பகுதியிலுள்ள மானாவே என்னும் சிறிய தீவில் நிகழ்ந்த சூரிய கிரகணத்தைக் கவனித்தனர்.

மூன்று சூரிய கிரகணங்களுக்கு இரண்டு சந்திர கிரகணங்களே ஏற்பட்டாலும், சந்திர கிரகணங்கள் அடிக்கடி தென்படுகின்றன. இது ஏதோ புதிர் போலிருக்கிறதல்லவா? இதன் காரணத்தை எளிதில் விளக்கிடலாம்.

பூமியில் சூரிய கிரகணம் தெரியும் பகுதியே மிகவும் குறைவு. இதிலும் பூரண சூரிய கிரகணம் தெரியும் பகுதி இன்னும் குறவு. மீதியிடங்களில் சூரிய கிரகணம் அரைகுறையாகவே இருக்கும். மேலும் சூரிய கிரகணம் தெரியும் இடங்களிலும் அது நிகழும் நேரம் ஒன்று போலில்லை. ஒன்று போலில்லை என்பது நேரம் கணக்கிடுவதில் உள்ள வித்தியாசத்தால் அல்ல, ஆனால் சந்திரனின் நிழல் பூமியின் வெவ்வேறிடங்களில் வெவ்வேறு சமயங்களில் விழுவதால் சந்திர கிரகணம் முற்றிலும் வேறு விஷயம். உலகில் பாதி பாகத்தில் ஒரே சமயத்தில் அதைக் காண முடியும் அதாவது எங்கெல்லாம் சந்திரன் தொடுவானிற்கு மேலேயிருக்கிறதோ அங்கெல்லாம் காண முடியும். கிரகணத்தின் பல கட்டங்களும் ஒரே சமயத்தில் நிகழ்கின்றன. ஏற்படுகிற ஒரே ஒரு வித்தியாசமும் நேரம் கணக்கிடும் முறையில்தான்.

அதனால் தான் சந்திர கிரகணத்துக்காக வானவியலார் அலைவதில்லை. அவைகள் தாமாகவே வருகின்றன. ஆனால் வெகுதூரம் பிரயாணம் செய்தும் சூரிய கிரகணங்களை "வலை வீசிப் பிடிக்கிறார்கள்." ஏதோசில நிமிடங்களேபார்க்க முடியப் போகிறதற்காக இவ்வளவு செலவில் ஆராய்ச்சிக் குழுவினர் செல்வது அவசியமா? சந்திரன் தானே வந்து சூரியனை மறைப்பதற்காகக் காத்திராமல் நாமே சோதனைகள் நடத்த முடியாதா? தொலைநோக்கிக்கும் சூரியனுக்கும் இடையில் ஒரு ஒளி புகாத் தட்டைச் செயற்கையாக ஒரு சூரிய கிரகணத்தை உண்டுபண்ணினால் என்ன? அப்படியானால் இவ்வளவு சிரமப்படாமலேயே சூரிய கிரகணத்தின் போது வானியலாரை மிகவும் கவரும் சூரியனின் வெளிப்பகுதிகளை கவனித்துவிடலாமே.*

ஆனால் இம்மாதிரி மனித முயற்சியில் உண்டாகும் கிரகணம் சந்திரன் சூரியனை மறைக்கும் போது ஏற்படும் விளைவை உண்டாக்குவதில்லை. நம் பார்வைக்கு வருவதற்குள் சூரியக் கதிர்கள் வாயுமண்டலத்திற்குள் வந்து வாயுத் துகள்களினால் சிதற அடிக்கப்படுகின்றன. இதனால் தான் பகற்பொழுதில் கவிழ்த்து வைத்த கிண்ணம் போன்ற நீல வானைப் பார்கிறோம்.

இவ்வாயு மண்டலம் மட்டும் இல்லாவிட்டால் பகற்பொழுதில் கூட நட்சத்திரம்க்கள் பதித்த கரிய வானையே பார்க்க முடியும். நாம் சூரியனை மறைத்தாலும் கூட வாயுமண்டலம் என்ற கடலின் அடியில் இருக்கிறோம். நம் கண்களை சூரிய ஒளி நேராகப் படுவதினின்று மறைத்துக் கொண்டாலும் நமக்கு மேலுள்ள வாயுமண்டலத்தில் சூரிய ஒளி நிரம்பி அது சிதற அடிக்கப்பட்டு நட்சத்திரங்கள் மறைக்கப்படுகின்றன. இவ்வாறு சூரியனை மறைக்கும் திரை வாயுமண்டலத்துக்கு வெளியே இருக்குமானால் இவ்வாறு நிகழாது. சந்திரன் ஒரு விதத்தில் இம்மாதிரித் திரையாகும். வாயுமண்டலத்தின் மேற்பரப்பு பூமியிலிருந்து உள்ள தூரத்தைப் போல் இது ஆயிரம் மடங்கு அதிக தூரத்தில் பூமியிலிருந்து இருக்கிறது. அது சூரியக் கதிர்கள் பூமியின் வாயுமண்டலத்தில் நுழையுமுன்பே அவற்றைத் தடுத்துவிடுகிறது. ஆகவே நிழல் விழும் பாதையில் ஒளிச் சிதறல் ஏற்படாது. இப்படிக்கூறுவதும் முற்றிலும் உண்மையில்லை. ஏனெனில் சுற்றியுள்ள ஒளி விழும் பகுதியால் சிதறப்படும் கதிர்களில் சில நிழல் பகுதிக்குள் ஊடுருவுகின்றன. இதனால் தான் சூரிய கிரகணத்தின் போது வானம் நடு இரவு போன்று கருப்பாயிருப்பதில்லை; மிகவும் பிரகாசமான நட்சத்திரங்கள் மட்டுமே தென்படும்.

சரி, இவ்வாறு முழு சூரிய கிரகணங்களைக் கவனித்து வானவியலார் அறிந்து கொள்ள முற்படுவது என்ன?

முதலில் சூரியனின் வெளி அடுக்குகளில் உள்ள நிற மாலைக் கோடுகளின் ‘விலகலை”க் கவனிக்க முயலுகின்றனர். சந்திரன் சூரியனை மறைத்த பின் ஏற்படும் கரிய பின்திரையில் சூரிய நிறமாலையின் கோடுகள் ஒளிருகின்றன. உட்கிரகிக்கப்பட்ட நிறமாலை வெளியிடப்படுகிறது. இது “திடீர் ஒளியின் நிறமாலை” எனப்படும். இந்நிகழ்ச்சி சூரியனின் வெளி அடுக்குகளைப் பற்றி எவ்வளவோ விஷயங்களைத் தெரிவிக்கிறது. இதனை கிரகணத்தின் போது மட்டுமின்றி வேறு சில குறிப்பிட்ட நிலைகளிலும் காணலாம். ஆயினும் கிரகணத்தின் போது இந்நிகழ்ச்சி மிகத் தெளிவாக இருப்பதால் இப்படி அதிர்ஷ்டவசமாக எற்படும் ஒரு அரிய தருணத்தை நழுவவிடாமல் பயன்படுத்திக் கொள்ள வானவியலார் கவனமாயிருக்கின்றனர்.

சூரிய ஒளிமகுடத்தின் ஆராய்ச்சி இரண்டாவது முக்கிய நோக்கம். முழு சூரிய கிரகணத்தின் போது காணக்கூடிய காட்சிகளில் ஒளிமகுடம் தனி சிறப்பானது. நடுவில் உள்ள சந்திரனின் சூரிய நிழலைச் சுற்றித் தெரியும் சூரிய ஒளிமகுடத்தின் வடிவம் அளவும் வேறுபடுகிறது

படம் 56. முழு சூரிய கிரகணத்தின் போது, சந்திரனின் கரிய தட்டுக்குப் பின்னிருந்து சூரியனில் "ஒளிமகுடம்" ஒலி வீசுகிறது.

(படம் 56). அதிலிருந்து கிளம்பும் ஒளி நாக்குகள் சூரியனின் விட்டத்தை விடப் பல மடங்கு நீளமானவை. அவை வெளிவிடும் பிரகாசம் முழு நிலவின் பாதி அளவாகும்.

1936 ஆம் ஆண்டில் ஏற்பட்ட சூரிய ஒளி மிகப் பிரகாசமாயிருந்தது. முழு நிலவை விடவும் அதிகப் பிரகாசமாயிருந்தது. இம்மாதிரி நிகழ்வது அபூர்வம். தீ நாக்குகள் சற்றுத் தெளிவற்றவையாகும் சூரியனின் விட்டத்தைப் போல் சுமார் மூன்று மடங்கு நீளமும் இருந்தன. முழு ஒளிமகுடமும் நடுவில் சந்திரனின் கரிய நிழலுடன் ஐந்து முனைகள் கொண்ட நட்சத்திரம் போன்றிருந்தது.

சூரிய கிரகணத்தின் போது வானியலார் ஒளிமகுடத்தைப் படம் பிடித்து, அதன் பிரகாசத்தை அளக்கின்றனர். இது அதன் பௌதிக அமைப்பை ஆராய உதவுகிறது.

சமீப காலத்தில் ஏற்பட்டுள்ளதான மூன்றாவது நோக்கம் "சார்புக் கொள்கை" யின் ஒரு விளைவை ஆராய்வதாகும். இக் கொள்கையின் படி நட்சத்திரங்களில் ஒளிக்கதிர்கள் சூரியனைக் கடக்கும் போது அதன் பலமான கவர்ச்சியால் வளைக்கப்படுகின்றன. இதனால் சூரியத் தகட்டின் அருகே நட்சத்திரங்களின் ஒளிக்கதிர்கள் சற்று விலகித் தென்படும். (படம் 57). இதை ஒரு முழு சூரிய கிரகணத்தின் போது பார்க்க முடியும்.

1919, 1922, 1926, 1936 ஆம் ஆண்டு கிரகணங்களின் போது எடுக்கப்பட்ட அளவுகளால் குறிப்பிடத்தக்க பலன் ஒன்றும் கிட்டவில்லை. சார்புக் கொள்கையின் மேற்படி விளைவுக்குப் பரிசோதனை மூலம் இன்னும் நிரூபணம் ஏற்படவில்லை.

வானியலார் தம் வான் ஆய்வுக் கூடங்களை விட்டு வெகு தொலைவான இடங்களுக்கும், வசதிகளற்ற கஷ்டங்கள் நிறைந்த இடங்களுக்கும் சூரிய கிரகணத்தை ஆராயச் செல்ல இவைகளே காரணங்கள்.

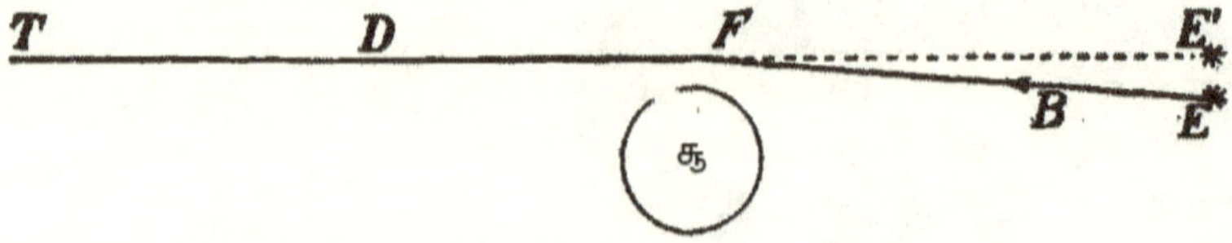

படம் 57. பொது சார்புக் கொள்கையின் ஒரு விளைவு. சூரியனின் கவர்ச்சியால் ஒளிக்கதிர் வளைகிறது. இக்கொள்கைப்படிப் பூமியில் உள்ளவன் Tயிலிருந்து E' என்ற நட்சத்திரத்தை TDFE என்ற நேர் கோட்டில் காண்கிறான். உண்மையில் நட்சத்திரம் Eல் இருந்து, EBFDT என்ற வளைந்த பாதை வழியே தன் கதிர்களை அனுப்புகிறது. சூரியன் இல்லாவிட்டால் E என்ற நட்சத்திரத்திலிருந்து T என்ற பூமியை நோக்கி வரும் ஒளிக் கதிர் ET என்ற நேர்கோட்டின் வழியே செல்லும்.

1887 ஆம் ஆண்டு ஆகஸ்ட் 18ல் ஏற்பட்ட சூரிய கிரகணத்தைப் பற்றிய ஒரு அழகான வர்ணனை கொரோலென்கோ என்பவரது, “கிரகணம்” என்ற நூலில் காணப்படுகிறது.

வோல்கா நதிக் கரையிலுள்ள யூர்யெவெட்ஸ் என்ற ஊரிலிருந்து தெரிந்த அந்தக் கிரகணத்தின் வர்ணனை கீழே தரப்படுகிறது.

“சூரியன் மேகத் திரைக்குள் மூழ்கி மறுபடியும் வெளி வருகிறது. இப்பொழுது சூரியன் கண்ணுக்குத் தெரிகிறது. கண்ணைக் கூசவைக்கும் அதன் பிரகாசத்தை காற்றிலுள்ள இலேசான பனி குறைக்கிறது.

“நிசப்தம், இங்கு மங்கும் வேகமாகப் பெருமூச்சு விடும் சப்தம் மட்டுமே கேட்கிறது.

”அரைமணி நேரம் கழிகிறது. பகற்பொழுது எப்பொழுது போலவே பிரகாசமாயிருக்கிறது. மேகங்கள் சூரியனை மூடுவதும் விலக்குவதுமாக இருக்கின்றன.

”எல்லோரினும் இளைஞர்கள் மிக்க ஆவலாயும் உற்சாகம் நிறைந்தவர்களாயும் இருக்கிறார்கள்.

“கிழவர்கள் பெருமூச்சு விடுகிறார்கள். சில கிழவிகள் விம்முகின்றனர். பல்லவியால் அவதிப்படுபவர்கள் போல் அவர்களில் சிலர் முனகுவதும் கூச்சலிடுவதுமாக இருக்கிறார்கள்.

“பகல் வெளிச்சம் மெதுவாகக் குறையத் தொடங்குகிறது. முகங்களில் அச்சத்தின் அறிகுறிகள் தென்படுகின்றன. மனிதர்களின் நிழல்கள் மங்கலாகத் தெளிவற்று விழுகின்றன. இறுதியில் செல்லும் கப்பல் ஏதோ கனவில் காணுவது மேலே இருக்கிறது. வெளிச்சம் குறைவது தெரிகிறது. ஆயினும் மாலையில் விழும் ஆழ்ந்த நிழல்கள்

இல்லை. இந்த அந்தி வெளிச்சம் ஏதோ வினோதமாயிருக்கிறது. இயற்கைக் காட்சி எதிலோ மறைந்து விட்டது போலும், மலைகள் தங்கள் கனத்தை இழந்து விட்டது போலும் தோன்றுகிறது.

"ஆயினும் பிறைபோன்ற சூரியனின் பகுதி இருக்கும் வரை, இன்று என்னவோ பகல் பொழுது மங்கலாக இருக்கிறது என்ற எண்ணம் மட்டுமே இருக்கிறது கிரகணத்தின் போது ஏற்படும் இருளைப் பற்றிய கதைகள் சற்று மிகைப் படக்கூறப்பட்டவை என்று எனக்குத் தோன்றுகிறது.

'கடைசியாகத் தெரியும், மெழுகுவர்த்தி போன்ற இதுவும் மறைந்துவிட்டால் உடனே திடீரென இரவு வந்து விடுமா என நான் சிந்திக்கிறேன்.

"இதோ அந்தக் கடைசிப் பொறியும் மறைந்து விட்டது. திடீரென்று அது வெடித்துச் சிதறி பொன்மழை போல் பெய்து ஒரு கணத்தில் மறைந்து விட்டது. பூமியை இருள் விழுங்கியது. அந்திப் பொழுதுக்கும் இரவுக்கும் இடையில் உள்ள கண நேரத்தைக் கவனித்தேன். பிறகு வேகமாக இருள் கவியத் தொடங்கியது. தெற்கிலிருந்து ஒரு பெரிய திரைச்சீலை, வயல், ஆறு, குன்று வானம் எங்கள் எல்லோரையும் மூடிக் கொண்டு வடக்கே செல்வது போல் தோன்றியது. நான் நின்று கொண்டிருந்த உயரக் குறைவான கரையிலிருந்து கூட்டத்தைக் கவனித்தேன். மயான அமைதி எங்கும் நிலவியது, மனித உருவங்கள் இருளில் ஒன்றாயின.

"ஆனால் இது சாதாரண இரவல்லவே. வழக்கமான நீல வானில் வெள்ளி நிலவைக் காண விழைந்தன கண்கள். ஆனால் நீலவானும் இல்லை, வெள்ளி நிலவும் இல்லை. கண்ணிற்குத் தெரியாத அளவு மிகச் சன்னமான சாம்பலை மேலேயிருந்து பூமிமேல் தூவியது போலவும், எண்ணற்ற மிக மெல்லிய கோடுகள் காற்றில் தொங்குவது போலவும் இருந்தது. பக்கவாட்டில் காற்றுஅடித்து சற்றுமுன் அமைந்த நிலையை ஓரளவு குறைத்தது. இக்குழப்பங்களுக்கு அப்பால் தலைக்கு மேல் மேகங்கள் ஒன்றோடொன்று முட்டிச் சண்டையிட்டு ஓடிக் கொண்டிருந்தன. ஒரு கரிய வட்டமான பொருள் பிரகாசமான சூரியனுக்குக் குறுக்கே சிலந்தி போல் பின்னியிருந்தது. இரண்டும் மேகங்களுக்கு மேலே மிக உயரத்தில் இருந்தன. கரிய திரைக்குப் பின்னிருந்து வந்த ஒரு ஒளிக் கற்றே கீழேயுள்ள காட்சிகளுக்கு உயிரூட்டியது. அமைதியற்று சப்தமின்றி வானில் மிதந்து சென்று கொண்டிருந்த மேகங்கள் இம் மாயத்தோற்றத்தை மிகைப்படுத்தின."

தற்கால வானியலாருக்குச் சூரிய கிரகணத்துடன் உள்ளது போன்று அவ்வளவு ஈடுபாடு சந்திர கிரகணத்துடன் இல்லை. நம் முன்னோர்களுக்கு பூமியின் உருண்டை வடிவத்திற்கான ஆதாரம் சந்திர கிரகணத்தில் இருப்பது தெரியும். இக் கருத்து மகெல்லனின் கடற் பயணத்தின் போதே இருந்திருக்கிறது. பசிபிக் மாகடலில் நீண்ட பயணத்துக்குப் பின் அக்கப்பல் மாலுமிகள் இனித் தரையைக் காண்பதேது என்று மனம் தளர்ந்து விட்டனர். மகெல்லன் மட்டுமே மனம் தளரவில்லை. அவரது தோழர் அது பற்றி எழுதுவதாவது: "நமது மதக் கோட்பாடுகளின் படி பூமி நீரால் சூழப்பட்ட ஒரு பரந்த வெளி எனினும் சந்திர கிரகணத்தின் போது அதில் விழும் நிழல் வட்டமாயிருப்பதால் அந் நிழல் எப்பொருளுடையதோ அதுவும் வட்டமாகத் தான் இருக்க வேண்டும் என்று மகெல்லன் வாதித்தார்." பழைய வான நூல்களில் சந்திரன் மீது விழும் நிழல் பூமியின் வடிவத்தைப் பொறுத்திருக்கிறது என்பதைக் காட்டும் படங்கள் கூட உள்ளன (படம் 58).

தற்காலத்தில் இத்தகைய நிரூபணங்கள் தேவையில்லை. சந்திர கிரகணம், சந்திரனின் பிரகாசம், நிறம் இவற்றால் பூமியின் வாயு மண்டலத்தின் மேல் அடுக்குகளின் அமைப்பை அறிந்து கொள்ள உதவுகிறது. தனது இருப்பு அறவே தெரியாதபடி சந்திரன் பூமியின் நிழலுக்குள் மறைந்து விடுவதில்லை. வளைந்து செல்லும் சூரியக் கதிர்களால் அது கண்ணுக்குத் தெரிகிறது. இத்தருணங்களில் சந்திர ஒளியின் பிரகாசமும், நிறமும் வானியல் சம்பந்தப்பட்டவரை மிக முக்கியமானவை. இவற்றுக்கும் சூரியக் களங்கங்களின்

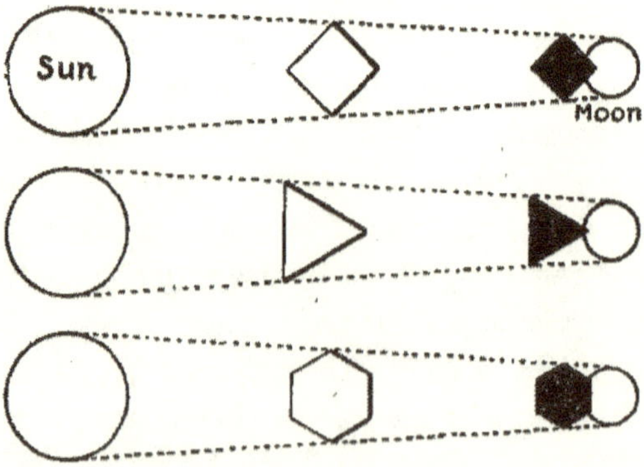

படம் 58. சந்திரன் மீது விழும் பூமியின் நிழலின் வடிவத்தைக் கொண்டு பூமியின வடிவை நிர்ணயிக்கலாம் என்று காட்டும் ஒரு பழங்காலப்படம்.

எண்ணிக்கைக்கும் தொடர்பு உண்டு என்று கண்டுபிடிக்கப்பட்டுள்ளது. மேலும் சூரிய வெப்பம் இல்லாவிட்டால் சந்திரனின் பரப்பு எவ்வளவு சீக்கிரம் குளிரும் என்று அளக்கவும் சமீபகாலத்தில் சந்திர கிரகண நிகழ்ச்சிகள் பயன்படுத்தப்படுகின்றன.

ஒவ்வொரு பதினெட்டு வருடங்களிலும் ஒரே கிரமத்தில் கிரகணங்கள் நிகழ்வதேன்?

நம் காலத்துக்கு வெகு முன்பே பாபிலோனியர்கள் சூரிய சந்திர கிரகணங்கள் எல்லாம் 18 வருடங்கள் 10 நாள்களுக்கு ஒரு முறை ஒரே சீராகத் திரும்பித் திரும்பி நிகழ்கின்றன என்பதைக் கவனித்திருந்தனர். இக்காலப் பகுதியை அவர்கள் "ஸரோஸ்" என்று அழைத்தனர்; இதனைப் பயன்படுத்தி அடுத்த கிரகணம் எப்போது ஏற்படும் என்று சொல்லவும் திறமை பெற்றிருந்தனர். ஆயினும் இவ்வாறு குறித்த காலத்துக்கு ஒருமுறை கிரகணம் வந்து, குறிப்பிட்ட நேரமே நீடிப்பதன் காரணத்தை அவர்கள் உணரவில்லை. சந்திரனின் இயக்கங்களை நன்கு கவனித்து வெகு காலத்துக்குப் பின்பே இதன் காரணம் கண்டு கொள்ளப்பட்டது.

முதலில் 'சமாகம" மாதம் என்பது. இது **சூரியனிலிருந்து பார்க்கும் போது** பூமியைச் சந்திரன் ஒரு முழு சுற்று சுற்றிவர ஆகும் காலம். இது 29.5306 நாட்கள். இது இரண்டு சம கலைகளுக்கிடையில் உள்ள காலம். உதாரணமாக அமாவாசை முதல் அமாவாசை வரை உள்ள காலம் ஆகும்.

இரண்டாவது 'ட்ராகோனிக்" மாதம். சந்திரன் ஒரு "முடிப்" பிலிருந்து ஒரு சுற்றுச் சுற்றி மறுபடியும் அதை அடைய ஆகும் காலம். "முடிப்பு" என்பது சந்திரன் பூமியைச் சுற்றி வரும் பாதை பூமிப் பாதையின் தளத்தை வெட்டும் புள்ளி. இதற்கு 27.2122 நாட்கள் ஆகின்றன.

பௌர்ணமி சந்திரனோ, அமாவாசைச் சந்திரனோ தன் முடிப்புகளில் ஒன்றை அடையும் போதுதான் கிரகணம் ஏற்படுகிறது என்பது, சற்று யோசித்தால் விளங்கும். அப்போது அதன் மையம், சூரியன் பூமி இவற்றின் மையங்களைச் சேர்க்கும் கோட்டில் இருக்கும். ஆகவே இன்று ஒரு கிரகணம் ஏற்பட்டால் அடுத்த முறை முழு எண்ணிக்கையான சமாகம, ட்ராகோனிக் மாதங்கள் கழியும் போது தான் ஏற்படும். ஏனெனில் அப்போதுதான் கிரகணத்திற்கான நிலைகள் ஏற்படும்.

சரி, இந்தக் காலங்களைக் கணிப்பது எப்படி? இதற்கு 29.5306 X = 27.2122y என்ற சமன்பாட்டை விடுவிக்க வேண்டும். இதில் *x*ம் *y*ம் முழு எண்கள். இச்சமன்பாட்டை *x/y = 272122 / 295306* என்னும் விகிதமாக மாற்றினால் *x*ம் *y*ம் முழு இலக்கமாக வரக்கூடிய குறைந்த பட்ச துல்லியமான மதிப்புகள், $\frac{x}{y} = \frac{272122}{295306}$ அதாவது பல்லாயிரக்கணக்கான ஆண்டுகள். பழைய கால வானியலார் இவ்வளவு துல்லியமாகப் போகாமல் சற்றுச் சுமாராக மதிப்பிட்டனர். தொடர்பின்னம் இந்த சுமாரான மதிப்பை எளிதில் அளிக்கிறது. $\frac{295306}{272122}$ என்பதைத் தொடர் பின்னமாக எழுதவும். ∴ $\frac{295306}{272122} = 1\frac{23184}{272122}$.

முழு எண்ணை நீக்கி பகுதி தொகுதி இரண்டையும் தொகுதியால் வகுக்க, $\frac{295306}{272122} = 1 + \frac{1}{11\frac{17098}{23184}}$ பின் $\frac{17098}{23184}$ என்ற பின்னத்தின் பகுதி தொகுதிகளைத் தொகுதியால் வகுத்து இவ்வாறு தொடர்ந்து செய்து கொண்டே சென்றால் முடிவில்

$$\frac{295306}{272122} = 1 + \cfrac{1}{11 + \cfrac{1}{1 + \cfrac{1}{2 + \cfrac{1}{1 + \cfrac{1}{4 + \cfrac{1}{4 + \cfrac{1}{17 + \cfrac{1}{1 + \cfrac{1}{7.}}}}}}}}}$$

நாம் அடைவது இத் தொடரில் முதல் சிலவற்றை மட்டும் எடுத்துக் கொண்டு மற்றவற்றை விட்டு விட்டால் பின் வரும் சுமாரான மதிப்புக்கள் கிடைக்கின்றன.

$$\frac{12}{11}, \frac{13}{12}, \frac{38}{35}, \frac{51}{47}, \frac{242}{223}, \frac{1019}{939}, \text{etc.}$$

முதலியன. இத்தொடரில் ஐந்தாவது பின்னமே போதிய அளவு துல்லியமானது. இதன்படி *x = 223, y = 242* என்று கொண்டால் ஒரு கிரகணம் மறுமுறை வர *223* சமாகம மாதங்கள் அல்லது *242* ட்ராகோனிக் மாதங்கள், அதாவது *6585 1/3* நாட்கள் = *18* வருடங்களும், *11.3* அல்லது *10.3** நாட்களும். இக் கால அளவே ஸரோஸ் எனப்படுவது. இதிலிருந்து கிரகணங்கள் எப்போது ஏற்படும் என்று முன்கூட்டியே கூறிவிடலாம்.

---

* இது, இந்தக் கால அளவிற்குள் லீப் வருடங்கள் நான்கா, ஐந்தா என்பதைப் பொறுத்தது.

ஸரோஸ் என்பதை *18* வருடங்கள் *10* நாட்கள் எனக் கணக்கிடுவதில் *0.3* நாளைத் தள்ளி விடுவதால் அடுத்த கிரகணம் எப்போது வரும் எனக் கூறும் போது இந்த வித்தியாசம் தெரியும். அதாவது சுமார் *8* மணி நேரம் பின்னால் அதே நாளில் ஏற்படும். ஸரோஸைப் போல் சரியாக மூன்று மடங்கு எடுத்துக் கொண்டால் கிரகணம் அநேகமாகச் சரியாக அதே நேரத்துக்கு ஏற்படும். மேலும் சந்திரனுக்கும் பூமிக்கும் உள்ள தூரம் பூமிக்கும் சூரியனுக்கும் உள்ள தூரம் இவற்றில் நிகழும் மாறுதல்களே சூரிய கிரகணங்கள் முழுமையானவையோ அரைகுறையானவையோ என்று தீர்மானிப்பவை. ஸரோஸ் இத்தூரங்களைக் கணக்கிடுவதில்லை. ஆகவே, ஒரு குறிப்பிட்ட தினத்தில் சூரிய கிரகணம் ஏற்படும் என்று மட்டுமே ஸரோஸின் உதவியால் சொல்ல முடியுமே தவிர அது முழு சூரிய கிரகணமா, அரை குறையான கிரகணமா, கங்கண கிரகணமா, முன்பு தெரிந்த இடத்திலிருந்தே தெரியுமா ஆகிய எதையும் சொல்ல முடியாது.

மேலும் இந்த பதினெட்டு ஆண்டுகளுக்குள் சிலசமயங்களில் மிகச்சிறு அளவில் சூரியகிரகணம் பிடித்து வெகு சீக்கிரம் விட்டுவிடுகிறது. அதைச் சிறிதுகூட பார்க்கவே முடியாது. சிலசமயம் இதுவரை தெரியாத புதிய அரைகுறை கிரகணமும் பார்க்கப்படுகிறது.

தற்கால வானியலார் இந்த ஸரோஸை நம்பியிருப்பதில்லை. பூமியின் உபகிரகத்தின் சலனங்களை நன்கு அறிந்துள்ளபடியால் கிரகணம் பிடிக்கும் நேரத்தை வினாடி துல்லியமாக முன்னரே கூறி விடலாம். இப்படி நிகழப்போவதாக கூறிய கிரகணம் நிகழா விட்டாலும் அதற்குக் காரணம் கணக்கீட்டில் பிழை என்பதல்ல என்று தற்கால வானவியலார் திடமாகக் கூறுவர். இது பற்றி ஜூல்வேர்ன் தனது *"Le pays days fourrures" ("அதழ்நாடு")* எனும் நூலில் குறிப்பிடுகிறார். ஒரு வானியலார் ஒரு சூரிய கிரகணத்தைக் கவனிப்பதற்காகத் துருவத்தை நோக்கிப் பயணமானார். ஆனால் எதிர்பார்த்த கிரகணம் பிடிக்க வேயில்லை. உடனே என்ன முடிவுக்கு வந்தார் தெரியுமா? வந்தவர்களிடம் "நாம் நிற்கிற பனிக்கட்டி தண்ணீரால் அடித்து வரப்பட்டு சந்திரனின் பாதையை விட்டு விலகிவிட்டது. ஆகவே கிரகணம் தெரியவில்லை" என்றார். அவர் கூறியது உண்மை என்று பின்னால் நிரூபிக்கப்பட்டது. விஞ்ஞானத்தின் சர்வ வல்லமையில் விஞ்ஞானிக்கு உள்ள நம்பிக்கைக்கு என்ன அருமையான உதாரணம்.

அது நிகழ முடியுமா?

அஸ்தமிக்கும் சூரியனையும் கிரகணம் பிடித்த சந்திரனையும் ஒரே சமயத்தில் பார்த்திருப்பதாகப் பலர் சொல்கிறார்கள். 4.7.1936ல் பிடித்த அரைகுறை சந்திர கிரகணத்தில் இவ்வாறே நிகழ்ந்தது. "சந்திரன் மாலை 8.31க்கு உதயமாகியது. சூரியன் 8.46க்கு அஸ்தமாகியது. ஆனால் சந்திரன் உதயமாகும் போதே அதாவது சூரியனும் சந்திரனும் அடிவானுக்கு மேல் ஒரே சமயத்தில் தென்பட்டுக் கொண்டிருக்கும் போதே கிரகணம் பிடிக்க ஆரம்பித்துவிட்டது. ஒளிக்கதிர்கள் செல்லும்பாதை நேர்கோடல்லவா? ஆகவே, இது எனக்கு மிக்க வியப்பை அளித்தது" என்று இப்புத்தக வாசகர் ஒருவர் எனக்கு எழுதினார். ஏதோ புதிராய்த் தான் இருக்கிறது. நாம் புகைக் கண்ணாடி வழியே சூரியன் சந்திரன் இவற்றின் மையங்களைச் சேர்க்கும் கோட்டைக் காண முடியாவிட்டாலும், அக்கோடு அவ்வாறு செல்வதாய்க் கற்பனை செய்யமுடியும். பூமி சூரியனிடமிருந்து சந்திரனை மறைக்காமல் ஒரு கிரகணம் அல்லாது நிகழ முடியுமா? மேலே சொன்னபடி நடந்ததை நேரில் பார்த்ததாக சொன்னால் நம்பலாமா?

உண்மையில் இதில் நம்ப முடியாதது ஒன்றுமேயில்லை. ஒளிக்கதிர் பூமியின் வாயுமண்டலம் வழியே செல்லும் போது முறிந்து செல்வதால் ஒரே சமயத்தில் கிரகணம் பிடித்த சந்திரனையும் சூரியனையும் பார்க்க முடியும். "வாயுமண்டல ஒளிக்கோட்டம்" எனப்படும் இந்த ஒளிமுறிவின் காரணமாக விண்ணிலுள்ள எல்லாமே தங்கள் உண்மையான இருப்பிடத்துக்குச் சற்று மேலேயே தெரிகின்றன (படம் 15). நாம் அடி வானத்துக்கு மேலாகச் சந்திரனையும் சூரியனையும் ஒரே சமயத்தில் பார்த்தாலும், வடிவ கணிதப்படி அவை அடிவானுக்குக் கீழேயே இருக்கின்றன. ஆகவே கிரகணம் பிடித்த சந்திரனும் சூரியனும் ஒரே சமயத்தில் அடிவானுக்கு மேல் தெரிகிறது என்றால் அதில் நம்ப முடியாதது ஒன்றுமில்லை.

"பொதுவாக 1666, 1668, 1750 ஆம் ஆண்டுகளில் நிகழ்ந்த சந்திர கிரகணங்களையே இவ்வினோத நிகழ்ச்சிக்கு எடுத்துக்காட்டாக நினைக்கிறார்கள். ஆனால் அவ்வளவு பின்னால் போகத்தேவையில்லை. 15.2.1877ல் பாரிசில் சந்திர உதயம் 5.29க்கும், சூரிய அஸ்தமனம் 5.39க்கும் ஏற்பட்டன. ஆனால் பூர்ண சந்திர கிரகணம் சூரிய அஸ்தமனத்துக்கு முன்னரே ஆரம்பித்து விட்டது. 4.12.1880ல் பாரிசில் ஒரு பூர்ண சந்திர கிரகணம் ஏற்பட்டு 3.03 முதல் 4.33 வரை நீடித்தது. ஆனால் அன்று சந்திர

உதயம் 4.00க்கும், சூரிய அஸ்தமனம் 4.02க்கும் ஏற்பட்டன. அதாவது கிரகண காலத்தின் நடுப்பகுதியில் அஸ்தமனம் ஏற்பட்டது. இம்மாதிரி நிகழ்ச்சிகள் ஏன் அடிக்கடி நடைபெறுவதில்லை என்றால் அதற்கு விடை அவ்வாறு நடப்பதை நாம் பார்ப்பதில்லை என்பதுதான். சூரிய அஸ்தமனத்துக்கு முன்போ அல்லது சூரிய உதயத்துக்குப் பிறகோ பூரண கிரகணம் பிடித்த சந்திரனைப் பார்க்க வேண்டுமானால் அதற்கு கிரகண மத்தியில் சந்திரன் அடிவானில் தெரியக்கூடிய இடத்தில் நாம் இருக்க வேண்டும்." என்று ஃப்ளம்மேரியன் என்பார் எழுதுகிறார்.

கிரகணங்களைப் பற்றி பலருக்கும் தெரியாத சில விஷயங்கள்

கேள்விகள்

1) சூரிய கிரகணமும் சந்திர கிரகணமும் எவ்வளவு காலம் நீடிக்க முடிக்க முடியும்?
2) ஒரு வருடத்தில் எத்தனை கிரகணங்கள் நிகழலாம்?
3) சூரிய கிரகணமோ அல்லது சந்திர கிரகணமோ இல்லாத வருடங்கள் உண்டா?
4) சோவியத் யூனியனில் எப்போது அடுத்த பூர்ண சூரிய கிரகணம் ஏற்படும்?
5) கிரகணத்தின் போது சந்திரனின் கரிய தட்டு சூரியனுக்குக் குறுக்கே வலமிருந்து செல்கிறதா? இடமிருந்து செல்கிறதா?
6) சந்திர கிரகணம் ஆரம்பிப்பது வலப்புறமா இடப்புறமா?
7) சூரிய கிரகணத்தின் போது மர இலைகளின் இடுக்கு வழியாக விழும் ஒளிக்கீற்றுகள் பிறை வடிவாய் இருப்பது ஏன் (படம் 59)?
8) கிரகணத்தின் போது ஏற்படும் சூரியப் பிறை, வழக்கமான சந்திர பிறையிலிருந்து எவ்விதம் வேறுபட்டது?
9) சூரிய கிரகணத்தைக் கவனிக்கும் போது ஏன் புகை தடவிய கண்ணாடிகளை உபயோகிக்கிறோம்?

விடைகள்

1) பூமத்திய ரேகையில் சூரிய கிரகணம் முழுமையாக இருக்கக் கூடிய காலம் 7¾ நிமிடங்கள். உயர்ந்த அட்சங்களில் இது

படம் 59. அரைகுறை சூரிய கிரகணத்தின்போது இலைகளின் நிழலின் ஊடே விழும் ஒளிக் கீற்றுக்கள் பிறை வடிவில் இருக்கின்றன.

இன்னும் குறையும். பூமத்திய ரேகையில் கிரகணத்தின் எல்லாக் கலைகளும் 3½ மணிகள் நீடிக்கலாம். சந்திர கிரகணத்தின் கலைகள் 4 மணிகள் நீடிக்கலாம். பூர்ண சந்திர கிரகணம் 1 மணி 50 நிமிடங்களுக்கு அதிகமாக நீடிப்பதில்லை.

2) ஒரு ஆண்டில் சூரிய சந்திர கிரகணங்கள் அதிக பட்சம் 7, குறைந்தது 2 முறை ஏற்படும். (1935ம் ஆண்டில் 5 சூரிய கிரகணங்களும் 2 சந்திர கிரகணங்களும் இருந்தன.)

3) குறைந்தது இரு சூரிய கிரகணங்களாவது ஏற்படாமல் ஒரு ஆண்டும் கழிவதில்லை. ஆனால் சராசரியாக ஐந்து ஆண்டுகளுக்கு ஒரு முறை சந்திர கிரகணமே இல்லாத ஆண்டு கழிகிறது.

4) சோவியத் யூனியனில் தெரியக் கூடிய அடுத்த முழு சூரிய கிரகணம் 1968 செப்டம்பர் 22ம் தேதி நிகழும் நிழல் ஆர்க்டிக், கிழக்கு ஸைபீரியா, சீனா இவற்றின் வழியே செல்லும்.

5) பூமியின் வடபாதி கோளத்தில் சந்திரத் தகடு சூரியனுக்குக் குறுக்கே வலமிருந்து இடமாக நகர்கிறது. அது முதலாவது சூரியனை வலப்புறமே மறைக்கும். தென்பாதி கோளத்தில் இதற்கு நேர் மாறான நிலை (படம் – 60).

6) பூமியின் வடபாதி கோளத்தில் சந்திரன் பூமியின் நிழலுக்குள் இடப்புறம் இருந்து பிரவேசிக்கிறது. தென்பாதி கோளத்தில் இதற்கு நேர் மாறாக நிகழ்கிறது.

7) இலை நிழல்களில் ஒளிக்கீற்றுக்கள் சூரியனைக் காட்டுகின்றன. கிரகணத்தின் போது சூரியன் பிறை வடிவில் இருப்பதால் இலைகளின் நிழலூடே அதன் பிம்பமும் அதே வடிவில் உள்ளது. *(படம் – 59).*

8) சந்திர பிறையின் வெளி விளிம்பு ஒரு அரை வட்டமாயும் உள் விளிம்பு அரை நீள் வட்டமாயும் உள்ளது. ஆனால் சூரிய பிறையானது ஒரே ஆரமுடைய இரு வட்ட விற்களின் வடிவில் உள்ளது. *(சந்திரக் கலைகளின் வினோதங்களை பக். 75ல் பார்க்கவும்).*

9) சூரியன் சந்திரனால் ஓரளவு மறைக்கப் பட்டிருந்த போதிலும் சூரியனை வெறும் கண்களால் பார்க்க முடியாது. விழித்திரையின் மெல்லிய ஜவ்வை அதன் கதிர்கள் எரித்து சிறிது காலத்திற்கோ அல்லது சில சமயங்களில் வாழ்நாள் முழுவதுக்குமோ பார்வையின் கூர்மையை குறைத்து விடுகிறது.

13ம் நூற்றாண்டிலேயே, நோவ்கோரோத் என்னும் தொன்மையான ருஷ்ய நகரத்தில் வாழ்ந்த சரித்திர ஆசிரியர் ஒருவர் சூரிய கிரகணத்தைப் பற்றி பின்வருமாறு எழுதியிருந்தார். "இவ்வாறு சூரிய கிரகணம் காரணமாக, நோவ்கோரோத் நகர வாசிகள் பலர் இழந்தனர்". நன்கு மங்கலாக்கப்பட்ட கண்ணாடியை உபயோகிப்பதால் இதை தவிர்க்கலாம். இதற்கு அந்த கண்ணாடியின் மீது மெழுகுவர்த்தி புகையைப் படச் செய்து, சூரியன் தெளிவான ஒரு தகடாகத் தெரியும்படியும், ஆனால் கண்ணைக் கூச வைக்கும் அதன் ஒளிக்கதிர்கள் தெரியாதபடியும் மங்க வைக்க வேண்டும். சௌகரியத்திற்காக புகை தடவிய பக்கத்தின் மீது வேறு ஒரு சுத்தமான கண்ணாடியை வைத்து விளிம்பை பசைத் தாளால் ஒட்டி விடலாம். சூரிய கிரகணத்தின் போது எவ்வளவு பிரகாசம் இருக்கும் என்பது முன் கூட்டியே தெரியாது. ஆகையால் வெவ்வேறு அளவுக்கு மங்கலாக்கப் பட்ட பல கண்ணாடிகளைத் தயாராக வைத்துக் கொள்வது நலம்.

இரண்டு வர்ணக் கண்ணாடிகளைச் சேர்த்தும் உபயோகிக்கலாம். ஆனால் சாதாரணமான கறுப்புக் கண்ணாடி போதாது.

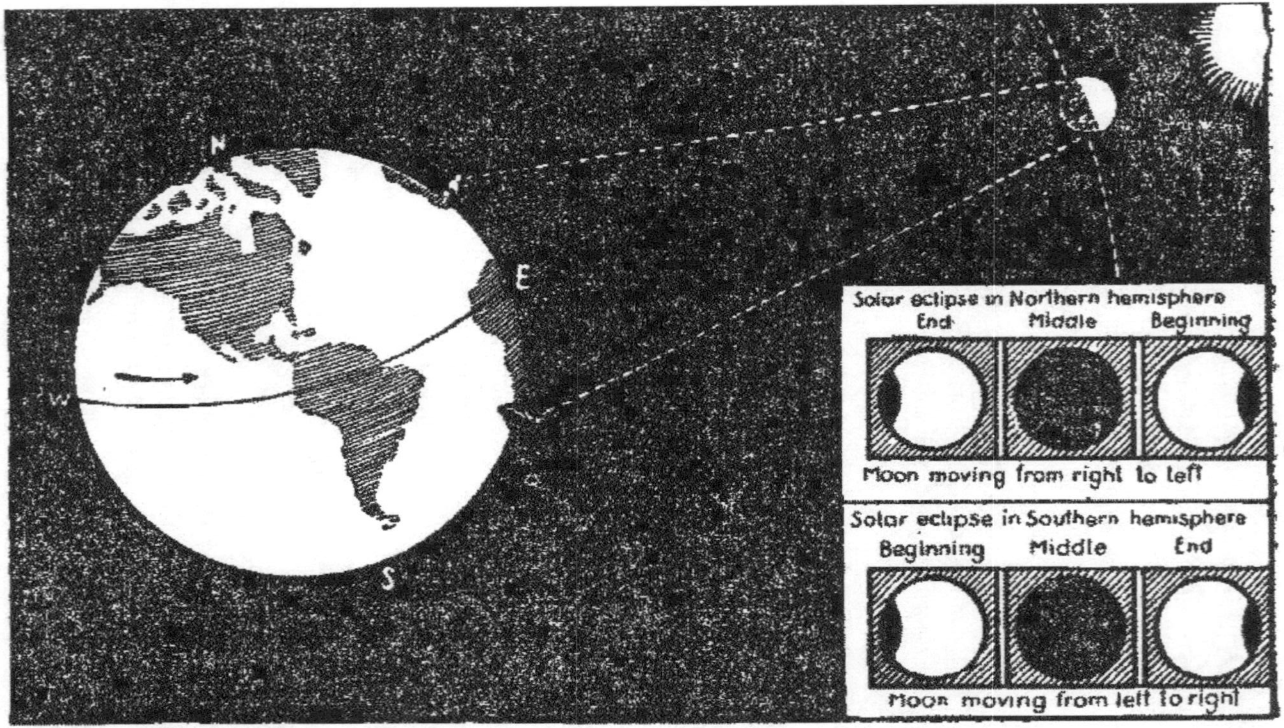

படம் 60. சூரிய கிரணகத்தின் போது, பூமியின் வடப்பாதிக் கோளத்தில் உள்ள ஒருவனுக்குத் தன் வலப்புறத்திலிருந்து சந்திரன் புகுந்து சூரியனை மறைத்து விலகுவதாகத் தெரிகிறது. தென் பாதிக் கோளத்தில் இதற்கு நேர்மாறாக இருக்கிறது. ஏன்?

சந்திரனின் கால நிலை எவ்வாறிருக்கும்?

சாதாரணமாக நாம் காலநிலை என்று சொல்லும் பொருளில் சொல்வதானால் சந்திரனில் கால நிலையே கிடையாது. காற்று, மேகம், ஆவி, மழை, வாயு ஒன்றுமே இல்லாத இடத்தில் என்ன கால நிலை இருக்க முடியும்? நாம் சொல்லக் கூடியதெல்லாம் அவன் புறப்பரப்பின் வெப்ப நிலை பற்றித்தான்.

அப்படியானால் அதன் புறப்பரப்பு எவ்வளவு வெப்பமாயிருக்கிறது? இப்போது வெகு தொலைவில் உள்ள பொருள்களின் வெப்பநிலை மட்டுமின்றி அவற்றின் பாகங்களில் வெப்பநிலைகளையும் காண வானியலாரிடம் கருவிகள் உள்ளன. இக்கருவிகள் வெப்பவிளை மின் இயக்கத் தத்துவத்தை அடிப்படையாகக் கொண்டன. இத்தத்துவம் என்னவெனின், ஒன்றோடொன்று பற்ற வைத்துள்ள இரு வெவ்வேறான உலோகக் கடத்திகளில் ஒன்றுமற்றதைவிட அதிக வெப்பநிலை அடையும்போது மின்சாரம் தோன்றுகிறது. அதன் திறனளவு கம்பிகளின் வெப்ப நிலைகளின் வித்தியாசத்தைப் பொறுத்தது. அதனைக் கொண்டு உள்ளேயுள்ள வெப்பத்தைக் கணக்கிடலாம்.

இக்கருவியின் உணர்வின் நுண்திறன் மிக ஆச்சரியமானது. அதன் அளவுகள் மிகச் சிறியனவே. (முக்கிய பகுதி 0.2 மி.மீ அளவினது. எடை 0.1 மி.கி) இருப்பினும் 13 வது அளவுடைய நட்சத்திரத்தின் வெப்பத்தையும் அளந்து காட்டிவிடும், அதாவது ஒரு டிகிரியில் கோடியில் ஒரு பங்கு வெப்பநிலையும் காட்டிவிடும். இந் நட்சத்திரங்களைத் தொலைநோக்கியின்றி காணமுடியாது. அவற்றின் பிரகாசம் வெறுங்கண்ணால் ஏதோ பார்க்கக் கூடிய எல்லையில் உள்ள நட்சத்திரங்களின் பிரகாசத்தில் 1/600 பங்கு! இவ்வளவு சொற்பமான வெப்பம் எப்படியிருக்கும் எனின் பல கிலோமீட்டர்கள் தூரத்தில் உள்ள ஒரு மெழுகுவர்த்தி தரும் வெப்பம் போலிருக்கும்.

இத்தைகைய அற்புதமான அளவுக் கருவியின் துணை கொண்டு வானியலார் தொலைநோக்கியில் தெரியும் சந்திர பிம்பத்தின் பல பாகங்களுக்கும் அதைப் பயன்படுத்தி அது எடுத்துக் கொள்ளும் வெப்ப அளவிலிருந்து சந்திரனின் பல்வேறு பகுதிகளின் வெப்ப நிலையையும் 10^0 க்குத் திருத்தமாக மதிப்பிட்டுள்ளனர்.

இவ்வெப்ப நிலைகளைக் காட்டுகிறது. வட்டமான சந்திரத் தகட்டின் மத்தியில் வெப்பம் 100^0க்கும் அதிகம். இங்கு தண்ணீரைக் கொட்டினால் சாதாரண அழுத்தத்தில் கூடக் கொதிக்கும். ஒரு வானியலார்கூறியபடி "நம் சாப்பாட்டைச்சமைக்கச்சந்திரனில் அடுப்பு

படம் 61. பௌர்ணமிச் சந்திரனின் தெரியக் கூடிய வட்டத்தின் மையத்தில், வெப்பநிலை +125°C; வெளிவிளிம்பை நோக்கிச் செல்லச் செல்ல இது படிப்படியாகக் குறைந்து −50°C யும் அதற்குக்கீழும் ஆகி விடுகிறது.

ஒன்றும் தேவையில்லை. அருகிலுள்ள எந்தப் பாறையும் போதும்." சந்திர வட்டத்தின் மையத்திலிருந்து எல்லாத் திசைகளிலும் வெப்ப நிலை படிப்படியாகக் குறைகிறது. ஆயினும் 2500 கி.மீ தூரத்தில் கூட 80^0க்குக் குறையாமலிருக்கிறது. ஆனால், இதற்கு அப்பால் செல்லச் செல்ல வெப்பநிலை வெகுவாகக் குறைந்து சூரிய ஒளிபடும் பாதியின் வெளி விளிம்பின் அருகே - 50^0 C ஆகி விடுகிறது. ஒளி படாத சந்திரனின் மறு பகுதியிலோ வெப்பநிலை இதனினும் குறைவு. அங்கு வெப்பநிலை - 170^0C.

சந்திர கிரகணத்தின் போது, சந்திரன் மீது பூமியின் நிழல் படுவதால் சூரிய ஒளி கிடைக்காமல் அதன் பரப்பு விரைவில் குளிர்ந்துவிடுகிறது என்று முன்பே சொன்னேன். ஒரு சந்திர கிரகணத்தின் போது + 125^0யிலிருந்து - 115^0க்கு அதாவது சுமார் 240^0C வரை 1 ½ அல்லது 2 மணி நேரங்களில் குளிர்ந்து விட்டதாகக் கணக்கிட்டனர். ஆனால் பூமியில்

இதே போன்ற சூழ்நிலைகளின் போது அதாவது சூரிய கிரகணத்தின் போது வெப்பநிலை குறைவது 2^0 *C* அல்லது 3^0 மட்டும் தான், இதன் காரணம் பூமியின் வாயுமண்டலமே. அது சூரிய ஒளியை எளிதில் புகவிட்டபோதிலும் சூடாக்கப்பட்ட பரப்பின் கண்ணுக்குத் தெரியாத "வெப்ப" க் கதிர்களைத் தடுத்து விடுகிறது.

சந்திரனின் பரப்பு தான் சேகரித்துள்ள வெப்பத்தை இவ்வளவு விரைவாக இழந்து விடுவது அதனுடைய வெப்பம் உறிஞ்சும் தன்மையும் கடத்தும் தன்மையும் குறைவு என்பதைக் காட்டுகிறது. இதனால் மிகக் குறைந்த வெப்பமே அதில் சேமிக்கப்படுகிறது.

அத்தியாயம் மூன்று

கிரகங்கள்

பகல் வெளிச்சத்தில் கிரகங்கள்

நன்றாக சூரியன் காயும் பகற்பொழுதில் தொலைநோக்கி மூலம் கிரகங்களைப் பார்க்க முடியுமா? ஆம் பார்க்க முடியும். சாதாரணமான ஆற்றல் உள்ள தொலைநோக்கிகள் மூலம் கூட வானவியலார் பகற்பொழுதில் கிரகங்களைப் பார்க்கிறார்கள். 10 செ.மீ விட்டமுள்ள தொலைநோக்கி மூலம், பகலில் வியாழனைப் பார்ப்பதோடு, அதன் அடையாளமான பட்டைகளையும் காணலாம். புதனையோ பகலில் அது அடிவானுக்கு மேல் அதிக உயரத்தில் இருக்கும் போது பார்ப்பது மிக சௌகரியமானது. சூரிய அஸ்தமனத்துக்குப் பின் அது வானில் மிகவும் தாழ்வாயிருக்கிறது. தொலைநோக்கியில் தெரியும் அதன் பிம்பத்தைப் பூமியின் வாயுமண்டலம் உருமாற்றம் செய்து விடுகிறது. அனுகூலமான சூழ்நிலைகளில் சில கிரகங்களைப் பகற்பொழுதில் வெறுங்கண்களாலேயே பார்க்கலாம். ஆனால், கிரகத்தைப் பார்ப்பதற்கு அதன் இருப்பிடத்தைத் திட்டவட்டமாக அறிய வேண்டும்.

எல்லாவற்றிலும் பிரகாசமான வெள்ளியையோ அடிக்கடி பகற்பொழுதில் பார்க்கலாம். அப்போது அது மிகவும் பிரகாசமாயிருக்கும். அராகோ என்பவர் நெப்போலியனைப் பற்றி எழுதிய கதையில் "நெப்போலியன் பாரிஸ் வீதியில் வெற்றிப் பெருமிதத்துடன் ஒரு சமயம் பவனி வந்தார். அப்போது நடுப்பகல், அன்று வானில் தென்பட்ட வெள்ளியைக் கண்டு பிரமித்த ஜனக் கூட்டம் அவரைக் கவனிக்கவில்லை. அவருக்கு மிக்க அவமானமாகி விட்டது" என்று கூறுகிறார்.

பகற்பொழுதில் தெரியும் வெள்ளியை திறந்த வெளிகளைவிட நகரத்தின் தெருக்களிலிருந்து நன்கு பார்க்கலாம். ஏனெனில் உயரமான கட்டிடங்கள் சூரியனின் கண்ணைக் கூசவைக்கும் கதிர்களிலிருந்து கண்ணைப் பாதுகாக்கின்றன. பண்டைய ருஷ்ய சரித்திர ஆசிரியர்களும் பகலில் தெரியும் வெள்ளியைப் பற்றிக் குறிப்பிட்டுள்ளனர். 1331 ஆம் ஆண்டில் ஒரு நாள் பகலில் வானில் தேவாலயத்துக்கு நகர சரித்திரம் கூறுகிறது. அந்த நட்சத்திரம் வெள்ளி கிரகமே என்று தி. ஸ்வியாத்ஸ்கி என்பாரும் எம்.வீலியவ் என்பாரும் பின்னர் கண்டுபிடித்தனர்.

பகற்பொழுதில் வெள்ளியைக் காணக்கூடிய சந்தர்ப்பம் எட்டு ஆண்டுகளுக்கு ஒரு முறை வருகிறது. கூர்ந்து கவனிப்பவர்களுக்கு பகலில் வெள்ளி மட்டுமின்றி புதனும் வியாழனும் கூடத் தெரியும்.

கிரகங்களின் பிரகாசத்தை ஒப்பிட்டுக் கூற இது தக்க இடம். "வெள்ளி, வியாழன், செவ்வாய் இவற்றில் மிகவும் பிரகாசமானது ஏது?" என்று அநேகர் கேட்கிறார்கள். எல்லாம் ஒரே சமயத்திலோ அல்லது ஒன்றையொன்று அடுத்தடுத்தோ பிரகாசித்தால் இக் கேள்வியே எழாது. ஆனால் அவை வெவ்வேறு இடங்களில் வெவ்வேறு சமயங்களில் தோன்றுவதால் இக் கேள்வி சிக்கலானது. பிரகாசத்திற் கேற்ப அவற்றின் வரிசை பின்வருமாறு.

வெள்ளி செவ்வாய் வியாழன்	ஸிரியஸ்ஸை விட சில மடங்கு பிரகாசமானவை	புதன் சனி	ஸிரியஸ்ஸைவிடப் பிர\காசம் குறைந்தவை ஆயினும் எந்த ஒரு முதல் அளவு நட்சத்திரத்தையும் விடப் பிரகாசமானவை.

இது பற்றி அடுத்த அத்தியாயத்தில் மறுபடியும் பார்க்கலாம்.

கிரகங்களின் அரிச்சுவடி

சூரியன், சந்திரன் கிரகங்கள் இவற்றைக் குறிப்பிட்ட தற்கால வானவியலாரும் மிகப் பழங்காலத்தில் இருந்து வழக்கத்திலுள்ள குறிகளையே உபயோகிக்கிறார்கள் (படம் 62) சந்திரனைத் தவிர மற்றக் குறிகளுக்கு விளக்கம் தேவை தான். சந்திரனுடைய குறியைப் பார்த்ததுமே ஏன் அப்படி அதற்குக் குறி என்பது தன்னால் விளங்கும். தேவதையான புதனின் மந்திரக்கோல் தான் புதன் கிரகத்தின் அடையாளம். வெள்ளி தேவதையின் அழகையும் பெண்மையையும் காட்டும்கண்ணாடி தான்வெள்ளிகிரகத்தின்அடையாளம். செவ்வாயின் அதி தேவதை போர்க்கடவுள் ஆகையால் கேடயமும் ஈட்டியும் அதன்

அடையாளம். வியாழனுக்கு கிரேக்க மொழியில் *"Zeus"* என்று பெயர். அதன் முதல் எழுத்தைக் கையெழுத்தில் எழுதியதே அதன் அடையாளம் ஃப்ளம்மேரியன் என்றவரது கருத்துப்படி சனியின் அடையாளம் "கால தேவன் அல்லது "விதிநாதனின்" ஆயுதமான அரிவாள் போன்ற சின்னம்.

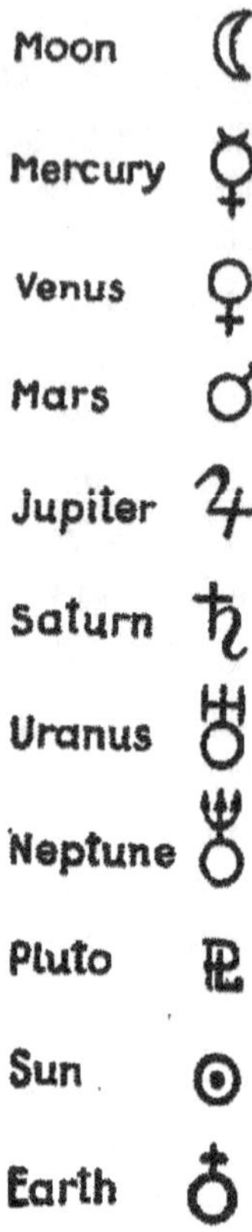

படம் 62. சூரியன், சந்திரன், பிற கிரகங்கள் இவற்றைக் குறிக்கும் அடையாளங்கள்.

மேற்கண்ட குறிகள் ஒன்பதாவது நூற்றாண்டு முதல் உபயோகிக்கப்பட்டு வந்துள்ளன. பதினெட்டாம் நூற்றாண்டில் கண்டுபிடிக்கப்பட்ட உரேனசின் குறி புதியது. அது ஒரு வட்டமும், அதை முதலில் கண்ட ஹர்ஷெல் *(Hershel)* என்பாரது பெயரின் முதல் எழுத்தான *H*ஐ வட்டத்தின் மேலும் கொண்டது. *1846*ல் கண்டுபிடிக்கப்பட்ட நெப்டியூனின் அடையாளம் ஆழ்கடலின் தேவதையின் ஆயுதமான திரிசூலம், கடைசிக் கிரகமான ப்ளூட்டோவின் சின்னம் அதைப் பார்க்க உடனேயே விளங்கும்.

இவற்றோடு நாம் வசிக்கும் பூமி, இவ்வனைத்திற்கும் மையமான சூரியன் ஆகியவற்றின் அடையாளங்களையும் சேர்க்க வேண்டும். இந்தக் கடைசி அடையாளமே எல்லாவற்றினும் மிகவும் தொன்மையானது; எகிப்தியர்கள் பல்லாயிரம் ஆண்டுகளுக்கு முன்பிருந்தே இவ்வடையாளத்தை உபயோகித்து வந்தனர்.

வானவியலார் கிரகங்களின் சின்னங்களையே வாரத்தின் நாட்களுக்கும் உபயோகிக்கிறார்கள் (உதாரணமாக, ஞாயிற்றுக்குச் சூரியன், திங்களுக்கு, திங்கள் போன்றன).

கிரகங்களின் குறிகளை, வாரத்தின் நாட்களுக்கான லத்தீன், பிரஞ்சுப் (அல்லது தமிழ் – ப-ர்.) பெயர்களுடன் ஒப்பிட்டால் இவ்வொற்றுமை விளங்கும். ருஷ்ய மொழிப் பெயர்களுடன் ஒப்பிடக் கூடாது. இது பற்றி நாம் இங்கு விரிவான ஆராய்ச்சி செய்யத் தேவையில்லை. அது வானவியலை விட மொழியியல், கலாச்சாரம் இவற்றுடன் தொடர்புள்ளது.

பழங்கால இரசவாத வித்தையினர் கிரகங்களின் சின்னங்களையே உலோகங்களுக்கும் உபயோகித்தார்கள். உதாரணமாக, தங்கத்துக்குச் சூரியன், வெள்ளிக்கு சந்திரன், பாதரசத்துக்குப் புதன், செம்புக்கு வெள்ளி, இரும்புக்குச் செவ்வாய், வெள்ளீயத்துக்கு வியாழன், காரீயத்துக்குச் சனி இவற்றின் அடையாளங்கள் பயன்படுத்தப்பட்டன.

இதன் காரணம் அவர்கள் ஒவ்வொரு உலோகத்துக்கும் பழைய புராண தெய்வம் ஒன்றை அதி தேவதையாகக் கொண்டதே.

இடைக் காலத்தில் இந்த கிரகங்களின் சின்னங்களுக்கு இருந்த மதிப்பிற்கு அடையாளமாக தற்காலத் தாவரவியலாரும் பிராணியியலாரும் செவ்வாய், வெள்ளி இவற்றின் அடையாளங்களை ஆண் பெண் இவற்றைக் குறிக்க உபயோகிக்கின்றனர். தாவர இயலார் ஓராண்டுச் செடிகளுக்கு சூரியனின் அடையாளத்தையும் ஈராண்டுச் செடிகளுக்கு உள்ளே இரண்டு புள்ளிகளுடன் கூடிய அதே அடையாளத்தையும் உபயோகிக்கின்றனர். வியாழனின் அடையாளம் பலவாண்டுப் புற்களையும் சனியின் அடையாளம் புதர்களையும் மரங்களையும் குறிக்கின்றன.

நாம் வரைய முடியாதவை

நம் சூரிய மண்டலத்துக்கு ஒரு துல்லியமான ப்ளானைக் காகிதத்தில் வரையவே முடியாது. வானவியல் புத்தகங்கள் சூரிய மண்டலத்தின் ப்ளான் என்று தருவதெல்லாம் உண்மையில் கிரகங்கள் சுற்றும் பாதைகளே; அது சூரிய மண்டலமே அல்ல, ஸ்கேல்படி இக்கிரகங்களை வரையவே முடியாது. கிரகங்களுக்கு இடையிலுள்ள தூரத்தோடு ஒப்பிடும் போது அக்கிரகங்களின் அளவுகள் மிக மிக அற்பமானவை, நாம் கற்பனை கூடப் பண்ணமுடியாத அளவு சிறியவை. நமது கிரக மண்டலத்தின் ஒரு குறுகிய மாதிரியைக் கற்பனை செய்தால், அதன் ப்ளானை ஏன் காகிதத்தில் வரைய முடியாது என்பது விளங்கும். நாம் செய்யக் கூடியதெல்லாம் சூரியன், கிரகங்கள் இவற்றின் ஒப்பு அளவுகளைக் காண்பிப்பதே (படம் 63).

பூமியைக் காட்ட ஒரு குண்டூசியின் தலையளவைக் கொள்வோம். அதன் விட்டம் 1 மி.மீ. என்று வைத்துக் கொள்வோம். அதாவது நாம் உபயோகிக்கும் ஸ்கேல் 1 மி.மீ = 15000 கி.மீ அதாவது 1:15,000,000,000. சந்திரன் ¼ மி.மீ விட்டமுள்ள ஒரு சிறு புள்ளி. அது குண்டூசித்தலையிலிருந்து 3 செ.மீ தூரத்தில் இருக்கும். 10 செ.மீ

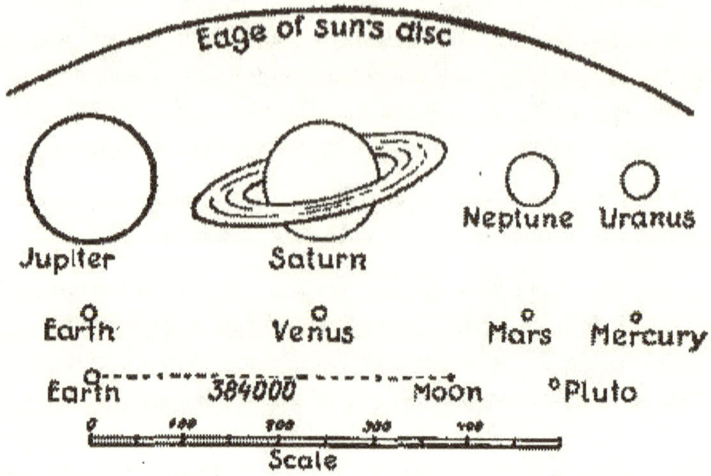

படம் 63. சூரியன், பிற கிரகங்கள் இவற்றின் அளவு களை ஒப்பிடுதல். இந்த ஸ்கேலில் சூரியனின் விட்டம் 19 செ.மீ

விட்டமுள்ள சூரியன் பூமியிலிருந்து 10 மீட்டர் தூரத்தில் இருக்கும். இவ்வாறு ஒரு பெரிய அறையின் ஒரு மூலையில் ஒரு பந்தையும் மறு மூலையில் ஒரு குண்டூசித்தலையும் வைத்திருப்பதாக நினைத்தால் சூரியனும் பூமியுன் விண் வெளியில் எவ்விகிதத்தில் அமைந்துள்ளன என்பது தெரியும். உண்மையில் பொருளை விட வெறுமையே அதிகம். சூரியனுக்கும் பூமிக்கும் இடையில் புதன், வெள்ளி ஆகிய இரு கிரகங்கள் உள்ளன என்பது உண்மையே. ஆனால் இக்கிரகங்கள் வெறுமையை நிரப்ப எந்த விதத்திலும் உபயோகப்படுவதில்லை. அவைகள் செய்யக் கூடியதெல்லாம் நமது அறையில் இரு புள்ளிகளைச் சேர்ப்பதே. சூரியப் பந்திலிருந்து 4 மீ. தூரத்தில் 1/3 மி.மீ விட்டமுள்ள ஒரு புள்ளி புதனையும், 7 மீ தூரத்தில் குண்டூசித்தலையின் அளவுள்ள மற்றொரு புள்ளி வெள்ளியையும் குறிக்கும்.

பூமியின் மறுபக்கத்திலும் தானிய மணிகள் போன்றவை பிற கிரகங்களைக் காட்ட இருக்கும். செவ்வாய் (1/2 மி.மீ விட்டமுள்ளது) 16 மீட்டர் தூரத்தில் சூரியப் பந்தைச் சுற்றி வருகிறது. 15 வருடங்களுக்கு ஒரு முறை பூமி செவ்வாய் இவற்றைக் காட்டும் தானிய மணிகள் 4 மீட்டர் தூரத்தில் நெருங்கும். இதுவே இவ்விரண்டிடையில் உள்ள மிகக் குறைந்த தூரம். செவ்வாய் கிரகத்திற்கு இரு உபக்கிரகங்கள் உள்ளன. ஆனால் அவற்றை நமது மாதிரியில் காட்ட முடியாது. ஏனெனில் நமது

ஸ்கேல் படி அவை ஒரு சிறு கிருமியின் அளவாய் இருக்கும். இன்னும் செவ்வாய்க்கும் வியாழனுக்கும் இடையே 1500க்கும் அதிகமான கிரகப் போலிகள் உள்ளன. அவற்றின் அளவுகளும் நமது மாதிரியில் நம்ப முடியாதபடி சிறியவை. சூரியனிலிருந்து அவற்றின் சராசரி தூரம் ஸ்கேல்படி 28 மீ. இச்சிறு கிரகங்களில் மிகப் பெரியது நம் மாதிரியில் ஒரு உரோமத்தின் தடிப்பு (1/20 மி.மீ) இருக்கும். மிகச் சிறியது நுண்ணிய கிருமி போன்று இருக்கும்.

பெரிய வியாழன் கிரகத்தைக் காட்ட 1 செ.மீ விட்டமுள்ள ஒரு கொட்டையை சூரியப் பந்திலிருந்து 52 மீ. தூரத்தில் வைக்க வேண்டும். அதனுடைய 12 உபக்கிரகங்களில் பெரியவை அதிலிருந்து 3,4,7,12 செ.மீ தூரங்களில் சுற்றும். அந்தக் கிரகங்களில் பெரியது சுமார் ½ மி.மீ.. அளவிருக்கும் மற்றவை கிருமிகளின் அளவுதான் இருக்கும். அங்கிருந்து மிக தூரத்திலுள்ள 9வது உபக்கிரகம், வியாழனைக் காட்டும் கொட்டையிலிருந்து இரண்டு மீட்டர் தூரத்தில் இருக்கும். ஆகவே இந்த வியாழ மண்டலம் நான்கு மீட்டர் விட்டம் உள்ளதாய் நம் மாதிரியில் இருக்கும். பூமியும் சந்திரனும் அடங்கிய 6 செ.மீ விட்டத்துடன் ஒப்பிட்டால் இது பெரிய அளவே. ஆயினும் வியாழப்பாதையின் விட்டமான 104 மீட்டருடன் ஒப்பிட்டால் இது சிறியது தான்.

சூரிய மண்டலத்தை ஒரே படத்தில் காட்ட முயல்வது எவ்வளவு பயனற்ற வேலை என்பது இப்போது விளங்கியிருக்கும். எவ்வளவுக்கெவ்வளவு இன்னும் விலகிச் செல்கிறோமோ இது இன்னும் தெளிவாய்த் தெரியும். சனிக் கிரகத்தைச் சூரியப் பந்திலிருந்து 100 மீட்டர் தூரத்தில் 8 மி.மீ விட்டமுள்ள கொட்டையளவினதாய் வைக்க வேண்டும். பிரசித்திபெற்ற சனி வளையங்கள் 4 மி.மீ அகலமும் 1/250 மி.மீ தடிப்பும் உடையனவாய் கொட்டையின் பரப்பிலிருந்து 1 மி.மீ தூரத்தில் இருக்கும். அதனுடைய ஒன்பது உபக்கிரகங்களும் அங்கொன்றும் இங்கொன்றுமாக அதைச் சுற்றி அரை மீட்டர் தூரத்தில் 1/10 மி.மீ அல்லது அதற்கும் குறைந்த விட்டமுள்ள தானியமணிகள் போன்றிருக்கும்.

கிரகங்களினிடையிலுள்ள வெற்றிடம் சூரிய மண்டலத்தின் வெளி விளிம்பை நோக்கிச் செல்லச் செல்ல அதிகரிக்கிறது. நமது மாதிரியில் யுரேனஸ் சூரியனிலிருந்து 196 மீட்டர் தூரத்தில் 3 மி.மீ அளவுள்ள ஒரு சிறு பட்டாணிக் கடலை போன்றும், அதனுடைய ஐந்து உபக்கிரகங்களும் அதிலிருந்து 4 செ.மீ தூரத்தில் ஐந்து புள்ளிகள் போன்றும் இருக்கும்.

நெப்டியூன் சூரியப் பந்திலிருந்து 300 மீட்டர் தூரத்தில் ஒரு சிறு பட்டாணி போன்றும், அதன் இரு உபக்கிரகங்களான ட்ரைட்டன் நெரிஜட் இரண்டும் அதனின்று முறையே3 செ.மீ 70 செ.மீ தூரத்திலும் இருக்கும்.

இன்னும் தொலைவில் சூரியப் பந்திலிருந்து 400 மீட்டரில் பூமியின் விட்டத்தில் சுமார் பாதி உடைய ப்ளூட்டோ இருக்கிறது.

இந்த ப்ளூட்டோவையும் சூரிய மண்டலத்தின் எல்லையிலுள்ள கிரகம் என்று சொல்ல முடியாது. ஏனெனில் மேற்படி கிரகங்களைத் தவிர மூடிய வளையம் போன்ற பாதைகளில் சூரியனைச் சுற்றிவரும் வால்நட்சத்திரங்களும் உள்ளன. இவற்றில் சூரியனை 800 வருடங்களில் சுற்றிவருபவை உள்ளன. இவை கி.மு 372 கி.பி. 1106, 1668, 1680, 1843, 1880, 1882 (இரண்டு வால் நட்சத்திரங்கள்), 1887 ஆகிய வருடங்களில் ஏற்பட்டன. நமது மாதிரியில் இவை ஒவ்வொன்றின் பாதையும் மிக நீண்ட நீள்வட்டம். அதன் மிக அருகிலுள்ள முனை சூரியனிலிருந்து 12 மி. மீட்டரிலும், அதிக தூரத்திலுள்ள முனை 1700 மீட்டர் (அதாவது ப்ளூட்டோவைப் போல 4 மடங்கு) தூரத்திலும் இருக்கும். இந்த வால்நட்சத்திரங்களின் அடிப்படையில் சூரிய மண்டலத்தின் விட்டத்தைக் கணக்கிட்டால் நமது மாதிரி 3 ½ கி.மீ விட்டமுள்ளதாய் 9 சதுர கி.மீ பரப்புள்ளதாய் இருக்கும். இதில் நம் பூமி ஒரு குண்டூசீத் தலை அளவினதுதான் என்பதை மறக்க வேண்டாம்! இந்த 9 சதுர கி.மீ பரப்பில் ஒரு பந்து, இரண்டு கொட்டைகள், இரு பட்டாணிக் கடலைகள், இரு குண்டூசித்தலைகள், மூன்று சிறுபுள்ளிகள் இத்தனையும் இருக்கும்.

வால் நட்சத்திரங்கள் எண்ணிக்கையில் அதிகம் இருப்பினும் அவற்றின் நிறை குறைவு. ஆகவே அவற்றைப் "பார்வைக்குத் தெரியும் சூனியம்" என்பர். அவற்றில் அடங்கியுள்ள துகள்களைக் கணக்கில் சேர்த்துக் கொள்வதில்லை.

நமது சூரிய மண்டலத்தைச் சரியானபடி ஸ்கேலுக்கு வரைய முடியாது என்பது இப்போது விளங்கியிருக்கும்.

புதனில் வாயுமண்டல இல்லாதது ஏன்?

ஒரு கிரகத்தில் வாயுமண்டலம் இருப்பதற்கும் தன் அச்சில் அது ஒரு முறை தன்னைத் தானே சுற்றிக் கொள்வதற்கு ஆகும் நேரத்துக்கும் உள்ள தொடர்பு என்ன? ஒரு தொடர்புமில்லை என்றுதான் முதலில் தோன்றும். எனினும் சூரியனுக்கு மிக அருகிலுள்ள புதனின் உதாரணத்திலிருந்து ஒரு தொடர்பு இருக்கிறது என்று பார்க்கிறோம்.

புதனின் ஈர்ப்பு சக்தியானது வாயுமண்டலத்தைத் தன்னிடம் இருத்திக் கொள்ளும் அளவு வலிமையுள்ளது. ஆயினும் அவ்வாயுமண்டலம் பூமியினது போன்று அடர்த்தியானதல்ல.

பூமியின் ஈர்ப்புசக்தியை மீறுவதற்குத் தேவையான வேகம் வினாடிக்கு 4200 மீட்டர். குறைந்த வெப்ப நிலையில் நம் வாயுமண்டலத்தில் உள்ள மிக விரைவான மூலக்கூறுகள் கூட இவ்வேகத்தை அடைய முடியாது* இருப்பினும் புதனில் வாயுமண்டலம் கிடையாது. இதன் காரணம் என்னவென்றால் சந்திரன் பூமியை சுற்றுவது போல் புதனும் தன் ஒரே முகத்தைச் சூரியனுக்குக் காட்டிக் கொண்டே சுற்றுகிறது. ஒரு சுற்றுக்கு 88 நாட்கள் ஆகின்றன. இதுவே அது தன் அச்சில் தன்னைத் தானே சுற்றத் தேவையான நேரமும் ஆகும். ஆகவே சூரியனுக்குத் தெரியும் பகுதியில் எப்போதும் தொடர்ந்து பகலாகவும் தொடர்ச்சியான கோடையாயும், சூரியனுக்கு மறைவாய் இருக்கும் பகுதியில் எப்போதும் இரவாயும் தொடர்ச்சியான குளிர்காலமாயும் இருக்கும். அப்படியானால் அங்கு பகல் வெளிச்சம் எவ்வளவு இருக்கும் என்று ஒருவாறு ஊகிக்கலாம். அதற்கும் சூரியனுக்கும் உள்ளதைப் போல் 2 ½ மடங்கு குறைவாய் இருப்பதால், வெப்பக் கதிர்கள் பலனும் 2 ½ × 2 ½ = 6 ¼ மடங்கு பெரிது. இதற்கு மாறாக பல்லாயிரமாண்டுகளாகச் சூரிய ஒளியே படாத அதன் இரவுப் பகுதியில் வெப்பநிலை விண்வெளி வெப்பநிலை** சுமார் – 2500 C ஆக இருக்கும். ஏனெனில் பகல் பகுதியின் வெப்பம் அக்கிரகத்தைத் துளைத்துக் கொண்டு மறுபுறம் செல்ல முடியாது. பகல் இரவுப் பகுதிகளின் எல்லையில் 230 அகலமான பகுதியில் மட்டும் ஊசலியக்கம்** *** காரணமாகச் சூரியன் எப்போதோ சற்று எட்டிப் பார்க்கிறது.

இந்த அசாதாரணமான சீதோஷ்ண நிலையில் அதன் வாயுமண்டலத்துக்கு என்ன நேரிடுகிறது? அதிகக் குளிர்ச்சி காரணமாக

---

* இரண்டாம் அத்தியாயம் "சந்திரனில் ஏன் வாயுமண்டல்ம் இல்லை" என்பதைப் பார்க்கவும் (பக்கம் 89)

** "விண்வெளி வெப்ப நிலை" என்பது விண்வெளியில் சூரியக் கதிர்களிலிருந்து மறைக்கப்பட்ட கறுப்பு நிழலிடப்பட்ட வெப்பமானி காட்டும் வெக்க நிலை ஆகும். அது தனி நிலை பூஜ்யம் ஆன -273 °C ஐ விடச் சற்று அதிகம். ஏனெனில் நட்சத்திர ஒளிக்கதிர்கள் சிறிதளவு கதகதப்பூட்டுகின்றன. யா. பெரெல்மான் எழுதிய "உங்களுக்குப் பௌதீகம் தெரியுமா" என்ற நூலைப் பார்க்கவும்.

*** "சந்திரனின் பார்வைக்குத் தெரியும் தெரியாத பகுதியும்" என்பதைப் பார்க்கவும் (இரண்டாம் அத்தியாயம் பக்கம் 83). சந்திரனுக்கு உரிய விதி புதனின் தீர்க்க ஊசலியக்கத்துக்கும் பொருந்தும். புதனின் ஒரு அரைக் கோளம் எப்போதும் சூரியனைப் பார்த்து அல்ல, ஆனால் அது சுற்றும் நீண்ட நீள்வட்டத்தின் மற்றொரு குவிமையத்தை நோக்கி இருக்கிறது.

இரவுப் பகுதியில் உள்ள வாயுமண்டலம் திரவமாகி உறைந்து விடுகிறது. இதனால் ஏற்படும் வாயுமண்டல அழுத்தக் குறைவால் பகல் பகுதியிலுள்ள காற்று அங்கே சென்று அதுவும் உறைந்து விடும். ஆகவே வாயுமண்டலம் முழுவதும் இரவுப் பகுதியிலோ, அல்லது சரியாக சொல்வதனால், சூரிய ஒளியே படாத பகுதியிலேயே சென்று உறைந்து கெட்டியாக இருக்கும், இவ்வாறு புதனில் வாயுமண்டலமின்மை பௌதீக விதிகளின் தவிர்க்க முடியாத விளைவாகும்.

இதே காரணத்தால், சந்திரனின் தெரியாத பகுதியில் வாயுமண்டலம் உள்ளது என்ற கூற்றையும் மறுக்க வேண்டியிருக்கிறது. ஒரு புறம் வாயுமண்டம் இல்லை என்றால் மறுபுறமும் இருக்க முடியாது என்று திட்டமாகக் கூறலாம்.

இந்த விஷயத்தில்(எச்.ஜி. வெல்ஸின் "சந்திரனில் முதல் மனிதர்கள்" என்ற கற்பனைப் புத்தகத்தில் பிழை இருக்கிறது. அவரது கருத்துப்படி சந்திரனில் காற்று இரு வாரங்கள் நீடித்து இருக்கக்கூடிய ஒரு இரவில் குளிர்ந்து இறுகி விடுகிறது. ஆனால், பகல ஆனதும் மறுபடியும் காற்றாக மாறிவிடுகிறது. உண்மையில் இம்மாதிரி ஒன்றும் நடப்பதில்லை. இது பற்றிப் பேராசிரியர் ஓ.டி. க்வோல்சன் எழுதுவதாவது சந்திரனில் வெளிச்சம் படாத இடத்தில் உள்ள வாயுமண்டலம் குளிர்ந்து இறுகுமானால் அப்போது வெளிச்சம் படும் இடத்திலுள்ள காற்றும் அங்கே சென்று குளிர்ந்து இறுகிவிடும். பிறகு சூரியக் கதிர்கள் கெட்டியான காற்றை வாயு ரூபத்துக்குக் கொண்டுவரும் போது அது முற்றும் இருட்டான மறுபுறம் சென்று உறைந்து விடும். இம்மாதிரித் தொடர்ந்து காற்றைக் காய்ச்சி வடித்தல் தான் நிகழும்."

இவ்வாறு புதனிலும் சந்திரனிலும் வாயுமண்டலம் கிடையாது. ஆனால், சூரியனிலிருந்து இரண்டாவது கிரகமான வெள்ளியிலோ இதற்கு நேர்மாறான நிலை.

வெள்ளியின் வாயுமண்டலத்தில், அல்லது சரியாகச் சொல்வதானால் அடுக்கு வாயுமண்டலத்தில், பூமியின் வாயுமண்டலத்தில் உள்ளது போல் பல்லாயிரமடங்கு கரியமிலவாயு உள்ளது.

வெள்ளியின் கலைகள்

புகழ்பெற்ற கணித வல்லுநரான கவுஸ் என்பார் ஒரு நாள் மாலையில் வானில் தோன்றும் வெள்ளிக் கிரகத்தைத் தொலைநோக்கி வழியே காணுமாறு தம் தாயாரை அழைத்தார். பிறைபோல் தெரியும்

வெள்ளியைக் காணச் செய்து தம் தாயாரை வியப்பில் ஆழ்த்த வேண்டும் என்பது அவர் எண்ணம். ஆனால் ஆச்சரியமடைந்தது அவர் தான். அவர் தாயார் சற்றும் ஆச்சரியப்படாமல் ஏன் அப்பிறை கீழாய் இருக்கிறது என்று கேட்டார். வெறுங் கண்களாலேயே வெள்ளியின் பிறைகளைத் தம் தாயார் காணக் கூடும் என்று கவுஸ் சற்றும் எதிர்ப்பார்க்கவில்லை. இவ்வளவு கண் கூர்மை இருப்பது மிகவும் அருமை. தொலைநோக்கி கண்டு பிடிக்கப்படுமுன் வெள்ளிக்கும், சந்திரனைப் போன்ற கலைகள் இருக்க முடியும் என்று ஒருவரும் கனவில் கூட நினைத்திருக்க மாட்டார்கள்.

வெள்ளியின் பிறைகளில் உள்ள வினோதம் வெவ்வேறு கலைகளின் போது அதன் விட்டம் வித்தியாசப்படுகிறது என்பதே. மெல்லிய கீற்றுப் போன்ற பிறையின் விட்டம் முழு வெள்ளியாய்த் தெரியும் போது உள்ள விட்டத்தை விட அதிகம் (படம் 54). நம்மிடமிருந்து வெள்ளியின் தூரம் வெவ்வேறு கலைகளின் போது மாறுவதே இதன் காரணம். சூரியனிலிருந்து வெள்ளிக்கு உள்ள சராசரித் தூரம் *108,000,000* கி.மீ பூமிக்கு உள்ள தூரம் *150,000,000* கி.மீ ஆகவே இவ்விரண்டுக்கும் இடையிலுள்ள மிகக் குறைந்த தூரம் இவற்றின் வித்தியாசம் அதாவது *150,000,000 – 108,000,000 = 42,000,000* கி.மீ மிக அதிக தூரம் அவற்றின் கூட்டுத் தொகை, அதாவது *150,000,000 + 108,000,000 = 258,000,000* கி.மீ. ஆகவே வெள்ளியின் தூரம் இந்த எல்லைக்குள் மாறுபடுகிறது. நமக்கு மிக அருகில் இருக்கும் போது அதன் வெளிச்சம் படாத பகுதியே நமக்குத் தெரிகிறது. ஆகவே அதன் மிகப் பெரிய கலையின் அளவை

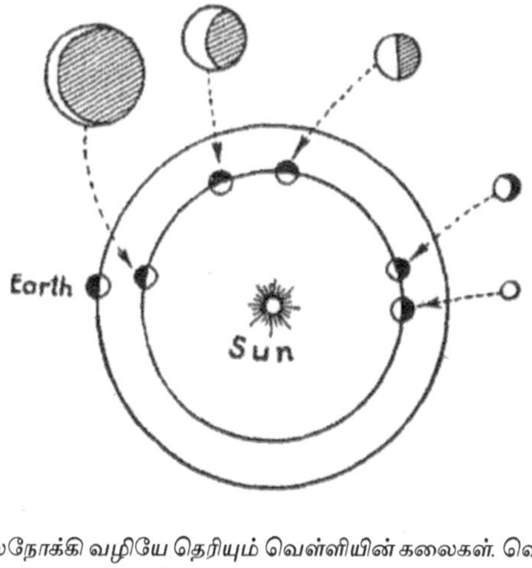

படம் 64. தொலைநோக்கி வழியே தெரியும் வெள்ளியின் கலைகள். வெவ்வேறு கலைகளின் போது பூமியிலிருந்து வெவ்வேறு தூரத்தில் இருப்பதால் அதன் தோற்ற விட்டமும் வெவ்வேறாயுள்ளது.

நாம் காணவே முடியாது. இந்த "அமாவாசை வெள்ளி" நிலையிலிருந்து அது விலகிச் செல்லும் போது தான் நாம் அதன் பிறைகளைக் காண்கிறோம். கலை வளர வளர அதன் விட்டம் குறைகிறது. வெள்ளி மிகவும் பிரகாசமாயிருப்பது அது பூரணமாய்த் தெரியும் போதும் அல்ல, அதன் விட்டம் மிக அதிகமாய் இருக்கும் போதும் அல்ல, ஆனால் ஒரு இடைப்பட்ட நிலையில். பூர்ணமாய்த் தெரிவது பார்வைக்கோணம் *10"* ஆக இருக்கும் போது மிகப் பெரிய பிறை பார்வைக் கோணம் *64"* ஆக இருக்கும் போது. ஆனால் மிகப் பிரகாசமாயிருப்பது "அமாவாசை வெள்ளி" கழிந்து *30* நாட்களுக்குப் பின்தான். அப்போது அதன் கோண விட்டம் *40"*. பிறையின் கோண அகலம் *10"* அப்போது அது மிகப் பிரகாசமான நட்சத்திரமான ஸிரியஸ்ஸைப் போல் *13* மடங்கு பிரகாசமாக இருக்கிறது.

மிக அனுகூலமான எதிர் எதிர் நிலைகள்

செவ்வாய் மிகப் பிரகாசமாயிருப்பதும், பூமிக்கு மிக அருகில் இருப்பதுமான நிகழ்ச்சிகள் *15* வருடங்களுக்கு ஒருமுறை நிகழ்கின்றன என்பது பலருக்குத் தெரியும். இதற்கு வானவியல் பெயரே செவ்வாயின் "மிக அனுகூலமான எதிர் எதிர் நிலைகள்" என்பதாகும். இந்நிலைகளில் குறிப்பிடத்தக்க வருடங்கள் *1924, 1939 (படம் 25) 1956*. ஆனால் இது ஏன் *15* வருடங்களுக்கு ஒருமுறை நிகழ்கிறது என்று பலருக்குத் தெரியாது. இதற்குரிய "கணக்கும்" மிகவும் எளியதே.

சூரியனைப் பூமி ஒருமுறை சுற்ற *365 ¼* நாட்களும் செவ்வாய்க்கு *687* நாட்களும் ஆகின்றன. இவ்விரண்டும் ஒரு முறை ஒன்றையொன்று மிகவும் நெருங்கி வரும்* மறுமுறை அவ்வாறு நெருங்குமானால் அப்போது ஏதோ முழு எண்ணிக்கையான பூமி வருடங்களும் செவ்வாய் வருடங்களும் கழிந்திருக்க வேண்டும். அதாவது *X*ம் *Y*ம் முழு எண்களாக இருக்கும் படி $365\frac{1}{4}\,x = 687\,y$ *365 ¼ X = 687y* என்ற சமன்பாட்டை விடுவிக்க வேண்டும்.

X = 1.88y. ஆகவே $\frac{x}{y} = 1.88 = \frac{47}{25}$. இப்பின்னத்தைத் தொடர் பின்னமாக மாற்றுவோம் *(பக்கம் 122 பார்க்க)*.

$$\frac{47}{25} = 1 + \cfrac{1}{1 + \cfrac{1}{7 + \cfrac{1}{3}}}$$

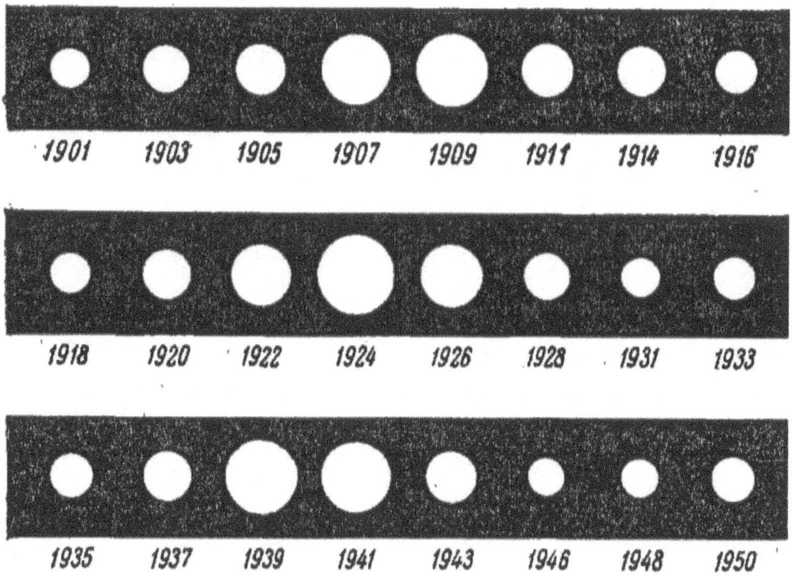

படம் 65. இருபதாம் நூற்றாண்டில் 'எதிர்நிலைகளின்' போது செவ்வாயின் தோற்ற விட்டம் மாறிய விதம், மிக அனுகூலமான எதிர் நிலைகள் நிகழ்ந்த வருடங்கள் 1909, 1924, 1939

முதல் மூன்று பாகங்களை மட்டும் எடுத்துக் கொண்டால் $1+\frac{1}{1+\frac{1}{7}}=\frac{15}{8}$, *1+1/1+1/ 7 = 15/8,* அதாவது *15* பூமி வருடங்கள் *8* செவ்வாய் வருடங்களுக்குச் சமம் என்று காண்போம். ஆகவே, செவ்வாய் *15* வருடங்களுக்கு ஒருமுறை நெருங்கி வரும். (துல்லியமான மதிப்பான *1.8809* க்குப் பதில் *1.88* ஐ எடுத்துக் கொண்டு கணக்கீட்டைச் சற்று எளியதாக்கியிருக்கிறோம்.) *

இதே முறையை உபயோகித்து வியாழன் மிக நெருங்கி வரும் கால அளவைக் காணலாம். ஒரு வியாழ வருடம் என்பது நமது (சரியாகச் சொல்வதனால் *11.8622*) ஆண்டுகள் கொண்டது. இதைத் தொடர் பின்னமாக்குவோம்: $11.86=11\frac{43}{50}=11+\frac{1}{1+\frac{1}{6+\frac{1}{7}}}$

முதன் மூன்று பாகங்களை மட்டும் எடுத்துக் கொண்டால் சுமாரான மதிப்பு $\frac{83}{7}$. ஆகவே வியாழன் மிக அருகில் வருவது *83* பூமி ஆண்டுகள்

---

* செவ்வாயின் அடுத்த மிக அனுகூலமான எதிர் எதிர் நிலை *1971*ம் ஆண்டு ஆகஸ்ட் *10*ம் தேதியன்று ஏற்படும். -(ப-ர்.)

அல்லது ஏழு வியாழ ஆண்டுகளுக்கு ஒருமுறை. அப்போது தான் அது நம் பார்வைக்கு மிகப் பிரகாசமாய்த் தெரியும். இவ்வாறு இதற்கு முன் கடைசியாக மிக நெருங்கி வந்தது 1951ல். இத்தைகைய நிலையில் வியாழன் பூமியிலிருந்து 587,000,000 கி.மீ தூரத்தில் இருக்கும். சூரிய மண்டலத்தில் மிகப் பெரிய கிரகமான வியாழன் பூமிக்கு மிக அருகே இருக்கும் போது உள்ள தூரம் இது.

கிரகமா? அல்லது சிறு சூரியனா?

இதுவே, வியாழனைப் பற்றி நம்முள் எழும் கேள்வி இந்த ராட்சத கிரகம் தன்னுள் 1314 பூமிகளை அடக்கிக் கொள்ளக்கூடியது. பன்னிரண்டு உபக்கிரகங்களைத் தன்னைச் சுற்றி வரச் செய்யவல்ல கவர்ச்சி சக்தி கொண்டது. அதன் உபக்கிரகங்களில் மிகப் பெரியவையான நான்கும் காலிலீ யோவால் முன்னூறு ஆண்டுகளுக்கு முன் கண்டுபிடிக்கப்பட்டு அவற்றுக்கு ரோமானிய முறையில் I, II, III, IV என்று இலக்கமிடப்பட்டன. அவை ஒவ்வொன்றும் புதனைப் போன்று அவ்வளவு பெரியவை.

கீழே உள்ள அட்டவணை வியாழனின் உபக்கிரகங்களின் விட்டங்களையும் புதன், செவ்வாய், சந்திரன், இவற்றின் விட்டங்களையும் ஒப்பிட்டுக் காண்பிக்கிறது.

	விட்டம்	
செவ்வாய்	6,750	கி.மீ
வியாழனின் III உபகிரகம்	4,940	கி.மீ
புதன்	4,770	கி.மீ
வியாழனின் IV உபகிரகம்	4,680	கி.மீ
சந்திரன்	3,476	கி.மீ
வியாழனின் I உபகிரகம்	3,320	கி.மீ
வியாழனின் II உபகிரகம்	2,830	கி.மீ

மேற்படி அட்டவணைக்கு படம் 66 விளக்கம் தரும். அதில் பெரிய வட்டம் தான் வியாழன். அதனுள் அதன் விட்டத்தின் வழியே அமைந்த சிறுவட்டங்கள் பூமியைக் காட்டுகின்றன. இடப்புறம் வியாழனின் நான்கு மிகப் பெரிய உபக்கிரகங்கள் உள்ளன. வலப்புறம் சந்திரன், செவ்வாய், புதன் இவைகள் உள்ளன. இப்படம் எல்லாக் கருத்துக்களையும்

விளக்கவில்லை என்பதை ஞாபகத்தில் வைத்துக் கொள்ள வேண்டும். உதாரணமாகப் படத்தில் வட்டங்களின் பரப்புக்களின் விகிதம் அவற்றின் கணபரிமாணங்களின் சரியான விகிதத்தைக் காட்டவில்லை. கனபரிமாணங்கள் விட்டங்களின் கனங்களின் விகிதங்களில் உள்ளன.

வியாழனின் விட்டம் பூமியின் விட்டம் போல் *11* மடங்கு. ஆகவே, வியாழனின் கனபரிமாணம் பூமியின் கனபரிமாணம் போல் *113* மடங்கு அல்லது *1300* மடங்கு ஆகும். படம் *66* ஐப் பார்த்த மாத்திரத்தில் நமக்குப் படுவதை இதற்குத் தக்கபடி திருத்திக்கொள்ள வேண்டும்.

வியாழனின் கவர்ச்சி சக்தி மிக அதிகம். அதுவும் அதன் உபக்கிரகங்கள் அதிலிருந்து எவ்வளவு தூரத்தில் சுற்றுகின்றன என்பதைப் பார்க்கும் போது இது ஆச்சரியமாயிருக்கும். கீழேயுள்ள அட்டவணையில் அந்தத் தூரங்கள் தரப்பட்டுள்ளன.

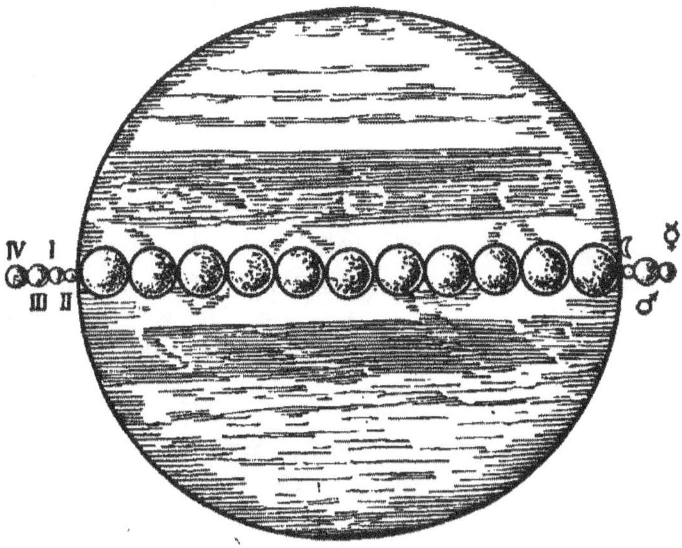

படம் 66. வியாழனையும் அதன் உபக்கிரகங்களையும் (இடப்புறம்) பூமியுடனும் (அதன் விட்டம் வழியே உள்ள வட்டங்கள்) சந்திரன், செவ்வாய், புதன் (வலப்புறம் உள்ளவை) இவற்றுடனும் ஒப்பிடுதல்.

விபரம்	கி.மீ	மடங்கு
பூமியிலிருந்து சந்திரன் வரை	*380,000*	*1*
வியாழனிலிருந்து அதன் III உபக்கிரகம் வரை	*1,070,000*	*3*
--------------------------- IV --------- -------	*1,880,000*	*5*
--------------------------- IX --------- -------	*23,700,000*	*62*

இதிலிருந்து வியாழனின் மண்டலம் பூமி – சந்திர மண்டலத்தைப் போல் 62 மடங்கு பெரியது என்று தெரியும். வேறு எந்தக் கிரகத்துக்கும் இவ்வளவு தூரத்தில் சிதறிக் கிடக்கும் பல உபக்கிரகங்கள் கிடையாது.

ஆகவே, வியாழனை ஒரு சிறு சூரியனுக்கு ஒப்பிட்டால் அதில் பொருத்தமற்றது ஒன்றுமில்லை. அதன் நிறை மற்ற எல்லாக் கிரகங்களின் நிறைகளின் கூட்டுத் தொகை போல் மூன்று மடங்கு. திடீரென்று சூரியன் தன் இடத்திலிருந்து மறைந்து போவதாக வைத்துக் கொள்வோம். அந்த இடத்தை வியாழன் நிரப்பி எல்லாக் கிரகங்களையும் தன்னைச் சுற்றிவரச் செய்யும். ஆனால் அவை மெதுவாகச் சுற்றிவரும், அவ்வளவே.

வியாழனுக்கும் சூரியனுக்கு பௌதீக அமைப்பில் பல ஒற்றுமைகள் உள்ளன. வியாழனின் அடர்த்தி நீரைப்போல் 1.33 மடங்கு. சூரியனின் அடர்த்தி 1.4. ஆனால் ஆரஞ்சு போன்று சற்றுத் தட்டையான வடிவ அமைப்பை வியாழன் கொண்டிருப்பதால் அது ஓர் அடர்த்தியான மையப் பாகம், கனத்த மனிக் கட்டித் தகட்டாலும் ஏராளமான வாயுமண்டலத்தாலும் மூடப்பட்டது போல் தோன்றுகிறது.

சமீப காலம் வரை இன்னும் ஒரு படி அதிகமாகவே சென்று சூரியனுடன் ஒப்பிட்டார்கள். அதாவது இதற்குக் கெட்டியான மேல் புறமே கிடையாது. அது ஏதோ ஒரு ஒளிரும் பொருளில் இருந்து பிரிந்து வந்தது என்று கூறினார்கள். ஆனால் இக்கருத்து இப்போது கைவிடப்பட்டுவிட்டது. வியாழனின் வெப்பநிலை மிக மிகக் குறைவு. அதாவது 0^0 C க்குக் கீழே 140^0C. ஆனால் இவ்வெப்பநிலை வியாழனின் வாயுமண்டலத்தில் மிதக்கும் மேகங்களின் வெப்பநிலையாகும்.

அதனுடைய இக்குறைந்த வெப்பநிலை, அதில் உள்ள வாயுமண்டலப் புயல்கள், பட்டைகள், புள்ளிகள் முதலிய பௌதீக வினோதங்களைப் புரிந்து கொள்வதைச் சிக்கலாக்குகிறது. இங்கு

வானவியலைப் பல புதிய பிரச்சனைகள் எதிர் நோக்கியுள்ளன.

வியாழன் அதன் அருகில் உள்ள சனி இவற்றின் வாயு மண்டங்களில் ஏராளமாக அம்மோனியா மீதேன் ஆகியவை இருப்பதாகக் கண்டுபிடிக்கப்பட்டுள்ளது. *

சனி வளையங்களின் மறைவு

*1921*ல் ஒரு நாள் உலகைத் திடுக்கிட வைக்கும் ஒரு ருசிகரமான செய்தி கிளம்பியது. சனியைச் சுற்றியுள்ள வளையங்கள் ஒன்றையும் காணோம். அவ்வளையத் துண்டுகள் சூரியனை நோக்கிப் பறந்து கொண்டிருக்கின்றன. வழியில் அவை பூமி மீது மோதி பூமிக்கும் பெரும் விபத்து ஏற்படப் போகிறது என்பது அச் செய்தி. இவ்விபத்து நிகழப் போகும் தேதி கூட குறிப்பிடப்பட்டு விட்டது...

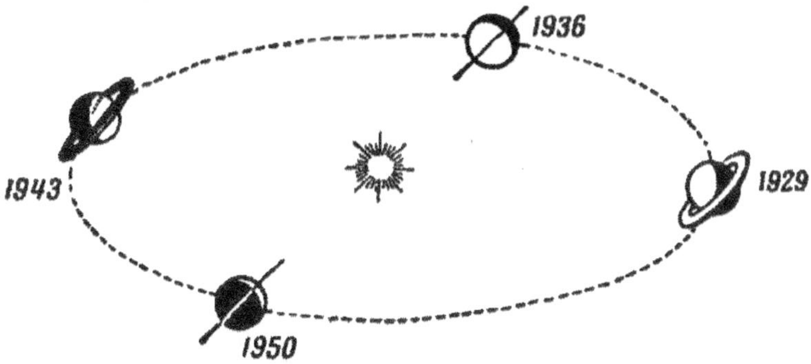

படம் 67. சனி சூரியனைச் சுற்றி வர ஆகும் 29 ஆண்டுகளில் சூரியனைப் பொறுத்துச் சனி வளையங்களின் நிலைகள்.

வதந்திகள் எவ்வாறு பிறக்கின்றன என்பதற்கு இக்கதை உதாரணம். இவ்வதந்திகள் தோன்றியதற்குக் காரணம் என்னவென்றால் வானவியல் பஞ்சாங்கம் தெரிவித்தது போல், அவ்வாண்டில் சனி வளையங்கள் சிறிதுகாலம் "மறைந்துவிட்டு" ப் பார்வைக்குத் தெரியாமலிருந்தன. அவை அவிழ்ந்து விட்டதாகக் கருதி கண் காது எல்லாம் வைத்து மேலே கூறியபடி கயிறு திரித்து விட்டார்கள்.

---

* யுரேனஸ், நெப்டியூன் போன்ற மிகத் தொலைவில் உள்ள கிரககளில் மீதேன் இன்னும் அதிகம். சனியின் பெரிய உபக்கிரகமான டைட்டானில் மீதேன் வாயுமண்டலம் இருப்பதாக 1944ல் கண்டு பிடிக்கப்பட்டுள்ளது. (ப-ர்.)

வானவியல் பஞ்சாங்கத்தின் இச்செய்தி எவ்வளவு குழப்பத்தை விளைவித்தது! இவ்வளையங்கள் மறையக் காரணம் என்ன? அவற்றின் தடிப்பு 20 – 30 கி.மீ. எனினும் அவற்றின் அகலத்தோடு ஒப்பிட்டால் அவ்வளையங்கள் வெறும் காகிதம் போலத்தான். ஆகவே அவற்றின் விளிம்புகள் சூரியனை நோக்கியிருக்கும் நிலை வரும் போது அவற்றின் மேல் பரப்பிலும் கீழ்ப் பரப்பிலும் வெளிச்சம் விழுவதில்லை. ஆகவே, அவை நம் கண்ணுக்குத் தெரிவதில்லை. மேலும் அவற்றின் விளிம்புகள் பூமிக்குத் தெரிகிறாற்போல் உள்ள நிலையிலும் நமக்கு அவை தெரிவதில்லை.

சனி வளையங்கள் பூமிப் பாதையின் தளத்துக்கு 27^0 சாய்ந்துள்ளன. சனி சூரியனை ஒரு முழுச் சுற்று சுற்றி வர ஆகும் காலமான 29 ஆண்டுகளில் இரண்டு எதிர் எதிரான புள்ளிகளில் அவற்றின் விளிம்புகள் சூரியனையும் பூமியையும் நோக்கியிருக்கின்றன. (படம் 67). இந்நிலைகளிலிருந்து 90^0 யில் உள்ள வேறிரு நிலைகளில் அவைகள் சூரியனுக்கும் பூமிக்கும் தங்களது மிக அகலமான பரப்பைக் காட்ட்டுகின்றன. அதையே வானவியலார், வளையங்கள் "திறக்கின்றன" என்று கூறுகிறார்கள்.

வானவியல் அனாக்ராம்கள் *

சனி வளையங்களின் மறைவு காலிலீயோவுக்கு மிகவும் திகைப்பை அளித்தது. அவர் இவ்வளையங்களைப் பற்றி அநேகமாக எல்லாம் அறிந்து கொண்டு விட்டார் என்ற நிலையில் இவ்வளையங்களின் மறைவு அவரைக் குழப்பியது. ஏதேனும் ஒன்றைப் புதிதாய்க் கண்டுபிடிப்பவர்கள் தாங்களே அதை முதலில் கண்டுபிடித்ததை உறுதிப்படுத்தும் பொருட்டு அக்காலத்தில் வினோதமான வழியைக் கைக்கொண்டனர். ஏதேனும் ஒன்றைப் புதிதாய்க் கண்டுபிடித்தபின் அதை நிரூபிக்க வேறு ஆதாரங்கள் தேவைப்படுமானால் அவ்விஞ்ஞானி தான் கண்டுபிடித்ததை ஒரு 'அனாக்ராம்' மூலம் வெளியிடுவது வழக்கம். அதன் பொருள் அவ்விஞ்ஞானிக்கு மட்டுமே தெரியும். பொறாமை கொண்ட வேறு ஏதாவது விஞ்ஞானி அது தமக்கு முன்பே தெரியும் என்று சொல்லிவிடக் கூடாது அல்லவா, அதற்காகத் தான் இந்த ஏற்பாடு. இதனால் அவ்விஞ்ஞானி நிதானமாகத் தான் மேற்கொண்டு செய்ய வேண்டிய சோதனைகளை யெல்லாம் செய்து பிறகு வெளியிடலாம்.

---

* அனாக்ராம் என்பது வார்த்தையின் எழுத்துக்களை வேறு வரிசையில் எழுதி வேறு ஒரு வார்த்தை உண்டாக்குவது. -(மொ-ர்)

அதற்கிடையில் வேறு யாரும் தானே முதலில் அதைக் கண்டுபிடித்ததாக உரிமை கொண்டாடவும் முடியாது. இவ்வாறு காலிலீயோ தனது துல்லியம் குறைந்த தொலைநோக்கி வழியே சனி கிரகத்தைச் சுற்றி ஏதோ இருக்கிறது என்று கண்ட பிறகு அதைப் பின் கண்ட அனாக்ராம் ரூபத்தில் எழுதினார்.

Smaismrmielmepoetaleumibuvnenugttaviras

இதன் பொருளை யாரும் உணர முடியாது. இந்த *39* எழுத்துக்களையும் எப்படியாவது பிரித்துச் சேர்த்து அதன் பொருளைக் கண்டுபிடித்து விடலாமே என்று முயற்சிப்பீர்களா? அது எவ்வளவு கடினம் தெரியுமா? கணிதத்தில் 'தொகுப்புகள்' என்பது பற்றிப் படித்தவர்கள் நாம் இவ்வாறு பிரித்துச் சேர்த்துப் பார்க்கக் கூடிய வழிகள் = *

$$\frac{39!}{3!\ 5!\ 4!\ 4!\ 2!\ 2!\ 5!\ 3!\ 3!\ 2!\ 2!}$$

என்று அறிவார்கள். இதன் விடை *35* இலக்கங்கள் கொண்ட ஒரு எண். (ஒரு வருடத்திலுள்ள வினாடிகளின் எண்ணிக்கை எட்டே இலக்கங்கள் கொண்ட எண்தான்!) இதிலிருந்து காலிலீயோ தன் இரகசியத்தை எவ்வாறு பாதுகாத்தார் என்பது விளங்கும்.

அவர் காலத்திலேயே வாழ்ந்த விஞ்ஞானியான கெப்ளர் மிகுந்த பொறுமைசாலி. காலிலீயோவின் இந்த ரகசியத்தை வெளிப்படுத்திட முயன்றார். காலிலீயோ பிரசுரித்த எழுத்துக்களில் இரண்டை மட்டும் விட்டு விட்டுக் கீழேயுள்ள லத்தீன் வாக்கியத்தை எழுதியபோது தான் காலிலீயோவின் ரகசியத்தைக் கண்டுபிடித்து விட்டதாக நினைத்தார்.

Salve, umbistineurn geminatum Martia proles

"செவ்வாயிலிருந்து பிறந்த இரட்டைகளே உங்களை நான் வணங்குகிறேன்" என்பதே இதன் பொருள்.

தானும் கூட முன்பே சந்தேகித்தப்படி, செவாயின் இரு உபக்கிரகங்களை கலிலீயோவும் கண்டுபிடித்துள்ளார், என்று கெப்ளர் நினைத்தார் ** (அவைகள் இருப்பது *250* ஆண்டுகளுக்குப் பின்னரே

---

* ! என்ற கணிதக்குறி 'பாக்டோரியல்' எனப்படும். *3!* எனின் *3!* எனின் 1×2×3 என்றும், *5!* எனின் 1×2×3×4×5 என்றும் பொருள், அதாவது *1* முதல், !குறிக்குமுன் இருக்கிற எண் வரை உள்ள எல்லா முழு எண்களின் பெருக்குத் தொகை என்று பொருள். -(மொழி-ர்.)

** வெளியே தள்ளியுள்ள கிரகங்களின் உபக்கிரகங்களின் எண்ணிக்கை படிப்படியாக அதிகரிக்கிறது என்ற கருத்தைக் கொண்டே கெப்ளர் இவ்வாறு ஊகித்தார் போலும். பூமிக்கு ஒரு உபக்கிரகம், வியாழனுக்கு நான்கு. ஆகவே, இவ்விரண்டுக்கும் இடையில்

உறுதிப்படுத்தப்பட்டது). ஆனால் கெப்ளரின் ஊகம் தவறிவிட்டது. கடைசியாகக் காலிலீயோ, இரண்டு எழுத்துக்களை மட்டும் விட்டு விட்டுக் கீழேயுள்ள படி விளக்கினார்:

- Atlissimum planetam tergeminum observavi

பிறகு அரை நூற்றாண்டுக்குப்பின் ஹ்யூஜென்ஸ் என்பவருக்குச் சனிவளையங்களைப் பார்க்கும் அதிர்ஷ்டம் கிட்டியது. காலிலீயோவைப் போலவே அவரும் தன் கண்டுபிடிப்பை ரகசிய மொழியில் பின்வருமாறு தொகுத்தார்.

Aaaaaaacccccdeeeeeghiiiiiiilllmm
Nnnnnnnooooppqrrstttttuuuu

மூன்று ஆண்டுகளுக்கு பின் தன் கருத்து சரி என்று உறுதியான பின் ஹ்யூஜென்ஸ் அவரது கண்டுபிடிப்பை பின்வருமாறு வெளியிட்டார்:

(மெல்லிய தட்டையான வட்டமான ஓரிடத்தும் ஒட்டாத, சூரிய வீதிக்குச் சாய்ந்த வளையத்தால் குழப்பட்டு இருக்கிறது.)

நெப்டியூனுக்கும் அப்பால் உள்ள கிரகம்

1929ல் இப்புத்தகம் முதலில் வெளிவந்த போது* பூமி சூரியனிலிருந்து விலகியிருப்பது போல் 30 மடங்கு தூரத்தில் உள்ள நெப்டியூனே சூரிய மண்டலத்தில் சூரியனிலிருந்து மிகத் தொலைவிலுள்ளது என்று நான் எழுதினேன். ஆனால் இரண்டாவது வெளியீட்டில் அப்படிச் சொல்ல என்னால் முடியவில்லை. 1930 லேயே நெப்டியூனை விட அதிக தூரத்தில் சுற்றும் ஒன்பதாவது பெரிய கிரகம் கண்டுபிடிக்கப்பட்டுவிட்டது.

இக்கண்டுபிடிப்பு எந்த ஆச்சரியத்தையும் விளைவிக்கவில்லை. ஏனெனில் வெகு காலமாகவே வானவியலார் இம்மாதிரி ஒரு கிரகம் இருக்க வேண்டும் என்று எவ்வாறோ ஊகித்திருந்தனர். ஒரு நூற்றாண்டுக்கு முன் அவர்கள் யுரேனசையே சூரிய மண்டலத்தின்

உள்ள செவ்வாய்க்கு இரு உபக்கிரகங்கள் இருப்பது இயற்கையே என்று அவர் நம்பினார். இவ்வகையான வாதம் மற்றவர்களையும் இவ்வாறே நினைக்கத் தூண்டியது. வால்டேர் எழுதிய 'மைக்ரோமெகாஸ்" (1750) என்பதில் ஒரு பிரயாணி செவ்வாயை நெருங்கும் போது நம் வானவியலார்கள் இது வரை கண்டிராத இரு சந்திரன்கள் செவ்வாய்க்கு இருப்பதைக் கண்டதாகப் படிக்கிறோம். இதற்கும் முன்னால் 1726ல் ஸ்விஃப்ட் எழுதிய "கலிவரின் யாத்திரைகள்" என்பதில் லபுதியன் வான வியலார்கள் செவ்வாயின் இரு உபக்கிரகங்கள் அதைச் சுற்றுவதைக் கண்டதாகக் காணப்படுகிறது. ஆனால் 1877ல் ஹால் என்பார் ஆற்றல் மிக்க தொலைநோக்கி மூலம் செவ்வாயின் இரு உபக்கிரகங்களைக் கண்ட பின்னரே இது உறுதியாயிற்று.

* அதாவது ருஷ்ய மொழியில் முதலில் வெளிவந்த போது, (ப-ர்.)

வெளிப்பக்கமாக உள்ள கிரகம் என்று எண்ணினர். ஆனால் அதன் இயக்கங்களில் உள்ள சில ஒழுங்கீனங்களைக் கண்டதும், அதற்கு அதையும் தாண்டியுள்ள வேறொரு கிரகத்தின் கவர்ச்சியே காரணமாக இருக்க வேண்டும் என்று ஐயுற்றனர். பிரிட்டிஷ் கணித நிபுணரான ஆடம்ஸ் என்பாரும் பிரெஞ்சு வானவியலார் லெவரியர் என்பாரும் கணித ரீதியாக ஆராய்ந்து வேறொரு கிரகம் இருக்கத் தான் வேண்டும் என்று எடுத்துக் காட்டினர். அவ்வாறே இந்தப் "பேனா முனைக் கணக்கீடு" காட்டிய கிரகம் தொலைநோக்கி மூலம் கண்பார்வைக்கு எட்டியது.

இதுதான் நெப்டியூன் கண்டுபிடிக்கப்பட்ட கதை. ஆனால் இது யுரேனசின் இயக்கத்தில் உள்ள எல்லா ஒழுங்கீனங்களையும் விளக்கவில்லை என்று பின்னர் கண்டனர். ஆகவே நெப்டியூனையும் தாண்டி வேறொரு கிரகம் இருக்க வேண்டும் என்று ஊகித்தனர்; மறுபடியும் கணித வல்லுநர் மூளைக்கு வேலை கொடுத்தனர். சூரியனிலிருந்து வெவ்வேறு தூரங்களில் வெவ்வேறு நிறையுள்ளதாக இந்த ஒன்பதாவது கிரகத்தை வைத்துக் கணக்கிட்டனர்.

கடைசியில் 1930ல் சூரிய மண்டலத்தின் விளிம்பில் ஒரு புதிய கிரகம் தொலைநோக்கியில் தென்பட்டது. இதற்கு ப்ளூட்டோ என்று பெயரிட்டனர். இதை முதலில் கண்டது டோம்போ என்ற அமெரிக்க இளம் வானவியலார்.

ப்ளூட்டோ சுற்றுவது முன்கூட்டியே கணக்கிட்டதற்கு ஒப்பான பாதையில் தான். ஆனால் இதை ஒரு கணித வெற்றி என்று சொல்ல முடியாது என்று அறிஞர்கள் கருதுகின்றனர். முன்கூட்டியே கணக்கிடப்பட்ட பாதையில் அது சுற்றுவது ஏதோ தற்செயலான நிகழ்ச்சியே.

இப்புதிய கிரகத்தைப் பற்றி நமக்கு என்ன தெரியும்? ஒன்றுமே தெரியாது எனலாம். அது மிக மிகத் தொலைவில் இருக்கிறது. அதில் விழும் சூரிய வெளிச்சமும் மிகக் குறைவு. மிகச் சக்தி வாய்ந்த தொலைநோக்கிகளாலும் அதன் விட்டத்தை அளப்பது கடினம். அதன் விட்டம் 6000 கி.மீ அல்லது கிட்டத்தட்ட பூமியின் விட்டத்தில் பாதிக்கு சமம்.

ப்ளூட்டோ ஒரு நீண்ட பாதையில் சுற்றுகிறது. (அப்பாதையின் மையப்பெயர்வு 0.25) பூமிப் பாதையின் தளத்துக்கு 17^0 சாய்ந்துள்ளது. சூரியனிலிருந்து பூமியைப் போல் 40 மடங்கு தூரத்தில் உள்ளது. சூரியனைச் சுற்றி வர சுமார் 250 வருடங்களாகின்றன.

ப்ளூட்டோவின் வானில் சூரியன் நம் வானில் பிரகாசிப்பதினும் 1600 மடங்கு குறைவாகப் பிரகாசிக்கிறது. அது 45 செக்கண்டுகள் கோணமுள்ள வட்டத் தகடாகத் தோன்றுகிறது; அதாவது நமக்கு வியாழன் தெரிவது போல் தெரிகிறது. ப்ளூட்டோவிற்குக் கிடைக்கும் சூரிய வெளிச்சம் அதிகப் பிரகாசமானதா அல்லது பூமிக்கு கிடைக்கும் பூரண சந்திரனின் வெளிச்சம் அதிகப் பிரகாசமானதே என்ற சுவையான விஷயத்தை ஆராய்வோம்.

வெகு தொலைவிலுள்ள ப்ளூட்டோவிற்குக் கிடைக்கும் சூரிய வெளிச்சம் நாம் நினைப்பது போல் அவ்வளவு மங்களானதல்ல. நாம் பெறும் பூர்ண சந்திர வெளிச்சம், நாம் பெறும் சூரிய வெளிச்சத்தில் 440,000 பங்கு மங்கியது. ப்ளூட்டோவின் வானில் சூரியன் நமக்குத் தரும் பிரகாசத்தில் 1600 பங்கு மங்கலாகப் பிரகாசிக்கிறது. ஆதலால் ப்ளூட்டோவின் வானில் சூரியப் பிரகாசம் பூமிக்குக் கிடைக்கும் பூரண சந்திரப் பிரகாசத்தைப் போல் 440,000 / 1600 = 275 மடங்கு அதிகம். ப்ளூட்டோவின் பகற்பொழுதில் உள்ள வெளிச்சம் நமக்குப் பௌர்ணமியில் உள்ள வெளிச்சம் போன்று 275 மடங்கு இருக்கும்; அல்லது லெனின்கிராதில் உள்ள மிக வெள்ளையான இரவில் உள்ளது போன்று 30 மடங்கு வெளிச்சம் இருக்கும். ஆகவே ப்ளூட்டோவை எப்போதும் இரவான உலகம் என்பது தவறாகும்.*

குட்டிக் கிரகங்கள்

மேலே கூறப்பட்ட ஒன்பது பெரிய கிரகங்கள் மட்டுமே நமது சூரிய மண்டலத்தில் அடங்கியிருக்கவில்லை. அவற்றை விட மிகச் சிறியவையான கிரகங்களும் சூரியனைச் சுற்றி வருகின்றன. இக்குட்டிக்கிரகங்களை "கிரகப்போலிகள்", அல்லது "சிறு கிரகங்கள்" என்பர். இவற்றில் மிகப் பெரியதான ஸிரஸ் என்பதன் விட்டம் 770 கி.மீ அது சந்திரனை விட மிகச் சிறியது. சந்திரன் பூமியில் எத்தனை பங்கு சிறியதோ அத்தனை பங்கு இது சந்திரனை விடச் சிறியது.

இச் சிறு கிரகங்களில் முதலாவதான ஸிரஸ் 1.1.1801ல் கண்டுபிடிக்கப்பட்டது. இம்மாதிரி சிறு கிரகங்களில் 400க்கும்

* ப்ளூட்டோவின் மேற்பரப்பின் வெப்பநிலை - 2200C க்குக் கீழ் இருக்க வேண்டும் என்பது உண்மையே. இதன் காரணமாக, ப்ளூட்டோவில் வாயுமண்டலம் இல்லை என்பது தெளிவே. ஏனெனில் இத்தகைய வெப்பநிலையில் பெரும்பான்மையான வாயுக்கள் உறைந்த நிலையிலோ அல்லது திரவமான நிலையிலோ உள்ளன. - (ப-ர்.)

அதிகமானவை பத்தொன்பதாம் நூற்றாண்டில் கண்டுபிடிக்கப்பட்டன. செவ்வாய்க்கும் வியாழனுக்கும் இடையில் உள்ள வெளியில் இச் சிறு கிரகங்களெல்லாம் சேர்ந்து உள்ளன என்று சமீப காலம் வரை நம்பிக்கை இருந்தது.

ஆனால் இந்நூற்றாண்டின் போது, குறிப்பாக சமீப ஆண்டுகளின் போது சிறு கிரகங்கள் உள்ள பட்டையான பகுதியின் – அகலம் இரு திசைகளிலும் விரிந்து விட்டது. சென்ற நூற்றாண்டின் இறுதியில் (1898ல்) கண்டுபிடிக்கப்பட்ட ஈராஸ் என்பது, மேற்கூறிய பட்டையான பகுதிக்கு அப்பால் உள்ளது என்று காணப்பட்டது. ஏனெனில் இச்சிறு கிரகத்தின் பாதையில் பெரும் பகுதி செவ்வாயின் பாதையில் இருக்கிறது. 1920ல் வானவியலார், ஹிடல்கோ என்னும் சிறுகிரகத்தை கண்டனர். அதன் பாதை வியாழனின் பாதையைக் குறுக்கிடுகிறது. அது சனியின் பாதைக்கு அருகில் இருக்கிறது. மேலும் அதன் நீள்வட்டப் பாதை மற்ற எல்லாக் கிரகங்களின் பாதையையும் விட நீண்டது. அதன் மையப் பெயர்வு 0.66 மேலும் பூமி சுற்றும் பாதைக்கு மிக அதிகமாக (430 யில்) சாய்ந்துள்ளது. இச்சிறு கிரகத்தின் பெயர், மெக்ஸிகோவின் சுதந்திர இயக்க வீரரான ஹிடல்கோ ஒய் காஸ்டில்லாவின் ஞாபகார்த்தமாக இடப்பட்டது.

1936ல் மையப்பெயர்வு 0.78 உள்ள ஒரு சிறு கிரகம் கண்டுபிடிக்கப்பட்டது. சிறு கிரகங்கள் இயங்கும் பிரதேசம் இன்னும் விரிவானது என்றும் தெரிந்தது. இப்புது சிறு கிரகத்துக்கு யுரேனிஸ் என்று பெயர் இடப்பட்டது. அது சூரியனுக்குத் தொலைவில் இருக்கும் போது புதனின் பாதைக்கு அருகாமையிலும் வருகிறது என்பது குறிப்பிடத்தக்கது.

கடைசியாக, 1994 கண்டுபிடிக்கப்பட்ட இகாரஸ் என்ற சிறு கிரகத்தின் பாதையின் மையப்பெயர்வு 0.83. அது சூரியனிலிருந்து மிக அருகில் இருக்கும் தூரம் பூமிப் பாதையின் ஆரத்தில் இரு மடங்கு, மிகத் தொலைவில் இருக்கும் தூரம் பூமிக்கும் சூரியனுக்கும் உள்ள தூரத்தில் ஐந்தில் ஒரு பங்கு. இகாரஸைப் போல் வேறு எந்தக் கிரகமும் சூரியனுக்கு அவ்வளவு அருகில் வருவதில்லை.

புதிதாகக் கண்டுபிடிக்கப்படும் இச் சிறு கிரகங்களைப் பதியும் முறையும் குறிப்பிடத்தக்கது. முதலில் சிறு கிரகம் கண்டுபிடிக்கப்பட்டதின் ஆண்டு பதிவு செய்யப்படுகிறது. அடுத்து அது கண்டுபிடிக்கப்பட்ட அரை மாதத்தினைக் குறிக்கும் எழுத்து குறிக்கப்படுகிறது. இதற்காக வருடத்தை இரு பத்து

நான்கு அரைமாதங்களாகப் பிரித்து அவற்றிற்கு அரிச்சுவடியின் எழுத்துக்களால் பெயரிடப்பட்டுள்ளது. இம்முறையை வானவியல் கண்டுபிடிப்புகளுக்கு மட்டுமின்றிப் பிறவற்றுக்கு, உபயோகிக்கலாம். ஒரு அரை மாதத்திலேயே பல சிறு கிரகங்கள் கண்டுபிடிக்கப்படுவதால் அவற்றை அகராதி வரிசையில் அமைந்த இன்னும் ஒரு எழுத்தால் குறிப்பது வழக்கம். இருபத்து நான்கு எழுத்துக்கள் போதா விட்டால் அவற்றுடன் சிறு இலக்கங்களையும் சேர்த்துக் கொள்வார்கள். எடுத்துக்காட்டாக, *1932 E A1* ¬என்பது *1932* மார்ச் முதல் பாதியில் கண்டுபிடிக்கப்பட்ட *25* வது சிறு கிரகத்தைக் காண்பிக்கிறது. அதன் பாதையும் கணிக்கப்பட்டவுடன் அதற்கு ஒரு பெயரும் இலக்கமும் இடப்படுகின்றன.*

கணக்கீடுகளின்படி, சூரிய மண்டலத்தில் நாற்பதாயிரம் முதல் ஐம்பதாயிரம் வரை சிறு கிரகங்கள் இருக்க வேண்டும்.

இதுவரை கண்டுபிடிக்கப்பட்ட சிறு கிரகங்களின் எண்ணிக்கை *1500* க்கும் அதிகம். இவற்றில் *100*க்கும் அதிகமானவை கிரிமியாவில் கருங்கடலின் கரையில் அமைந்துள்ள ஸிமெயிஸ் வானாராய்ச்சிசாலையைச் சார்ந்த வானவியலார்களால் காணப்பட்டவை. அவர்களிலும் முக்கியமாக கி. ஏன். நேயூமின் என்பாரைக் குறிப்பிட வேண்டும். இச்சிறு கிரகங்களை அவர் வேட்டையாடினார் என்று கூற வேண்டும். சிறு கிரகங்களின் பட்டியலில், விளாதீமிர் இல்யீச் லெனின் அவர்களின் ஞாபகார்த்தமாகப் பெயரிடப்பட்ட "வ்ளாதிலேனா", ருஷ்யப் புரட்சியாளர்களின் ஞாபகார்த்தமாகப் பெயரிடப்பட்ட "பிக்னேரியா", மற்றும் "மோரோஸோவியா", "ஸிமெயிஸா" ஆகிய சிறு கிரகங்களையும் காணலாம். சிறு கிரகங்களைக் கண்டுபிடித்திருப்பதில் ஸிமெயிஸ் வானாராய்ச்சி சாலை உலகிலுள்ள வானாராய்ச்சி சாலைகளில் முக்கிய இடம் பெறுகிறது. மேலும், சிறு கிரகங்களைச் சம்பந்தப்பட்ட தத்துவக் கேள்விகளுக்கு விளக்கம் அளிப்பதில் சோவியத் வானவியலார்

---

* சிறு கிரகங்களில் மிகப் பெரும்பான்மையானவற்றுக்கு, பல்வேறு இனங்களின் புராணத் தொகுதிகளிலிருந்து எடுக்கப்பட்டவையும் அல்லது அடிக்கடி தென்படுபவையுமான பெண் பெயர்கள் இடப்பட்டுள்ளன; மேலும், புகழ் பெற்ற அறிவியலாரின் பெயருக்கோ நகரத்தின் பெயருக்கோ அல்லது வானாராய்ச்சி சாலை இருப்பிடத்தின் பெயருக்கோ பெண் விகுதிகளைச் சேர்த்ததின் விளைவாக உருவாகிய பெயர் மாஸ்க்வா (மாஸ்கோ) ஆகிய சிறு கிரகங்களின் பெயர்கள் இவ்வாறு தான் உருவாகியுள்ளன. சிறு கிரகங்களில் சிலவற்றுக்கு ஆண் பெயர்கள் இடப்பட்டுள்ளன. உதாரணமாக, அச்சிலஸ், ஹெக்டர் முதலியோர் ஆகிய ட்ரோஜன் வீரர்களின் பெயர்கள் இடப்பட்டுள்ள *15* சிறு கிரகங்களும் மற்றும் ஈராஸ், ஹிடல்கோ, ஹெர்மேஸ் ஆகிய கிரகங்களும் இத்தகையவையே. - (ப-ர்.)

முன்னணியில் இருக்கின்றனர். லெனின்கிராதிலுள்ளதும், சோவியத் அறிவியல் பேரவையைச் சார்ந்ததுமான தத்துவ வானவியல் ஆராய்ச்சி நிலையம் சிறு கிரகங்களின் பாதைகளை முன் கூட்டியே வரைவதிலும் அவற்றின் இயக்கங்களைப் பற்றிய உண்மைகளை ஆராய்ந்து காண்பதிலும் ஏற்கனவே பல்லாண்டுகளாகவே ஈடுபட்டுள்ளது. அது, உலகமெங்குமுள்ள வானாராய்ச்சி சாலைகளுக்காக, சிறு கிரகங்களின் நிலைகளை முன் கூட்டியே வரைந்து காட்டும் பஞ்சாங்கங்களை ஆண்டுதோறும் வெளியிடுகிறது.

சிறு கிரகங்கள் அளவில் மிகவும் வேறுபட்டவை. ஒரு சிலவே ஸிரஸ் போன்றோ அல்லது 490 கி.மீ விட்டமுடைய பல்லஸ் போன்றோ பெரியவை. சுமார் எழுபது சிறு கிரகங்களின் விட்டம் 100 கி.மீ விட அதிகம். பெரும்பான்மையானவைகளின் விட்டம் 20 முதல் 40 கி.மீ வரை இன்னும் 2 அல்லது 3 கி.மீ விட்டமுள்ள எத்தனையோ "மிகச் சிறு" கிரகங்கள் உள்ளன. ("மிகச் சிறு" என்பதை மேற்கோள் குறிகளுக்குள் போட்ட காரணம் ஒரு வானவியலார் வாயிலிருந்து 'மிகச்சிறு' என்று வந்தால் அதன் பொருளை ஒப்புநோக்கில் புரிந்து கொள்ள வேண்டுமே என்பதற்காகத்தான்). இதுவரை கண்டுபிடிக்கப்பட்டவையும் கண்டுபிடிக்கப்படாதவையும் ஆகிய சிறு கிரகங்களின் கூட்டு நிறை பூமியின் நிறையில் ஆயிரத்தில் ஒரு பங்கே. இதுவரை தொலைநோக்கிக்குத் தெரியக் கூடிய சிறு கிரகங்களில் 5% தான் கண்டுபிடிக்கப்பட்டுள்ளன என்று வானவியலார் கருதுகின்றனர்.

கி. ஏன். நேயூமின் எழுதுவதாவது:

"சிறு கிரகங்களின் பௌதீகத் தன்மைகள் கிட்டத்தட்ட ஒன்று போலவே இருக்கும் என்று நினைக்கலாம். ஆனால் அப்படியல்ல. உதாரணமாக ஸிரஸ், பல்லஸ் என்ற சிறு கிரகங்களின் ஒளி பிரதிபலிக்கும் தன்மை, பூமியிலுள்ள கறும்பாறைகளைப் போன்றது. ஜூனோவின் தன்மை வெள்பாறைகளை ஒத்தது. ஆனால் வெஸ்டா என்னும் சிறு கிரகத்தின் ஒளி பிரதிபலிக்கும் தன்மை வெள்ளை மேகங்களைப் போன்றது. இதில் இன்னும் ஆச்சரியப்படத்தக்க விஷயம் என்னவென்றால் மிகச் சிறியவைகளாதலால் அவற்றில் வாயுமண்டலமே கிடையாது. இது தீர்மானமாக உறுதிப்படுத்தப்பட்டு விட்டது. ஆகவே ஒளி பிரதிபலிக்கும் தன்மை வெவ்வேறாயிருப்பதால், அது மேற்பரப்பிலுள்ள பொருள்களின் வேறுபட்ட பிரதிபலிக்கும் தன்மை காரணமாகவே இருக்க வேண்டும்".

சில சிறு கிரகங்களின் பிரகாசமும் மாறுபடுவது அவற்றின் ஒழுங்கற்ற வடிவத்தையும், தம் அச்சில் சுற்றுவதையும் காட்டுகிறது.

நமக்கு மிக அருகிலுள்ள சிறு கிரகங்கள்

மேலே கூறப்பட்ட அடோனிஸ் என்ற சிறு கிரகம் வால் நட்சத்திரத்தினது போன்ற அதனது மிக நீண்ட நீள்வட்டத்திற்காக மட்டுமல்ல, அது பூமியை மிக மிக நெருங்கி வருவதற்காகவும் குறிப்பிடத்தக்கது. அது கண்டுபிடிக்கப்பட்ட வருடத்தில் அது 1,500,000 கி.மீ தூரத்தில் இருந்தது. சந்திரன் இதைவிட அருகில் இருப்பது உண்மைதான். சந்திரன் இச் சிறு கிரகங்களை விடப் பெரியதாய் இருப்பினும் அது ஒரு கீழ்ப்படியிலுள்ளது, அது தனிக் கிரகமல்ல. அப்பொலோ என்ற சிறு கிரகமும் பூமிக்கு மிக அருகில் வருகிறது. அது கண்டுபிடிக்கப்பட்ட போது பூமியில் இருந்து 3,000,000 கி.மீ தூரத்தில் இருந்தது. கிரகங்களைப் பற்றிக் கூறும் போது இது ஒன்றும் அவ்வளவு பெரியதூரம் அல்ல. செவ்வாய் நமக்கு மிக அருகில் இருக்கும் போதே 55,000,000 கி.மீ தூரத்தில் இருக்கிறது. வெள்ளியின் தூரமோ 40,000,000 கி.மீ. க்குக் குறைவதில்லை. இதில் இன்னும் ஒரு வேடிக்கை என்னவென்றால் மேற்படி சிறு கிரகம் வெள்ளிக்கு இன்னும் அருகில் அதாவது 200,000 கி.மீ தூரத்துக்கு, அதாவது பூமிக்கும் சந்திரனுக்கும் உள்ள தூரத்தில் பாதி தூரத்துக்கு நெருங்குகிறது. சூரிய மண்டலத்தில் இரு கிரகங்களிடையே உள்ள தூரங்களில் இதுவரை இதுமே மிகக் குறைந்தது.

மேற்படி சிறு கிரகம் தமக்குத் தெரிந்த வரை மிகச்சிறு கிரகங்களில் ஒன்று ஆகும். அதன் விட்டம் 2 கி.மீ க்கு அதிகம் இல்லை. 1937ல் கண்டுபிடிக்கப்பட்ட ஹெர்மேஸ் என்பது சந்திரனுக்குச் சமமான தூரத்தில் (500,000 கி.மீ) நெருங்குகிறது. அதன் விட்டம் 1 கி.மீ. க்கு அதிகமிருக்கும்.

மேற்கூறியதை உதாரணமாக எடுத்துக்கொண்டு "மிகச் சிறு" என்பதன் வானியல் பொருளைப் பார்க்கலாம். மேலே சொன்ன மிகச் சிறு சிறு கிரகத்தின் கனபரிமாணம் 0.52 கி.மீ3 அல்லது 520,000,000 கன மீட்டர்கள். அது அவ்வளவும் கருங்கல்லாயிருந்தால் 1,500,000,000 டன்கள் எடையிருக்கும். அதைக் கொண்டு சியோப்ஸ் பிரமிடு போன்ற 300 பிரமிடுகள் கட்டலாம்.

வானவியலாரின் "மிகச் சிறு" என்பதன் பொருள் இப்போது உங்களுக்குப் புரிந்திருக்கும்.

வியாழனின் சகபிரயாணிகள்

இன்றுவரை கண்டுபிடிக்கப்பட்ட 1600 சிறு கிரகங்களில் பதினைந்துக்கு, ட்ரோஜன் வீரர்களின் பெயர்களே, அதாவது அச்சிலஸ், பெட்ரோகலஸ், ஹெக்டர், நெஸ்டார். ப்ரியாமஸ், அகாம்னென் முதலியனவே இடப்பட்டுள்ளன. இவற்றின் இயக்கங்களில் குறிப்பிடத்தக்க விஷயம் ஒன்று உண்டு. எந்த நிலையிலும் இவற்றில் ஏதேனும் ஒன்று, வியாழன், சூரியன் இவை மூன்றும் ஒரு சமபக்க முக்கோணத்தின் முனைகளாய் அமைகின்றன. இந்த "ட்ரோஜன் வீரர்களை, வியாழனை வெகுதூரத்தில் பின்தொடர்ந்து சில 600 முன்னும் சில அதே அளவு பின்னும் செல்லும் சக பிரயாணிகள் எனலாம். எல்லாவற்றுகும் சூரியனைச் சுற்றி வர ஒரே நேரந்தான் ஆகிறது.

இந்தக் கிரகங்களின் முக்கோணம் நிலையானது. ஏதேனும் ஒரு சிறு கிரகம் சற்று விலகினும் கவர்ச்சி அதைப் பழைய நிலைக்கு கொண்டு வந்துவிடும்.

இந்த "ட்ரோஜன் வீரர்கள்" கண்டுபிடிக்கப்படு முன்னரே, மூன்று கவரும் பொருள்களினிடையே இம்மாதிரி 'நகரும் சமநிலை' இருக்க முடியும் என்பதை லாக்ரான்ஜூ என்ற பிரெஞ்சுக் கணிதவியலாளர் நிரூபித்தார். ஆனால் அவர் இதை கணிதத்தில் ஒரு புதிராகத் தீர்மானித்து விடை கண்டாரே தவிர உண்மையில் இவாறு இருக்கக்கூடும் என்ற கருத்தை விட்டு விட்டார். ஆனால் சிறு கிரகங்களைக் காண எடுத்துக் கொண்ட முயற்சிகளின் போது அவரது கொள்கைக்குச் சரியான சான்று கிட்டியது. சிறு கிரகங்களை நன்கு ஆராய வேண்டும் என்பதற்கு இதுவே போதிய நிரூபணம்.

பிற வானங்கள்

சந்திரனிலிருந்து பார்த்தால் பூமியும் மற்ற கிரகங்களும் எவ்வாறு தோன்றும் என்பதற்காக ஏற்கனவே கற்பனையில் சந்திரனுக்குப் பறந்து சென்றிருக்கிறோம். இப்போது சூரிய மண்டலத்தின் மற்ற கிரகங்களுக்கும் சென்று வானம் எவ்வாறு தோன்றுகிறது என்று பார்க்கலாம்.

முதலில் வெள்ளியில் ஆரம்பிப்போம். அங்கு வாயுமண்டலம் ஒளி ஊடுருவக் கூடியதாய் இருக்குமானால், நமது வானத்தில்

தெரிவதைப் போல் இரு மடங்கு பெரிதான சூரியனைக் காண்போம் *(படம் 68)* ஆகவே சூரியன் பூமிக்கு அளிப்பதைப் போன்று இரு பங்கு வெளிச்சமும் வெப்பமும் வெள்ளிக்கு அளிக்கும். வெள்ளியின் வானத்தில் இரவில் மிகமிகப் பிரகாசமான ஒரு நட்சத்திரம் தெரியும். அதுவே நமது பூமி. அளவில் இரண்டு கிரகங்களும் ஒன்றாயிருந்த போதிலும் நமக்கு வெள்ளி எவ்வளவு பிரகாசமாய்த் தெரிகிறதோ அதைவிட அதிகப் பிரகாசமாய் வெள்ளியிலிருந்து பூமி தெரியும். இதற்குக் காரணம் மிகவும் எளிது. வெள்ளி பூமியை விட சூரியனுக்கு அருகில் இருக்கிறது. ஆகவே அது பூமிக்கு மிக அருகில் இருக்கும்போது அதன் வெளிச்சம் படாத பகுதியே நம்மை நோக்கி இருப்பதால் நாம் அதைக் காண முடிவதில்லை. இந்நிலையிலிருந்து அது சற்று நகர்ந்த பின்னும் அதன் வெளிச்சம் படும் பகுதியின் ஒரு கீற்றுப் போன்ற பகுதியையே காண முடிகிறது. ஆனால், பூமி வெள்ளிக்கு மிக அருகிலிருக்கும் போது செவ்வாய் நம் வானத்தில் பிரகாசிப்பது போன்று முழு வட்டமாகப் பிரகாசிக்கிறது. ஆகவே, வெள்ளி நமக்குத் தரும் மிக அதிகப் பிரகாசத்தைப் போல் ஆறு மடங்கு பிரகாசத்துடன் பூமி வெள்ளியின் வானத்தில் பிரகாசிக்கிறது. ஆனால் இவ்வாறு பிரகாசிப்பது வெள்ளியின் வானம் தெளிவாயிருந்திருந்தால் தான். வெள்ளியின் இரவுப் பகுதியில் விழும் பூமியின் வெளிச்சம் தான் வெள்ளியின் "சாம்பல் நிற ஒளி" க்குக் காரணமாய் இருக்கிறது என்று

படம் 68. பூமியிலிருந்தும் பிற கிரகங்களிலிருந்தும் தெரியும், சூரியனின் தோற்ற அளவுகள், (படத்தைக் கண்ணிலிருந்து சுமார் 50 செ.மீ. தொலைவில் வைத்துக்கொள்ள வேண்டும்.)

நினைப்பது தவறு. வெள்ளியில் விழும் பூமியின் வெளிச்சம் 35 மீட்டர் தூரத்தில் வைக்கப்பட்டுள்ள ஒரு சாதாரண மெழுகுவர்த்தியினால் ஏற்படும் வெளிச்சத்தைப் போன்றே இருக்கிறது. "சாம்பல் நிற ஒளி" யை ஏற்படுத்துவதற்கு இது நிச்சயமாய்ப் போதாது.

வெள்ளியில் விழும் பூமி வெளிச்சத்திற்குச் சந்திர வெளிச்சமும் துணை செய்கிறது. சந்திர வெளிச்சம் இங்கே ஸிரியஸின் ஒளி போன்று நான்கு பங்கு பிரகாசத்தை அளிக்கும். சூரிய மண்டலம் முழுவதிலும் பூமி – சந்திரன் என்ற இரட்டைக் கிரகத்தைப் போன்ற பிரகாசமுள்ளது, இருக்குமா என்பது சந்தேகத்துக்குரியதே. வெள்ளியில் உள்ள ஒருவனுக்குப் பெரும்பாலான சமயங்களில் சந்திரனும் பூமியும் தனித்தனியாய்த் தெரியும்; மேலும் தொலைநோக்கி வழியே சந்திரப் பரப்பின் விபரங்களையும் காணக்கூடும்.

வெள்ளியின் வானத்தில் தெரியும் மற்றுமொரு பிரகாசமான கிரகம் புதன் ஆகும். அது காலையிலும் மாலையிலும் காணப்படும். பூமியின் வானத்தில் ஸிரியஸையும் விட அது அதிகமாய் ஒளிர்வதை இங்கு நினைவு கூறவும். இந்தப் பிரகாசத்தைப் போல் மும்மடங்கு பிரகாசத்துடன் அது வெள்ளியின் வானத்தில் ஒளிருகிறது; ஆனால் செவ்வாய் இரண்டரை மடங்கு குறைவாக, அதாவது நம் வானத்தில் வியாழன் பிரகாசிப்பதை விட சற்று குறைவாக ஒளிருகிறது. சலனமற்ற நட்சத்திரங்களைப் பொறுத்தவரை சூரிய மண்டலக் கிரகங்கள் அனைத்திலிருந்தும் அவை ஒன்றுபோலவே தோன்றும்; நாம் புதனிலோ, வியாழனிலோ, சனியிலோ நெப்டியூனிலோ, ப்ளூட்டோவிலோ எங்கிருப்பினும் சரி, நட்சத்திரக் கூட்டங்கள் ஒன்று போலவே தோன்றும். இது கிரகங்களுக்கிடையில் உள்ள தூரங்களுடன் ஒப்பிட்டால் நட்சத்திரங்களின் தொலைவு எவ்வளவு மிக அதிகம் என்பதைக் காட்டும்.

இனி வெள்ளியை விட்டு சிறியதான புதனுக்குச் செல்வோம். புதனோ வாயுமண்டலம், இரவு, பகல் முதலியன அற்ற ஒரு விநோத உலகம். இங்கு சூரியன் பூமியில் தெரியும் பரப்பைப்போல் ஆறு மடங்கு உள்ளதாய் (படம் 68) அசையாமல் பிரகாசிக்கிறது. வெள்ளி நம் வானத்தில் தோன்றும் பிரகாசத்தைப் போல் இரு மடங்கு பிரகாசத்துடன் நமது பூமி புதனிலிருந்து பார்க்கத் தெரியும். புதனின் மேகங்களற்ற கரிய வானத்தில் கண்கூசும் ஒளியுடன் பிரகாசிக்கும் வெள்ளி போன்று நம் சூரிய மண்டலத்தில் வேறு எந்த நட்சத்திரமோ கிரகமோ ஒளிருவதில்லை.

அடுத்தாற்போல் நாம் தங்கப்போவது செவ்வாயில். இங்கு சூரியன் பூமியில் தோன்றும் பரப்பில் 1/3 பங்கு உடைய அண்ட வெளியில் காணப்படும் (படம் 68). நமது வானத்தில் வெள்ளி போன்று ஆனால் மங்கலாக, வியாழன் அளவு பிரகாசத்துடன், நமது பூமி செவ்வாயின் வானத்தில் காலையிலும், மாலையிலும் நட்சத்திரம் போல் காணப்படும். நமது பூமியின் முழு வட்டத்தையும் ஒருபோதும் இங்கு காண முடியாது. அதிகபட்ஷம் ¾ வட்டம் பார்க்கலாம். சந்திரனை சிரியஸ் அளவு பிரகாசமுடையதாக வெறும் கண்ணாலேயே பார்க்கலாம். தொலைநோக்கி வழியே பார்த்தால், பூமி சந்திரன் இவ்விரண்டின் கலைகளையும் காணலாம்.

இங்கு நம் கவனத்தை ஈர்ப்பது செவ்வாயின் மிக அருகில் உள்ள அதன் உபகிரகமான கோபாஸ் என்பது ஆகும். முழு அளவில் அது நம் வானத்தில் வெள்ளியின் பிரகாசத்தைப் போல் 25 மடங்கு பிரகாசத்துடன் ஒளிருகிறது. அது செவ்வாயைச் சுற்றி வர ஆகும் காலம், செவ்வாய் தன்னைத்தானே சுற்றிக் கொள்ள ஆகும் காலத்தை விட குறைவாய் இருப்பதால், கோபாஸ் நட்சத்திரங்களும் இயக்கத்துக்கு எதிர் திசையில் செவ்வாயின் வானத்தை குறுக்கிட்டு கிழக்கில் அஸ்தமிக்கும். டெய்மாஸ் எனப்படும் செவ்வாயின் மற்றொரு உபக்கிரகம் கோபாஸை விட பிரகாசம் குறைவாய் இருப்பினும், செவ்வாயின் வானத்தில் பூமியின் பிரகாசத்தை விட அதிகமான பிரகாசத்தோடு ஒளிருகிறது. கோபாஸ் மிகச் சிறியதாய் இருப்பினும் அது செவ்வாயின் மிக அருகில் இருப்பதால் கூரிய கண்பார்வை உள்ளவர்களுக்கு அதன் கலைகள் கூட தெரியும். (செவ்வாயிலிருந்து டெய்மாஸ் 1' கோணத்திலும் கோபாஸ் சுமார் 60 கோணத்திலும் காணப்படுகின்றன).

மேலே செல்லும் முன் செவ்வாயின் மிக அருகில் உள்ள அதன் உபக்கிரகத்தில் ஒரு கனம் தங்குவோம். இதிலிருந்து பார்த்தால் ஒரு ராட்சச தட்டு தெரியும். நம் சந்திரனை விட பல்லாயிரம் மடங்கு பிரகாசமாயிருக்கும், மேலும் அதன் கலைகள் விரைவில் மாறும். இது தான் செவ்வாய். அது 410 கோணத்தை வானத்தில் அடைத்து கொள்கிறது. அதாவது சந்திரன் நம் வானில் எடுப்பது போன்று 80 மடங்கு. இம்மாதிரி ஒரு அபூர்வமான நிகழ்ச்சியை, வியாழனின் மிக அருகிலுள்ள அதன் உபக்கிரகத்திலிருந்து மட்டுமே பார்க்கலாம்.

அடுத்து நாம் தங்குவது ராட்சத கிரகமான வியாழன். வியாழனின் வாயுமண்டலம் தெளிவாக இருக்குமானால் சூரியன் நம் வானத்தில்

தெரிவது போன்று 25 பங்கு குறைந்த பரப்பு உடையதாய் தெரியும். (படம் 68) ; அதே மடங்கு ஒளிர்வு மங்கலாகவும் இருக்கும். பகற்பொழுதோஐந்தே மணி நேரம் தான். உடனே இரவு ஆரம்பிக்கிறது. ஆகவே, நட்சத்திரங்கள் நிறைந்த வானத்தில் நமக்கு தெரிந்த கிரகங்களைப் பார்ப்போம். நாம் அவற்றைப் பார்க்கிறோம், ஆனால் எவ்வளவு மாறுதல்! சூரிய ஒளியில் புதன் மறைந்து விடுகிறது. அந்தி வேளையில் மட்டும் தொலைநோக்கி வழியே வெள்ளியையும் பூமியையும் பார்க்கலாம். அவைகளும் சூரியனுடன் அஸ்தமித்து விடுகின்றன.* செவ்வாயை பார்ப்பது கடினம். ஆனால் சனி சிரியஸின் அளவு பிரகாசிக்கிறது.

வியாழனின் வானத்தில் முக்கியத்துவம் பெறுபவை, அதன் சந்திரன்களே. வெள்ளியின் வானத்தில் பூமி பிரகாசிப்பது போன்று வியாழனின் உபக்கிரகங்கள் Iம் IIம் பிரகாசிக்கின்றன. உபக்கிரம் III, மும்மடங்கு பிரகாசமாய் உள்ளது. நாளாம், ஐந்தாம் சிரியஸை விட பல மடங்கு பிரகாசமாய் உள்ளன. அவற்றின் அளவுகளைப் பற்றி குறிப்பிடுவது ஆனால், முதல் நான்கு உபக்கிரகங்களின் விட்டங்கள் வியாழனிலிருந்து தெரியும் சூரியனின் விட்டத்தை விடவும் பெரியவை. ஒவ்வொரு சுற்றின் போதும் முதல் மூன்று உபக்கிரகங்களும் வியாழனின் நிழலுக்குள் மூழ்கிவிடுகின்றன. ஆகவே, அவற்றின் முழு வட்டத்தையும், பார்க்க இயலாது. இங்கே, முழு சூரியக் கிரகணங்களும் ஏற்படுகின்றன. ஆனால், வியாழனின் பரப்பு ஒரு ஒடுங்கியப் பகுதியில் தான் இது தெரியும்.

மேலும் வியாழனின் வாயுமண்டலம் பூமியினுடையது போன்று அவ்வளவு ஒளி ஊடுருவும் தன்மையுடையதாக இருக்க முடியாது. அது அதிக அடர்த்தி உடையது, அதிக உயரமானது. வியாழனின் அருகில் உள்ள உபக்கிரகத்திலிருந்து வியாழனைப் பார்த்தால் ஒரு அற்புதமான காட்சி தெரியும். (படம் 69). அருகிலுள்ள ஐந்தாவது உபக்கிரகத்திலிருந்து பார்த்தால் அதன் தகடு சந்திரனைப் போல் 90 மடங்கு உள்ளதாய் தெரியும்.** அதன் பிரகாசமோ சூரியனின் பிரகாசத்திற்கு ஆறு அல்லது ஏழு பங்கு தான் குறைவாய் இருக்கும். அதன் அடிபாகம் அடிவானத்தை தொட்டு கொண்டிருக்கும் போது மேல் பாகம் வானத்தின் மையத்தில் இருக்கும். அது அடிவானின் கீழே சென்ற பின்னும் ஆகாயக் கோட்டில் 1/8 பங்கை அடைத்து கொண்டிருக்கும். இடையிடையே அதன்

---

* வியாழனின் வானத்தில் பூமி எட்டாவது அளவு போன்று பிரகாசிக்கிறது.

** இந்த உபக்கிரகத்திலிருந்து பார்த்தால் வியாழனின் கோண விட்டம் 44°

உபக்கிரகங்களின் நிழல்கள் அதனை மறைக்க சக்தி அற்றனவாய் அதன் குறுக்கே மிதந்து செல்லும்.

படம் 69. வியாழனின் மூன்றாம் உபக்கிரகத்திலிருந்து வியாழன் தோற்றம்

இனிச் சனியை நோக்கிச் சென்று அதன் வளையங்கள் எவ்வாறு தோன்றுகின்றன என்று பார்ப்போம். முதலில் சனியின் எல்லாப் பகுதிகளிலிருந்தும் அதன் வளையங்கள் தெரிவதில்லை என்று நாம் அறிவோம். உதாரணமாக துருவங்களுக்கும் 64 வது அட்சத்திற்கும் இடையில் அவை தென்படுவதில்லை. இப்பகுதியின் எல்லையில் வெளி வளையத்தின் வெளி விளிம்பைக் காண்கிறோம். (படம் 70). 64 வது, 50 வது அட்சங்களின் இடையில் வளையங்களின் தோற்றம் நன்றாக இருக்கும். 50 வது அட்சத்திலோ வளையங்கள் பூராவையும் அதிகபட்ச கோணமான 120 பார்க்கலாம். மத்திய ரேகையை நெருங்க நெருங்க அவ்வளையங்கள் அடிவானுக்கு மேலே உயர்ந்து செல்கின்றன. ஆயினும் அவற்றின் அகலம் ஒடுங்குகிறது. ஆனால், மத்திய ரேகையிலோ சரியாக தலைக்கு மேலே கீழ மேலாக செல்லும் ஒரு ஒடுங்கிய துண்டாகத் தெரிகிறது.

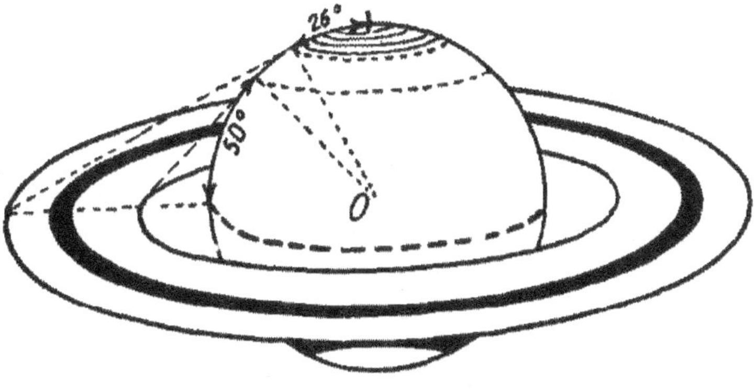

படம் 70. சனியின் வெவ்வேறு பாகங்களில் இருந்த அதன் வளையங்கள் எந்த அளவுக்குத் தெரியும் என்பது. 64வது அட்சத்துக்கும் துருவத்துக்கும் இடையே வளையங்கள் தெரிவதேயில்லை.

இம்மட்டுமல்ல, வளையங்களின் ஒரு பக்கத்தில் மட்டிலுமே வெள்ளிச்சம் படுகிறது. மறுபக்கம் நிழலில் இருக்கிறது. வெளிச்சம் படும் பக்கம் அது எதிர்நோக்கி உள்ள சனியின் பாதிக்குத் தான் தெரியும். நீண்ட சனி ஆண்டின் இறுதியில் சனியின் ஒரு பாதியிலிருந்து மீதி நாளில் மறு பாதியிலிருந்துமே அவ்வளையங்கள் தெரியும். அதுவும் ஐக்கியமான பகற்பொழுதில் மட்டுமே. இரவில் அது தெரியக்கூடிய சொற்ப நேரத்திலும் அக்கிரகத்தின் நிழல் வளையங்களை மறைக்கிறது. கடைசியில் இன்னும் ஒரு வினோதம். மத்திய ரேகை பிரதேசங்கள் பல பூமி ஆண்டுகள் வளையங்களால் மறைப்பட்டு கிரகணத்தில் இருக்கும்.

விண் காட்சிகள் எல்லாவற்றிலும் மிக அற்புதமானது சனியின் மிக அருகிலுள்ள அதன் உபக்கிரகத்திலிருந்து சனியின் கலை முழு வளர்ச்சி அடையாத நிலையில் காட்சியாகும். வளையங்களுடன் கூடிய சனியின் தோற்றம் வேறு எங்கும் காணக்கிடைக்காத ஒன்று. வானத்தில் ஒரு பெரிய பிறையையும் அதன் குறுக்கே வளையங்களின் விளிம்புகளையும் அவற்றைச் சுற்றி சிறிய பிறை வடிவில் உள்ள சனியின் உபக்கிரகங்களையும் காண்போம். கீழ்வரும் அட்டவணை, பிற கிரகங்களின் வானத்தில், இதர கிரகங்களின் ஒப்பு பிரகாசத்தைக் காட்டுகிறது.

கிரகங்களைப் பற்றிய விபரங்கள் அளவுகள், நிறை, அடர்த்தி, உபக்கிரகங்கள்

Name	Mean diameter			Volume ♁=1	Mass ♁=1	Density		Number of satellites
	Visible in "	True				♁=1	Water=1	
		in km.	♁=1					
Mercury	13-4.7	4,700	0.37	0.050	0.054	1.00	5.5	—
Venus	64-10	12,400	0.97	0.90	0.814	0.92	5.1	—
Earth	—	12,757	1.0	1.00	1.000	1.00	5.52	1
Mars	25-3.5	6,600	0.52	0.14	0.107	0.74	4.1	2
Jupiter	50-30.5	142,000	11.2	1,295	318.4	0.24	1.35	12
Saturn	20.5-15	120,000	9.5	745	95.2	0.13	0.71	9
Uranus	4.2-3,4	51,000	4.0	63	14.6	0.23	1.30	5
Neptune	2.4-2.2	55,000	4.3	78	17.3	0.22	1.20	2
Pluto	0.2?	5,900	0.47	0.1	?	?	?	?

தூரம், சூரியனைச் சுற்றுவது, தன்னைச் சுற்றிக் கொள்வது, கவர்ச்சி

Name	Mean distance		Eccentricity of orbit	Time of revolution about Sun in terrestrial years	Mean orbital velocity in km. per sec.	Period of axial rotation	Tilt of equator to orbital plane	Gravity ♁=1
	In a. u.	In million km.						
Mercury	0.387	57.9	0.21	0.24	47.8	88^{d}	?	0.26
Venus	0.723	108.1	0.007	0.62	35	30^{d}?	?	0.90
Earth	1.000	149.5	0.017	1.00	29.76	$23^{h}56^{m}$	23°27′	1.00
Mars	1.524	227.8	0.093	1.88	24	$24^{h}37^{m}$	25°10′	0.37
Jupiter	5.203	777.8	0.048	11.86	13	$9^{h}55^{m}$	3°01′	2.64
Saturn	9.539	1,426.1	0.056	29.46	9.6	$10^{h}14^{m}$	26°45′	1.13
Uranus	19.191	2,869.1	0.047	84.02	6.8	$10^{h}48^{m}$	98°00′	0.84
Neptune	30.071	4,495.7	0.009	164.80	5.4	$15^{h}48^{m}$	29°36′	1.14
Pluto	39.458	5,899.1	0.250	247.70	4.7	?	?	?

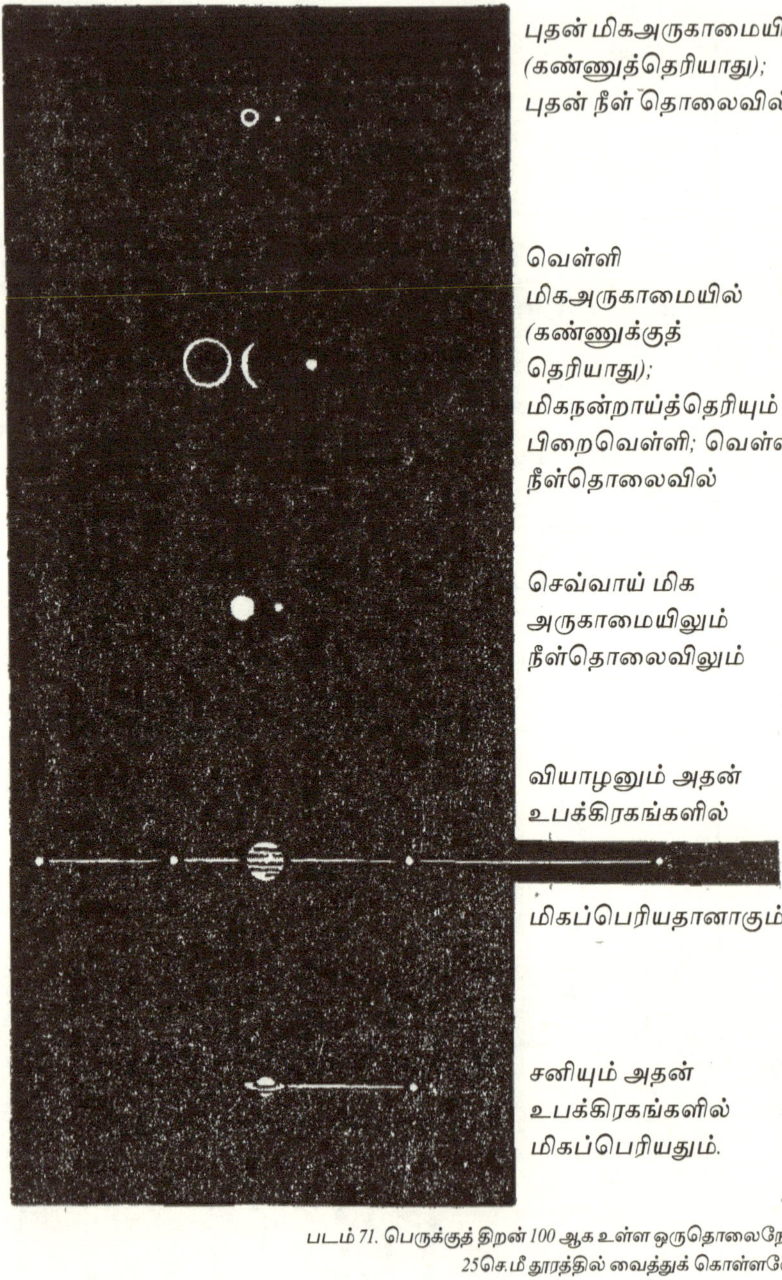

படம் *71*. பெருக்குத் திறன் *100* ஆக உள்ள ஒருதொலைநோக்கியில் *25*செ.மீ தூரத்தில் வைத்துக் கொள்ளவேண்டும்.

அப்போது சந்திரனும் கிரகங்களும் தெரியும் விதம். படத்தைக் கண்ணிலிருந்து
பிற கிரகங்களும் மேலேயுள்ளபடித் தொலைநோக்கியில் தெரியும்.

1. புதனிலிருந்து வெள்ளி
2. வெள்ளியிலிருந்து பூமி
3. புதனிலிருந்து பூமி
4. பூமியிலிருந்து வெள்ளி
5. செவ்வாயிலிருந்து வெள்ளி
6. செவ்வாயிலிருந்து வியாழன்
7. பூமியிலிருந்து செவ்வாய்
8. வெள்ளியிலிருந்து புதன்
9. செவ்வாயிலிருந்து பூமி
10. பூமியிலிருந்து வியாழன்
11. வெள்ளியிலிருந்து வியாழன்
12. புதனிலிருந்து வியாழன்
13. வியாழனிலிருந்து சனி

பிரகாசம் பற்றிய அட்டவணையில் 4,7,10 இவற்றைத் தனியாக (அதாவது கீழே கோடிட்டு) காண்பித்திருப்பது ஏனெனில் நாம் அவற்றைப் பார்க்க முடிவதால் அவற்றை அடிப்படையாகக் கொண்டு பிறக் கிரகங்களிலிருந்து மற்றும் ஒளிரும் பொருட்கள் எவ்வாறு தெரியும் என்பது ஒருவாறு உணரலாம். சூரியனுக்கு அருகில் உள்ள கிரகங்களிலும் பிரகாசத்தில் நம் பூமியே முன்னனியில் இருப்பதைக் காணலாம். நமது வானத்தில் வெள்ளி, வியாழன் இவற்றின் பிரகாசத்தை விட அதிக பிரகாசத்துடன் பூமி புதனின் வானத்தில் கூட பிரகாசிக்கிறது.

நான்காவது அத்தியாயத்தில் "கிரகங்களின் நட்சத்திர அளவுகள்" என்ற பகுதியில் பூமி, பிறக் கிரகங்கள் இவற்றின் பிரகாசத்தின் அளவுகளை துல்லியமாக ஆராய்வோம்.

கடைசியாக சில விவரங்கள் தேவையான போது உடன் பார்த்து கொள்வதன் பொருட்டு கீழே தரப்பட்டுள்ளன. சூரியன்: கோளம் விட்டம் 1,390,600 கி.மீ; பூமியைப் போல் கன அளவில் 1,301,200 மடங்கு; நிறையில் 333,434 மடங்கு; தண்ணீரின் அடர்த்தி போல் 1.41 மடங்கு அடர்த்தி.

சந்திரன் : விட்டம் 3473 கி.மீ; பூமியைப் போல் கன அளவு 0.0203 மடங்கு; நிறை 0.0123 மடங்கு; அடர்த்தி தண்ணீரைப் போல் 3.33 மடங்கு, பூமியிலிருந்து சராசரி தூரம் 384,400 கி.மீ

பக்கங்கள் 152 – 153ல் உள்ள அட்டவணைகள் சூரிய மணலத்தின் கிரகங்கள் பற்றிய விபரங்களைத் தருகின்றன. பெரிதாக்கும் திறன் 100 உள்ள ஒரு தொலைநோக்கி வழியே பார்த்தால் கிரகங்கள் எவ்வாறு தெரியும் என்பதை படம் 71 காட்டுகிறது. ஒப்பிட்டுப் பார்ப்பதற்காக இடப்புறத்தில் அதே அளவு பெரிதாக்கப்பட்ட சந்திரனின் தோற்றமும் காட்டப்பட்டுள்ளது. (அப்படத்தைக் கண்களில் இருந்து 25 செ.மீ தூரத்தில் பிடித்துக் கொள்ள வேண்டும்) புதன் மிக அருகிலும் மிகத்

தொலைவிலும் இருக்கும் போது தெரிவதை வலது மேல் மூலையில் காட்டியிருக்கிறது. அந்த வரிசையில் வெள்ளி, செவ்வாய், வியாழன் குடும்பம், பெரிய உபக்கிரகங்களுடன் கூடிய சனி இவைகள் அடுத்து வருகின்றன. *(கிரகங்களின் பார்வைக்குத் தெரியும் அளவுகள் பற்றி மேலும் அறிய வேண்டுமானால் எனது "பொழுதுபோக்குப் பௌதீகம்" என்ற புத்தகத்தில், இரண்டாம் பாகம் ஒன்பதாம் அத்தியாயத்தைப் பார்க்கவும்.)*

அத்தியாயம் நான்கு

நட்சத்திரங்கள்

நட்சத்திரங்கள் நட்சத்திரங்களைப்போல் ஏன் தோன்றுகின்றன?

நாம் வெறும் கண்ணால் நட்சத்திரங்களைப் பார்க்கும் போது அவை ஒரு நட்சத்திர வடிவ மினுமினுப்பை அனுப்புவதைப் பார்க்கிறோம். இதன் காரணம் நம் கண்ணிலேயே உள்ளது. அதாவது நம் கண்களில் அமைந்துள்ள லென்சின் ஒளி ஊடுருவும் தன்மை போதாமையே. நம் கண்களின் லென்ஸ் நார்கள் போன்ற அமைப்புள்ளது. ஒரு நல்ல கண்ணாடி லென்ஸ் போன்று அது ஒரே தன்மையுடையதாய் இல்லை. இது பற்றி ஹெம்ஹோல்ட்ஸ் என்பார் ''பார்வைக் கொள்கையின் வெற்றிகள்'' என்பதில் கூறுவதாவது:

'ஒளிப் புள்ளிகள் நம் கண்களில் நட்சத்திரம் போன்ற தவறான தோற்றத்தை உண்டாக்குகின்றன. இது கண் லென்சின் குறைபாடு. அதன் நார்கள் ஆறு திசைகளிலும் விறைப்பாக உள்ளன. நட்சத்திரம் அல்லது வேறு வெகு தொலைவிலுள்ள வெளிச்சங்களிலிருந்து வருவதாக நாம் நினைக்கும் ஒளிக்கதிர்கள் லென்சின் கதிர்கள் போன்ற அமைப்பின் பிரதிபலிப்பே. ஒளிக்கதிர் போன்ற எந்த வடிவமும் சத்திர வடிவில் இருப்பதாகத் தோன்றுவதிலிருந்து கண்ணின் இந்தக் குறைபாடு தெரிகிறது''.

நாம் விரும்பினால் கண்களின் இந்தக் குறையை ஈடு செய்து தொலைநோக்கி இல்லாமலே மினுமினுப்பற்ற நட்சத்திரங்களைப் பார்க்கலாம். இதை எவ்வாறு செய்யலாம் என்பதை லியனார்டோ டா

வீன்சி என்பார் 400 ஆண்டுகளுக்கு முன்பே சொல்லியிருக்கிறார். அவர் எழுதியதாவது:

"இதற்கு ஊசியால் குத்தப்பட்ட ஒரு பொடி துவாரத்தைக் கண்ணின் அருகில் வைத்து அதன் வழியாக நட்சத்திரங்களைப் பார்க்க வேண்டும். ஆனால் அவை மிகச் சிறியவையாய்த் தோன்றும்."

ஆனால் நட்சத்திரக் "கதிர்களின்" அடிப்படை பற்றிய ஹெம்ஹோல்ட்ஸின் கருத்துக்கு இது முரணானதல்ல. அதற்கு மாறாக இந்தப் பரிசோதனை அவர் கருத்தை உறுதிப்படுத்துகிறது. ஏனெனில் பொடித் துவாரத்தின் வழியாய்ப் பார்க்கும் போது கண் ஒரு மெல்லிய ஒளிக்கற்றையையே எடுத்துக் கொள்கிறது. இது கண் லென்சின் மையப் பகுதி வழியே செல்வதால் அதன் கதிர் அமைபால் பாதிக்கப்படுவதில்லை.*

நம் கண்களின் லென்சும் சிறந்த அமைப்பை உடையதாயிருந்தால் நாம் வானத்தில் நட்சத்திரங்களைப் பார்க்க மாட்டோம். ஆனால் ஒளிப் புள்ளிகளையே காண்போம்.

கிரகங்கள் நிலையாகப் பிரகாசிக்கின்றன. ஆனால் நட்சத்திரங்கள் ஏன் மினுமினுக்கின்றன?

நாம் வெறுங் கண்ணால் பார்க்கும் போதே ஒரு நிலையான நட்சத்திர அலைந்து திரியும் நட்சத்திரம்"** அல்லது கிரகத்துக்கும் உள்ள வித்தியாசத்தைக் கண்டு கொள்ளலாம். கிரகங்கள் நிலையான வெளிச்சத்தை அனுப்புகின்றன. ஆனால் நட்சத்திரங்கள் மினுமினுக்கின்றன. அதாவது பிரகாசிப்பது, நடுங்குவது, பிரகாசம் மாறுவது இம்மாதிரி மாறி மாறி நிகழ்கின்றன. ஆனால் அடிவானத்தில் உள்ள நட்சத்திரங்களோ தொடர்ந்து பிரகாசிக்கின்றன. ஃபளம்மேரியன் பின்வருமாறு கூறுகிறார்: "இதோ இவ்வெளிச்சம் பிரகாசமாயிருக்கிறது; இதோ மங்குகிறது, இதோ வெள்ளையாக மினுமினுக்கிறது. இப்போது பச்சை, இதோ சிவப்பு இவ்வாறு வைரம் போன்று ஒளியை வாரிச்

---

* நட்சத்திரக் கதிர்கள் என்பது நாம் நட்சத்திரங்களை நோக்கும் போது அவற்றிலிருந்து வருவதாகத் தோன்றும் கதிர்களைக் குறிக்கவில்லை; கண் இமைகள் மீது பட்டு ஒளி சிதறுவதால் இது நிகழ்கிறது.

** *"Planetes"* (கிரகம்) என்ற கிரேக்க மொழி வார்த்தையின் பொருள் "அலைந்து திரியும் நட்சத்திரம்" என்பதாகும்.

சிதறுகின்றன. நம் பூமியை உற்று நோக்கிக் கொண்டிருக்கும் கண்கள் போலத் தோன்றுகின்றன. " உறைபனியுள்ள நாட்களிலும், காற்று மிகுந்த நாட்களிலும் கனத்த மழைக்குப் பின்னும், மேகங்களின்றி வானம் தெளிவாய் இருக்கும்போதும் நட்சத்திரங்கள் மிகவும் அழகாகவும், தெளிவாகவும்* மின்னுக்கின்றன. ஆகாயக் கோட்டில் இருக்கும் நட்சத்திரங்கள் வானின் உச்சியில் உள்ளவற்றை விடவும், வெண்மையானவை மஞ்சள் அல்லது சிவப்பானவற்றை விடவும் அதிகம் மினுமினுக்கின்றன.

நட்சத்திர வடிவமான பிரகாசம் போன்றே மினுமினுப்பும் நட்சத்திரங்களின் இயற்கைத் தனை அல்ல. கண்ணை அடையுமுன் தன் வழியே வரும் அவற்றின் கதிர்களுக்கு பூமியின் வாயுமண்டலம் இத் தன்மையை அளிக்கிறது. நாம் நம்மைச் சுற்றியுள்ள இவ்வாயுமண்டலத்திற்கு அப்பால் சென்று அவற்றைப் பார்த்தால் அவை மினுமினுக்காமல் அமைதியாக நிலையான ஒளி வீசுவதைக் காணலாம்.

சூரிய வெப்பத்தால் பூமி சூடடைந்து வெப்ப அலைகள் ஏற்பட்டு அவை வழியே தெரியும் தூரத்திலுள்ள பொருள்கள் நடுங்குவதாகத் தோன்ற என்ன காரணமோ அதே காரணம் தான் நட்சத்திரங்கள் மினுமினுப்பதற்கும்.

நட்சத்திர வெளிச்சம் ஒரே மாதிரியான ஊடகம் வழியே வருவதில்லை. வெவ்வேறு வெப்பநிலை, வெவ்வேறு அடர்த்தி ஆக வெவ்வேறு ஒளிக்கோட்டத் தன்மை கொண்ட வாயு அடுக்குகள் வழியே வருகிறது. இத்தகைய வாயுமண்டலத்தை எப்போதும் அசைந்து கொண்டிருக்கும் பல பட்டகங்கள், குழி லென்சுகள், குவி லென்சுகள் ஆகியவை கொண்டதாகக் கருதலாம். இவற்றின் வழியாக ஒளி வரும் போது ஒரு நேர்க்கோட்டிலிருந்து பல தடவை விலகுகிறது; குவிகிறது மறுபடியும் சிதறுகிறது. இதுவே நட்சத்திரத்தின் பிரகாசத்தில் மாறுதல்கள் நிகழக் காரணம். மேலும் ஒளிக் கோட்டத்தின் காரணமாக அதன் நிறங்களும் பிரிந்து நிறங்களிலும் மாறுதல் ஏற்படுகிறது.

வானவியலார் கெ. ஆ. திஹாவ் என்பார் நட்சத்திரங்கள் மினுமினுப்பதை ஆராய்ந்து எழுதுவதாவது: "நட்சத்திரங்கள் ஒரு குறிப்பிட்ட காலத்தில் எத்தனை தடவை தம் நிறங்களை மாற்றிக்

* கோடையில் நட்சத்திரங்கள் மிகவும் மினுமினுப்பது புயல் மழை இவற்றின் அறிகுறி. மழைக்கு முன் நீல ஒளியையும் வறட்சிக்கு முன் பச்சை ஒளியையும் அவை சிதறுகின்றன.

கொள்கின்றன என்பதை அறிய வழிகள் உள்ளன. இம்மாறுதல்கள் வெகு விரைவில் நிகழ்கின்றன. அதாவது ஒரு வினாடிக்குப் பன்னிரண்டு முதல் நூறு அல்லது அதற்கும் மேற்பட்ட முறைகள் நிகழலாம். ஒரு ஜோடி பைனாகுலர்களை எடுத்துக் கொள்ளவும். லென்சைச் சுற்றிக் கொண்டே அதன் வழியே ஒரு பிரகாசமான நட்சத்திரத்தைப் பார்க்கவும். அப்பொது ஒரு நட்சத்திரத்துக்குப் பதில் பல நிறங்கள் உள்ள பல நட்சத்திரங்கள் கொண்ட வளையத்தையே காண்பீர்கள். மினுமினுப்பது மெதுவாக இருக்கும் போதோ லென்சை வேகமாகச் சுற்றும் போதோ வளையம் பிரிந்து விடுகிறது, தனித் தனி நட்சத்திரங்களாக அல்ல, பல வர்ணங்கள் உள்ள சிறிய அல்லது பெரிய விற்களாக.''

கிரகங்கள் நட்சத்திரங்களைப் போல் மினுமினுக்காமல் சீராக தொடர்ந்து ஏன் பிரகாசிக்கின்றன என்பதை விளக்குகிறேன். கிரகங்கள் நட்சத்திரங்களை விட நமக்கு வெகு அருகில் உள்ளன. ஆகவே நாம் அவற்றை வட்டங்கள் அல்லது ஒளித் தட்டுகளாகப் பார்க்கிறோமே அன்றி புள்ளிகளாகப் பார்ப்பதில்லை. அவற்றின் முனைகளும் தனித்தனியே தெரிவதில்லை.

இந்த ஒளி வட்டத்துக்குள் இருக்கும் ஒவ்வொரு புள்ளியும் மினுமினுக்கிறது. ஆனால் இந்தப் புள்ளிகளின் வர்ணமும் பிரகாசமும் வெவ்வேறு சமயங்களில் மாறுவதால் ஒன்றையொன்று ஈடுசெய்கின்றன. ஒரு புள்ளியின் வெளிச்சம் மங்கும் போது மற்றதன் வெளிச்சம் நிலையாக இருக்கிறது. இதுவே அவற்றின் ஒரே சீரான வெள்ளிச்சத்திற்குக் காரணம்.

பகற்பொழுதில் நட்சத்திரங்களைக் காண முடியுமா?

அரை ஆண்டுக்கு முன் நாம் இரவில் பார்த்த நட்சத்திரக் கூட்டங்களே இப்போது பகற்பொழுதில் தலைக்கு நேர்மேலே இருக்கின்றன. இன்னும் ஆறு மாதங்கள் கழிந்தபின் அவை வான இரவில் அலங்கரிக்கும். சூரிய ஒளி படும் வாயுமண்டலம் நம் பார்வையிலிருந்து அவற்றை மறைத்து விடுகிறது. காரணம் வாயுத்துகள்கள் நட்சத்திரங்கள் அனுப்பும் ஒளிக்கதிர்களை விட சூரிய ஒளிக்கதிர்களை அதிகம் சிதற அடிப்பதே*

---

* உயரமான மலையின் உச்சியில் உள்ளவனுக்கீழே வாயு மண்டலத்தின் மிக அடர்த்தியான தூசி உள்ள வாயுமண்டல அடுக்குகள் உள்ளன. அவனுக்குப் பகற்பொழுதிலும் பிரசாகசமான நட்சத்திரங்கள் தெரியும். உதாரணமாக 5. கி.மீ. உயரமுள்ள ஆராரட்மலையிலிருந்து பகல் இரண்டு மணிக்கம் முதல் அளவு நட்சத்திரங்கள் தெரியும். ஆகாயம் இருண் நீல வர்ணமாக இருக்கும்.

நட்சத்திரங்கள் பகலில் ஏன் மறைந்து விடுகின்றன என்பதை கீழே உள்ள சிறு பரிசோதனை விளக்கும். ஒரு அட்டைப் பெட்டியில் நமக்கு அறிமுகமான ஒரு நட்சத்திரக் கூட்டம் போன்று இருக்கும்படி துவாரங்கள் இட்டுக் கொள்ளவும். வெளிப்புறம் ஒரு வெள்ளைத் தாளை ஒட்டி விடவும். பெட்டியினுள் ஒரு விளக்கை வைத்து இவ்வமைப்பை ஒரு இருட்டு அறையினுள் வைக்கவும். நட்சத்திரங்களைக் குறிப்பிடும் துவாரங்கள் தெளிவாய்த் தெரிகின்றன. இப்போது பெட்டியினுள்ளிருக்கும் விளக்கை அணைக்காமலேயே அறையின் விளக்கை ஏற்றவும். இப்போது தாளில் இதுவரை மின்னிக் கொண்டு இருந்த நட்சத்திரங்கள் மறைந்து விடுகின்றன. "பகல் வெளிச்சம்" அவற்றை அணைத்து விட்டது.

ஆழமான கிணறுகள், சுரங்கங்கள் இவற்றின் அடியில் இருந்தும் உயரமான புகை போக்கிகளின் மீதிருந்தும் பகல் பொழுதில் கூட நட்சத்திரங்கள் தெரிந்ததாக அடிக்கடி படிக்கிறோம். இதற்குப் பல அறிஞர்களின் ஒப்புதலும் இருந்தது. ஆனால் சோதித்துப் பார்த்ததில் இதற்கு ஆதாரமே இல்லை என்று தெரிகிறது.

உண்மையில் இது பற்றி எழுதிய யாரும், அவர் பழங்கால அரிஸ்டாடில் ஆயினும் சரி, பத்தொன்பதாம் நூற்றாண்டு ஹெர்ஷல் ஆயினும்சரி, இந்த நிலைகளில் நட்சத்திரங்களைப் பார்க்க முயற்சிக்கவே இல்லை. யாரோ மூன்றாம் மனிதர் பார்த்ததாகச் சொன்னதை அப்படியே நம்பி விட்டனர். ஆனால், "நேர்முக சாட்சியாளர்களின்" சாட்சியங்களும் மிகவும் நம்பத்தகாதவை. இதனைக் கீழேயுள்ள நிகழ்ச்சி காட்டுகிறது. பகலில் நட்சத்திரம் தெரியும் என்பது வெறும் கட்டுக்கதை என்று ஒரு அமெரிக்கப் பத்திரிக்கையில் வெளியான கட்டுரை கூறியது. தான் 20 மீட்டர் உயரமான ஒரு தொட்டியிலிருந்து பகற்பொழுதில் கபோலாவையும் பார்த்திருப்பதாகக் கூறி ஒரு குடியானவர் அதனை சவால் விடுத்தார். இதைச் சோதித்த பொழுது அவருடைய பண்ணை இருந்த அட்சத்தில் அந்த நட்சத்திரங்கள் ஒன்றும் அவர் பார்ப்பதாகக் கூறிய தினத்தில் உச்சத்தில் இருந்திருக்கவில்லை என்று தெரிந்தது. ஆகவே, அத்தொட்டியின் அடியிலிருந்து அவை தென்பட்டிருக்க முடியாது என்று முடிவு செய்தனர்.

கொள்கையளவில் பகலில் நட்சத்திரங்களைப் பார்க்க சுரங்கம் அல்லது கிணறு துணை செய்யும் என்று நம்பக் காரணம் இல்லை. பகற்பொழுதில் நட்சத்திரங்கள் தெரியாததன் காரணம் சூரிய வெளிச்சம் அவற்றை மங்க வைத்து விடுவது தான் என்று பார்த்தோம்.

ஒரு சுரங்கத்தின் அடியிலிருந்து அவற்றைப் பார்ப்பவருக்கும் இவ்விதி பொருந்தும். இங்கே பக்கங்களிலிருந்து வெளிச்சம் வருவது மட்டும் தான் தடுக்கப்படுகிறது. ஆனாலும் மேல் பாகத்திலுள்ள வாயு அடுக்குகள் வெளிச்சத்தை விடவே செய்கின்றன; ஆகவே நட்சத்திரங்களை மறைத்து விடுகின்றன.

இங்கு முக்கியமாகக் கவனிக்க வேண்டியது கிணற்றின் சுற்றுச் சுவர்கள் பிரகாசமான சூரிய வெளிச்சத்தினின்றும் கண்ணைப் பாதுகாக்கின்றன. கிரகங்களைப் பார்க்கவே இது துணை செய்யுமே ஒழிய நட்சத்திரங்களைப் பார்க்க அல்ல.

தொலைநோக்கி வழியே பகலில் நட்சத்திரம் தெரிவது சிலர் நினைப்பது போல் அது "ஒரு குழாயின் அடியிலிருந்து" பார்க்கப்படுவதால்அல்ல, ஆனால்லென்சில்ஒளிக்கதிர்களின்ஒடிதலோ அல்லது ஆடியில் அதன் பிரதிபலிப்போ, நாம் கவனிக்கும் ஆகாயத்தின் பகுதியின் பிரகாசத்தைக் குறைத்து ஒளிப்புள்ளிகளாகத் தோன்றும் நட்சத்திரங்களின் பிரகாசத்தை அதிகப்படுத்துவதே இதற்குக்காரணம். 7 செ.மீ விட்டமுள்ள தொலைநோக்கி வழியே முதலாவது அளவு, ஏன் இரண்டாவது அளவு நட்சத்திரங்களைக் கூடப் பகலில் காணலாம். ஆனால் மேலே சொன்ன விளக்கம் எல்லாம் கிணறு, சுரங்கம், புகை போக்கிகள் இவற்றுக்குப் பொருந்தாது.

பிரகாசமான கிரகங்களான வெள்ளி, வியாழன், செவ்வாய் ஆகியவற்றின் நிலைமை வேறு. அவைகள் நட்சத்திரங்களை விட மிக மிக அதிகமான பிரகாசமுள்ளவை. ஆகவே அனுகூலமான சூழ்நிலைகளில் பகலிலும் தெரியும் (பக்கம் 134, "பகற்பொழுதில் கிரகங்கள்" என்ற பகுதியைப் பார்க்கவும்)

நட்சத்திர அளவு என்பது என்ன?

வானவியலை சிறப்பாகப் படியாதவர்க்கும் கூட முதலாவது அளவு நட்சத்திரங்களும், அவை அல்லாத நட்சத்திரங்களும் இருக்கின்றன என்பது தெரியும். இச்சொற்றொடர்கள் சாதாரண வழக்கில் உள்ளன. ஆனால் முதலாவது அளவினும் பிரகாசமானவையாயும், 0 (பூஜ்ய) மதிப்புள்ளவையாயும், ஏன் நெகட்டிங் மதிப்புடையானவையாயும் உள்ள நட்சத்திரங்கள் இருக்கின்றன என்பது எத்தனை பேருக்குத் தெரியும்? பிரகாசமாய்த் தெரியும் சில நட்சத்திரங்களை நெகட்டிங் அளவுள்ளன என்று சொல்வதை, உதாரணமாக, சூரியனை "மைனஸ் 27

வது அளவு நட்சத்திரம்" என்று கூறுவதைப் புரிந்து ஏற்றுக் கொள்வது கடினம் தான். நெகட்டிவ் எண்களைப் பற்றிய கணிதக் கொள்கைகளின் திரிபாக இதை நினைக்கிறார்கள். ஆனால் இது அக்கணிதக் கொள்கைக்கு நல்ல எடுத்துக்காட்டு.

முதலில் அளவுகளைப் பொறுத்து நட்சத்திரங்களைப் பிரிப்பது பற்றிப் பார்ப்போம். முதலில் "அளவு" என்பது நட்சத்திரங்களின் வடிவகணித அளவுகளைக் குறிக்கவில்லை. ஆனால் பார்வைக்குத் தெரியும் பிரகாசத்தைக் குறிக்கிறது. முன் காலத்தவர் மாலையில் முதல் முதல் தோன்றும் நட்சத்திரத்தை முதல் அளவு நட்சத்திரமாகக் கொண்டு பிரகாசமான நட்சத்திரங்களைப் பிரித்தனர். இவ்வரிசையில் இரண்டாவது, மூன்றாவது, நான்காவது, ஐந்தாவது, கடைசியாக ஆறாவது அளவு நட்சத்திரங்கள் வந்தன. ஆறாவது அளவு நட்சத்திரங்கள் என்பன வெறும் கண்ணுக்கு ஏதோ தெரியக் கூடிய அளவு பிரகாசமானவை, அதாவது தோற்ற எல்லையினுள்ளவை. இம்மாதிரிப் பிரிப்பது பிற்காலத்திய வானவியலாருக்குத் திருப்தி அளிக்கவில்லை. பிரகாசத்தின் அடிப்படையில் நட்சத்திரங்களைப் பிரிக்க வேறொரு சிறந்த முறை வகுக்கப்பட்டது. சராசரியாக, மிகப் பிரகாசமான நட்சத்திரங்கள் (அவைகள் எல்லாம் ஒரே அளவு பிரகாசமுடையவை அல்ல) வெறுங்கண்களின் தோற்ற எல்லையிலுள்ள மங்கலான நட்சத்திரங்களைப் போல் சரியாக 100 மடங்கு பிரகாசமுள்ளவை என்று கண்டுபிடிக்கப்பட்டுள்ளது.

நட்சத்திரப் பிரகாசத்திற்கு ஒரு ஸ்கேல் நிறுவப்பட்டது. அடுத்தடுத்த இரு அளவுகளிடையிலுள்ள விகிதம் நிலையாயிருக்குமாறு செய்யப்பட்டது. இந்த "ஒளிச் செறிவு விகிதத்தை" n என்று குறிப்பிட்டால், விளைவு கீழ்வருமாறு இருக்கும்;

2வது அளவு நட்சத்திரங்கள்	1வது அளவு நட்சத்திரங்கள்	n மடங்கு மங்கலமானவை
3வது அளவு நட்சத்திரங்கள்	2வது அளவு நட்சத்திரங்கள்	n மடங்கு மங்கலமானவை
4வது அளவு நட்சத்திரங்கள்	3வது அளவு நட்சத்திரங்கள்	n மடங்கு மங்கலமானவை

எல்லா அளவு நட்சத்திரங்களையும் முதல் அளவு நட்சத்திரங்களுடன் ஒப்பிட்டால் விளைவது பின்வருமாறு:

3வது அளவு நட்சத்திரங்கள்	1வது அளவு நட்சத்திரங்கள்	n^2 மடங்கு மங்கலமானவை
4வது அளவு நட்சத்திரங்கள்	1வது அளவு நட்சத்திரங்கள்	n^3 மடங்கு மங்கலமானவை
5வது அளவு நட்சத்திரங்கள்	1வது அளவு நட்சத்திரங்கள்	n^4 மடங்கு மங்கலமானவை
6வது அளவு நட்சத்திரங்கள்	1வது அளவு நட்சத்திரங்கள்	n^5 மடங்கு மங்கலமானவை

பரிசோதனை மூலம் $n^5 = 100$ என்று தெரிகிறது. இதிலிருந்து ஒளிச் செறிவு விகிதம் n ஐ லாகரிதம் மூலம் கண்டால்

$n = \sqrt[5]{100} = 2.5.$* (இன்னும் துல்லியமாகக் கூறினால் 2.512).

இவ்வாறு எந்த அளவு நட்சத்திரமும் அதற்கு முந்திய அளவு நட்சத்திரத்தை விட 2.5 மடங்கு மங்கலானது.

நட்சத்திர இயற்கணிதம்

பிரகாசமான நட்சத்திரத் தொகுதி பற்றி மேலும் சில விவரங்கள் கூறுவோம். அவைகள் எல்லாம் சமமான பிரகாசம் உள்ளவை அல்ல என்று ஏற்கனவே கண்டோம். சில நட்சத்திரங்கள் சராசரி நட்சத்திரங்களை விட சில மடங்கு அதிகப் பிரகாசமுள்ளவை. மற்றும் சில மங்கலானவை. அவற்றின் சராசரிப் பிரகாசம் வெறுங்கண்ணின் தோற்ற எல்லையில் உள்ள நட்சத்திரங்களைப் போல் நூறு மடங்கு அதிகம்.

ஒரு சராசரி முதல் அளவு நட்சத்திரத்தைப் போல் 2.5 மடங்கு பிரகாசமுள்ள நட்சத்திரங்களுக்கு என்ன பெயரிடலாம் என்று பார்ப்போம். 1க்கு முந்திய எண் என்ன? பூஜ்யம். ஆகவே இந் நட்சத்திரங்களுக்கு "பூஜ்ய" அளவு நட்சத்திரங்கள் என்று பெயர். அப்படியானால் முதல் அளவு நட்சத்திரங்களைப் போல் சரியாக 2.5 மடங்கு இல்லாமல் 1.5 மடங்குகள் அல்லது இரு மடங்குகள் பிரகாசம் உள்ளவற்றிற்கு என்ன பெயர்? அவைகள் 1க்கும் 0 க்கும் இடையில் வருகின்றன. ஆகவே அவற்றின் நட்சத்திர அளவு ஒரு நேர்தசம் பின்னம் ஆகும். உதாரணமாக "0.9 அளவு" நட்சத்திரம், "0.6 அளவு" நட்சத்திரம், இவை முதல் அளவு நட்சத்திரத்தை விடப் பிரகாசமானவை.

நட்சத்திர அளவில் பிரகாசத்தைக் குறிக்க ஏன் நெகட்டிவ் இலக்கங்கள் வருகின்றன என்பது இப்போது தெரியும். பூஜ்ய அளவு நட்சத்திரங்களின் பிரகாசத்தைக் கடந்த பிரகாசம் உள்ள நட்சத்திரங்கள் இருப்பதால் அவற்றைக் குறிக்கும் இலக்கங்களும் பூஜ்யத்தின் மறுபுறம், அதாவது நெகட்டிவ் இலக்கங்களாக உள்ளன. உதாரணமாக "-1," "-2".... "6", "-0.9" ஆகியவை.

நட்சத்திர அளவை அறிய ஒளிமானி எனப்படும் கருவி பயன்படுகிறது. பிரகாசம் ஒளிச் செறிவு ஆகியவை இவ்வளவு என்று தெரிந்த வேறு ஒரு எந்திரத்தின் அல்லது கருவியிலேயே

உள்ள இயற்கை நட்சத்திரத்தின் பிரகாசத்தை நமக்குத் தேவையான நட்சத்திரம் ஒப்பிடப்படுகிறது. கீழே பிரகாசமான நட்சத்திரங்களும் அவற்றின் நட்சத்திர அளவுகளும் கொடுக்கப்பட்டுள்ளன (அட்டைக் குறிக்குள் நட்சத்திரக் கூட்டத்தின் பெயரும் கொடுக்கப்பட்டுள்ளது):

ஸிரியஸ் (ஆல்பா கானிஸ் மேஜாரிஸ்)	1.6	பெடல்ஜியூஸ் (ஆல்பா ஒரியானிஸ்	0.9
கனேபஸ் (ஆல்பா கரினா	0.9	அலெயர் (அல்பா அக்விலே	0.9
ஆல்பா ஸென்டாரி	0.1	ஆல்பா க்ரூஸிஸ்	1.1
வேகா (ஆல்பாலிரா)	0.1	ஆல்டேபரான் (ஆல்பா டாரி)	1.1
கபெல்லா (ஆல்பா அரிகா)	0.2	போலக்ஸ் (பீடாஜெமினோரம்)	1.2
ஆர்க்டூரஸ் (ஆல்பா பூடிஸ்	0.2	ஸ்பைகா (ஆல்பாவர்ஜினிஸ்)	1.2
ரீகல் (பீடா ஒரியானிஸ்)	0.3	அன்டாரிஸ் (ஆல்பாஸ்கார்பி)	1.2
பிரொஸியான் (ஆல்பாகானிஸ் மெனாரிஸ்)	0.5	ஃபோமுல் ஹௌட் (ஆல்பா பிஸிஸ் ஆஸ்ட்ரேலிஸ்)	1.3
அசெர்னார் ஆல்பா எரிடானி	0.6	டெனெப் (ஆல்பாஸிக்னி)	1.3
பீடா சென்டாரி	0.9	ரெகுலஸ் (ஆல்பாலியானிஸ்)	1.3

மேற்படி அட்டவணையைக் கவனித்தால் சரியாக முதல் அளவு நட்சத்திரம் என்பதே இல்லை என்று பார்க்கலாம். *0.9* அளவுள்ள நட்சத்திரத்துக்குப்பின் *1* ஐத் தாண்டி *1.1, 1.2* அளவுள்ள நட்சத்திரங்களே உள்ளன. முதல் அளவு நட்சத்திரம் என்பது கிடையாது. இது ஒப்பிடுவதற்காக நாமாகவே ஏற்படுத்திக் கொண்ட ஒரு ஆதாரமான பிரகாசம் அவ்வளவே.

நட்சத்திரங்களின் பௌதீகத் தன்மையின் அடிப்படையில் மேற்கூறியவாறு நட்சத்திர அளவுகளைப் பிரிக்கவில்லை. மேற்படி பிரிவு நம் கண்பார்வையை அடிப்படையாகக் கொண்டு, எல்லாப் புலன்களுக்கும் பொருந்துவனதாக "வெபர்– பெஹ்னர் உள உடலியல் விதி" யின் படி அமைகிறது. கண்பார்வையைப் பற்றி இவ்விதி கூறுவதாவது; பிரகாசம் வடிவகணித விருத்தியில் மாறும் போது ஒளிச் செறிவு உணர்வு எண்கணித விருத்தியில் மாறுகிறது. (ஒளிச்செறிவையும், சத்தச்செறிவையும் அளக்க, பௌதிகவியலார், நட்சத்திரப் பிரகாசத்தை அளக்கப் பயன்படும் அதே முறையையே பயன்படுத்துகின்றனர் என்பது குறிப்பிடத்தக்கது. இது பற்றி மேற்கொண்டு விபரங்களை,

-"பொழுது போக்குப் பௌதிகம்," "மொழுது போக்கு இயற்கணிதம்" என்ற எனது நூல்களில் காணலாம்.)

வானவியல் ரீதியாகப் பிரகாசத்தை அளக்க ஒரு ஸ்கேல் (அளவு திட்டம்) பற்றி இதுவரை பார்த்தோம். இப்போது, அறிவூட்டக்கூடிய சில கணக்குகள் போடுவோம். உதாரனமாக, எத்தனை மூன்றாம் அளவு நட்சத்திரங்கள் சேர்ந்த பிரகாசம் ஒரு முதல் அளவு நட்சத்திரத்தின் பிரகாசத்துக்குக்குச் சமம் என்று பார்ப்போம். மூன்றாம் அளவு நட்சத்திரம் முதல் அளவு நட்சத்திரத்தை விட *2.52* மடங்கு, அதாவது *8.3* மடங்கு மங்கலானது என்று தெரியும். ஆகவே ஒரு முதல் அளவு நட்சத்திரத்துக்குப் பதில் *6.3* மூன்றாம் அளவு நட்சத்திரம் தேவை. இந்தக் கணக்கீடுகள்* ஒரு அட்டவணை வடிவில் கீழே தரப்படுகின்றன. ஒரு முதல் அளவு நட்சத்திரத்துக்கு ஈடுசெய்யக்கூடிய வேறு அளவு நட்சத்திரங்கள் கீழேயுள்ள எண்ணிக்கைப்படி தேவைப்படும்.

இரண்டாம் அளவு	*2.5*
மூன்றாம் அளவு	*6.3*
நான்காம் அளவு	*16*
ஐந்தாம் அளவு	*40*
ஆறாம் அளவு	*100*
ஏழாம் அளவு	*250*
பத்தாம் அளவு	*4,000*
பதினொன்றாம் அளவு	*10,000*
பதினாறாம் அளவு	*1,000,000*

ஏழாம் அளவு வரும் போதே வெறுங்கண்ணுக்குத் தெரியாத நட்சத்திர உலகின் எல்லைக்கு வந்து விடுகிறோம். பதினாறாம் அளவு நட்சத்திரங்களை மிக சக்தி வாய்ந்த தொலைநோக்கி மூலம் மட்டுமே காண முடியும்.** அவற்றை வெறும் கண்ணால் காணக் கண்பார்வையின் கூர்மை *10,000* மடங்குகளாக வேண்டும். அப்போது நாம் ஆறாம் அளவு நட்சத்திரத்தை இப்போது பார்ப்பது போல் அவற்றைக் காண்போம்.

மேலேயுள்ள அட்டவணை 'முதல் அளவுக்கும் முந்திய" நட்சத்திரங்கள் பற்றிக் குறிப்பிடவில்லை. அவைகளில் சிலவற்றிற்குரிய கணக்கீடுகள் கீழே தரப்படுகின்றன. முதல் அளவு நட்சத்திரத்தை விட *0.5* அளவு நட்சத்திரம் (ப்ரோஸியான் *2.50.5 = 1.5* மடங்கும், *-0.9* அளவு நட்சத்திரம் (கனோபஸ்) *2.51.9 = 5.8* மடங்கும், *-1.6* அளவு நட்சத்திரம் (ஸிரியஸ்) *2.52.6 = 10* மடங்கும் பிரகாசமானவை.

---

* இக்கணக்கீடுகள் சுலபமாயிருக்கின்றன. ஏனெனில் ஒளிச்செறிவு விகிதத்தின் லாகரிதம் மிக எளிய இலக்கம், அதாவது *0.4* என்பதே.

கடைசியாக, இன்னுமொரு வேடிக்கையான கணக்கு: வெறுங்கண்ணால் பார்க்கக் கூடிய எல்லா நட்சத்திரங்களின் பிரகாசத்தையும் ஈடுசெய்ய எத்தனை முதல் அளவு நட்சத்திரங்கள் தேவை?

முதலில், ஒரு பாதிக் கோளத்தில் பத்து முதலளவு நட்சத்திரங்கள் உள்ளன என்று வைத்துக் கொள்வோம். ஒரு வகையிலுள்ள நட்சத்திரங்களின் எண்ணிக்கை அதற்கு முந்திய வகை நட்சத்திரங்களின் எண்ணிக்கையைப் போல் சுமார் மூன்று மடங்கு என்றும், பிரகாசத்தில் 2.5 மடங்கு மங்கலானவை என்றும் கண்டுபிடிக்கப்பட்டுள்ளது. ஆகவே, நமக்குத் தேவையான விடை, கீழேயுள்ள விருத்தியின் உறுப்புகளின் கூட்டுத் தொகையாகும்:

$$10+\left(10\times3\times\frac{1}{2.5}\right)+\left(10\times3^2\times\frac{1}{2.5^2}\right)+\ldots+\left(10\times3^5\times\frac{1}{2.5^5}\right)$$

$$\frac{10\times\left(\frac{3}{2.5}\right)^6-10}{\frac{3}{2.5}-1}=95.$$

ஆகவே, ஒரு பாதிக் கோளத்தில் வெறுங்கண்ணுக்குத் தெரியக் கூடிய எல்லா நட்சத்திரங்களின் பிரகாசத்தின் கூட்டுத் தொகை சுமார் நூறு முதல் அளவு நட்சத்திரங்களது, அல்லது ஒரு மைனஸ் 4ம் அளவு நட்சத்திரத்தின் பிரகாசத்திற்குச் சமம்.

வெறுங்கண்ணுக்குமட்டுமின்றிதற்காலத்தொலைநோக்கிகளுக்கும் தெரியக்கூடிய நட்சத்திரங்களையும் சேர்த்துக் கணக்கில் கொண்டால், மொத்தப் பிரகாசம் 1100 முதல் அளவு நட்சத்திரங்களுக்கு, அல்லது ஒரு மைனஸ் 6.6 அளவு நட்சத்திரத்துக்குச் சமம்.

கண்ணும் தொலைநோக்கியும்

நட்சத்திரங்களைத் தொலைநோக்கி வழியே பார்ப்பதையும் வெறுங்கண்ணால் பார்ப்பதையும் ஒப்பிடுவோம்.

இரவில் பார்க்கும் போது கண்மணியின் சராசரி விட்டம் 7 மி.மீ என்று கொள்வோம். ஆகவே ஒரு 5 செ.மீ விட்டமுள்ள தொலைநோக்கி வழியே $\left(\frac{50}{7}\right)^2$ அல்லது சுமார் 50 மடங்கு வெளிச்சமும் 50 செ.மீ விட்டமுள்ள தொலைநோக்கி வழியே 5,000 மடங்கு வெளிச்சமும் மனிதனது கண்மணி வழியே வரும் வெளிச்சத்தை விட அதிகம் வருகின்றன. நட்சத்திரப் பிரகாசத்தை இத்தனை மடங்கு ஆக்கிக்

காட்டுகின்றன தொலைநோக்கிகள்! (இது நட்சத்திரங்களையே கிரகங்களை அல்ல குறிப்பது. ஏனெனில் கிரகங்கள் கண்ணுக்குத் தெரியும் வட்டமுடையவை. அவற்றின் பிரகாசத்தைக் கவனிப்பதில் தொலைநோக்கியின் உருப்பெருக்குத் திறனையும் கணக்கில் எடுத்துக் கொள்ள வேண்டும்)

இதையறிந்த பின் குறிப்பிட்ட அளவு பிரகாசமுள்ள நட்சத்திரத்தைத் தேவையான தொலைநோக்கியின் லென்சின் விட்டத்தைக் கணக்கிடுவது எளிது. ஆனால், குறிப்பிட்ட அளவுள்ள லென்சைக் கொண்ட தொலைநோக்கி வழியே எந்த அளவு நட்சத்திரத்தைப் பார்க்க முடியும் என்பதும் தெரிய வேண்டும். உதாரணமாக, 64 செ.மீ விட்டமுள்ள தொலைநோக்கி வழியே 15 வது அளவு நட்சத்திரத்தைப் பார்க்க முடியும் என்றால், அதை அடுத்த 16 ஆம் அளவு நட்சத்திரத்தைப் பார்க்கத் தேவையான லென்சின் விட்டம் என்ன? தேவையான் லென்சின் விட்டம் x செ.மீ எனின் $\frac{x^2}{64^2} = 2.5$. ஆகவே,

$$x = 64\sqrt{2.5} \approx 100 \text{ cm.}$$

அதாவது 1 மீட்டர் விட்டமுள்ள லென்ஸ் உடைய தொலை நோக்கி தேவை. பொதுவாகக் கூறுமிடத்து, ஓர் அடுத்த அளவு நட்சத்திரத்தைப் பார்க்க ஏற்றவாறு தொலைநோக்கியின் உருப்பெருக்குத்திறனை அதிகரிக்க அதன் லென்சின் விட்டம் $\sqrt{2.5} = 1.6$ மடங்கு அதிகரிக்கப்பட வேண்டும்.

சூரியன் - சந்திரன் இவற்றின் நட்சத்திர அளவுகள்

நமது இயற்கணித கணக்கீடுகளை மேற்கொண்டு தொடர்வோம். மேலே சொல்லப்பட்ட ஸ்கேல் உபயோகித்து நிலையான நட்சத்திரங்களுக்கு மட்டுமல்ல, சூரியன், சந்திரன், பிற கிரகங்கள் போன்ற எல்லா ஒளிரும் பொருள்களுக்கும் அளவு காணலாம். முதலில் சூரியன், சந்திரன் இவற்றின் நட்சத்திர அளவினைப் பார்ப்போம். கிரகங்கள் பற்றி பின்னர் கவனிக்கலாம். சூரியனின் நட்சத்திர அளவு மைனஸ் 26.8 முழு * சந்திரனின் நட்சத்திர அளவு மைனஸ் 12.6 ஏற்கனவே கூறியவற்றிலிருந்து இவையிரண்டும் ஏன் எதிர் (நெகடிவ்) இலக்கங்களாக உள்ளன என்பதை வாசகர்கள் புரிந்து கொண்டிருப்பார்கள் என்று நினைக்கிறேன். இதில்

* அஷ்டமிச்சந்திரனின் நட்சத்திர அளவு மைனஸ் 9.

பார்த்தவுடன் மனதைக் குழப்புவது அவ்விரு பிரகாசங்களுக்குள்ள வித்தியாசம் போதிய அளவில்லையே என்பதுதான். சூரியன் பூர்ண சந்திரனை விட "இரண்டே பங்குதான்" அதிகப் பிரகாசமானது போல் அல்லவா தோன்றுகிறது?

நட்சத்திர அளவுகள் எண்மையில் 2.5 அடியாகக் கொண்ட ஒரு லாகரிதம் என்பதனை மறந்துவிடக் கூடாது. இரு இலக்கங்களைஒப்பிட எப்படி ஒன்றின் லாகரிதத்தை மற்றதன் லாகரிதத்தால் வகுக்க முடியாதோ அவ்வாறே பிரகாசத்தை ஒப்பிடவும் நட்சத்திர அளவுகளில் ஒன்றை மற்றதால் வகுக்க முடியாது. சரியான் ஒப்பீடு முறை கீழே உள்ளபடியாகும்.

சூரியனின் நட்சத்திர அளவு "மைனஸ் 26.8" என்றால், சூரியன் ஒரு முதல் அளவு நட்சத்திரம் போம் $2.5^{27.8}$ மடங்கு பிரகாசமானது என்று பொருள்படும். சந்திரனோ முதல் அளவு நட்சத்திரம் போல் $2.5^{13.6}$ மடங்கு பிரகாசமானது.

ஆகவே சூரியனின் பிரகாசம் சந்திரனின் பிரகாசத்தைப் போல் $\frac{2.5^{27.8}}{2.5^{13.6}} \approx 2.5^{14.2}$ மடங்கு. லாக்ரித அட்டவணை மூலம் இதன் மதிப்பு 447,000 சூரிய, சந்திரப் பிரகாசங்களின் விகிதத்தைப் பின்வருமாறு தெளிவாகக் கூறலாம். தெளிவான வானத்தில் சூரியன் மேகங்களற்ற இரவில் உள்ள பூர்ணசந்திரன் போன்ற 447,000 பூர்ண சந்திரன்களின் மொத்த ஒளியுடன் பிரகாசிக்கிறது.

சந்திரன் பிரதிபலிக்கும் வெப்பம் அதன் வெளிச்சத்திற்கு நேர் விகிதப் பொருத்தமுடையது என்பது கிட்டத்தட்டச் சரியானதே. ஆகவே சந்திரன் சூரியனை விட 447,000 மடங்கு குறைந்த அளவு வெப்பத்தையே நமக்கு அளிக்கிறது. வாயுமண்டல எல்லையில் உள்ள ஒவ்வொரு சதுர செண்டிமீட்டரும் ஒவ்வொரு நிமிடமும் இரண்டு சிறிய கலோரிகள் வெப்பத்தைச் சூரியனிடமிருந்து பெறுகிறது என்று வானவியலார் அறிவார். ஆகவே சந்திரன் பூமிக்கு ஒவ்வொரு நிமிடமும் 1 / 225,000 சிறிய கலோரி வெப்பமே, அதாவது 1 கிராம் நீரின் வெப்ப நிலையை ஒரு நிமிடத்தில் 1 / 225,000 டிகிரி அளவுக்கு மட்டும் உயர்த்தத் தேவையான வெப்பமே தருகிறது. ஆகவே பூமியின் கால நிலையில்* சந்திரனுக்கும் பங்கு உண்டு எனக் கூறுவது எவ்வளவு பொருத்தமற்றது என்பது விளங்கும்.

சந்திரக் கதிர்களினால் மேகங்கள் உருகிவிடுவதாக மேலும் ஒரு நம்பிக்கை இருக்கிறது. இது முற்றிலும் தவறு. இதற்கு விளக்கமாக இரவில் மேகங்கள் மறைவது சந்திர வெளிச்சத்திலேயே

பார்க்கப்படுகிறது என்பதைச் சொல்லுகிறார்கள். இதற்கு வேறு காரணங்கள் உள்ளன.

இனிச் சந்திரனிடம் விடைபெற்றுக் கொண்டு வானில் தெரியும் மிகப் பிரகாசமான நட்சத்திரமான ஸிரியஸ்ஸை விடச் சூரியன் எத்தனை மடங்கு பிரகாசமானது என்று காண்போம். முன்போல் கணக்கீட்டால் பிரகாச விகிதம்

$$\frac{2.5^{27.8}}{2.5^{2.6}} = 2.5^{25.2} = 10,000,000,000,$$

அதாவது சூரியன் ஸிரியஸ்ஸைவிட *10,000* மில்லியன் மடங்கு பிரகாசமானது.

இன்னும் ஒரு சுவையான கணக்கீடு. வானத்தின் பாதிக் கோளத்தில் வெறுங்கண்ணுக்குத் தெரியக்கூடிய எல்லா நட்சத்திரங்களின் மொத்தப் பிரகாசத்தைப் போல் முழு நிலவின் பிரகாசம் எத்தனை மடங்கு? முதல் அளவு முதல் ஆறாம் அளவு வரை உள்ள எல்லா நட்சத்திரங்களும் சேர்ந்து, நூறு முதல் அளவு நட்சத்திரங்களின் பிரகாசத்தைத் தருகின்றன என்று ஏற்கனவே கணக்கிட்டுள்ளோம். ஆகவே நாம் கண்டுபிடிக்க வேண்டியது, முழுநிலவின் பிரகாசம் நூறு முதல் அளவு நட்சத்திரங்களின் மொத்தப் பிரகாசத்தைப் போல் எத்தனை மடங்கு என்பதே.

இதன் விடை $\frac{2.5^{13.6}}{100} = 2,700.$

ஆகவே நிலவு இல்லாத இரவில் நட்சத்திரங்கள் அளிப்பது முழு நிலவின் *1/2700* பங்கு ஒளியே. அல்லது மேகமற்ற ஒரு பகற்பொழுதில் சூரியனின் பிரகாசத்தில் *2700 x 447,000 = 1,200,000,000* பங்கு குறைவான பிரகாசமே.

ஒரு மீட்டர் தூரத்தில் உள்ள சர்வதேச "வத்தி' யின் நட்சத்திர அளவு மைனஸ் *14.2* இதன் பொருள் என்ன? இந்தத் தூரத்தில் அது முழு நிலவை விட $2.5^{14.2-12.6}$ அல்லது நான்கு மடங்கு பிரகாசமானது என்பதே.

இன்னொரு சுவையான விஷயத்தையும் குறிப்பிடுகிறேன். *2000* மில்லியன் வத்தித்திறனுள்ள ஒரு விமான வழிகாட்டி விளக்கு பூமியிலிருந்து சந்திரனுக்கு உள்ள தூரத்தில் வைக்கப்பட்டால் அது ஒரு *4.5* அளவு நட்சத்திரமாகத் தெரியும். அதாவது வெறும் கண்களால் பார்க்கத் தெரியும்.

நட்சத்திரங்கள், சூரியன் இவற்றின் உண்மையான பிரகாசம்

இதுவரை நாம் பிரகாசம் பற்றிக் கணக்கிட்டதெல்லாம் தோற்றப் பிரகாசமே, அதாவது நம் பார்வைக்குத் தெரியும் பிரகாசமே. கொடுக்கப்பட்டுள்ள இலக்கங்கள் அவற்றின் உண்மையான தூரத்தில் அவை இருக்கும்போது தெரியும் பிரகாசத்துக்கே. ஆனால் எல்லா நட்சத்திரங்களும் ஒரே தூரத்தில் இல்லை என்று நமக்குத் தெரியும். ஆகவே தோற்றப் பிரகாசம் அவற்றின் உண்மைப் பிரகாசம், தூரம் இரண்டையும் தெரிவிக்கிறது. அல்லது துல்லியமாகச் சொல்லுவதனால், உண்மைப் பிரகாசம், தூரம் இவற்றைத் தனித்து பார்த்தால் ஒழிய தோற்றப் பிரகாசம், ஒன்றையும் தெரிவிக்காது எனலாம். முதலில், நட்சத்திரங்கள் எல்லாம் ஒரே தூரத்தில் இருக்குமானால் அவற்றின் ஒப்புப் பிரகாசம் அல்லது "ஒளிர்வுத்திறன்" எப்படி இருக்கும் என்பதைத் தெரிந்து கொள்வது அவசியம்.

இம்மாதிரி ஒரு கேள்வியை எழுப்பி, வானவியலார், "தனி நட்சத்திர அளவு" அதாவது சூரியனிடமிருந்து 10 "பார்ஸெக்குகள்" தூரத்தில் உள்ள நட்சத்திரத்தின் அளவு என்னும் புதுக் கருத்தைக் கொண்டு வருகிறார்கள். பார்ஸெக் என்பது நட்சத்திரத்தின் தூரத்தை அளக்கும் ஒரு விசேஷ அலகு காரணம் பற்றிப் பின்னர் கூறுவோம். இப்பாதைக்கு ஒரு பார்ஸெக் என்பது சுமார் 30,80,000 கோதி கி.மீ என்பதை மட்டும் கவனத்தில் வைத்துக் கொள்ளவும். நட்சத்திரத்தின் தூரம் தெரிந்தால், அதன் "தனி நட்சத்திர அளவை" பிரகாசம், தூரத்தின் வர்க்கத்திற்கு தலைகீழ் விகிதத்தில் இருக்கிறது என்ற விதியைக் கொண்டு கணக்கிடலாம்.*

---

* கணக்கீடுகள் செய்ய, கீழ்வரும் சூத்திரத்தை உபயோகிக்கலாம் (இதன் நிரூபணம் "பார்ஸெக்" "இடமாறு தோற்றம்" ஆகியவை பற்றிச்சொன்ன பிறகு விளங்கும்):

$$2.5^M = 2.5^m \left(\frac{\pi}{0.1}\right)^2$$

இதில், M - நட்சத்திரத்தின் தனி அளவு; m - நட்சத்திரத்தின் தோற்ற அளவு; π – நட்சத்திரத்தின் இடமாறு தோற்றக்கோணம் (செக்கண்டுகளில்). இந்த சூத்திரத்தின் தொடர்கள் வருமாறு:

$$2,5^M = 2.5^m \times 100\pi^2,$$
$$M \lg 2.5 = m \lg 2.5 + 2 + 2 \lg \pi,$$
$$0.4 M = 0.4 m + 2 + 2 \lg \pi,$$

ஆக, $M = m + 5 + 5\log \pi$, உதாரணமாக, ஸிரியஸுக்கு $m=1,6$ $\pi = 0''.38$, ஆகவே, அதன் தனி அளவு $M=-1.6+5+5\log 0.38 = 1.3$

இரண்டே இரண்டு கணக்கீடுகளை மட்டும் வாசகர்களுக்கு தருகிறேன். ஒன்று ஸிரியஸுக்கு மற்றது சூரியனுக்கு ஸிரியஸ், சூரியன் இவற்றின் தனி நட்சத்திர அளவுகள் முறையே +1.3, +4.8. அதாவது 308,000,000,000,000 கி.மீ தூரத்தில் இருந்தால், ஸிரியஸ் 1.3 நட்சத்திர அளவுள்ள நட்சத்திரமாகவும், சூரியன் 4.8 அளவு நட்சத்திரமாகவும் தெரியும். மேலும் சூரியன் ஸிரியஸை விட

$$\frac{2.5^{3.8}}{2.5^{0.3}} = 2.5^{3.5} = 25 \text{ times}$$

25 மடங்கு மங்கலாகத் தெரியும். ஆனால் சூரியனின் தோற்றப் பிரகாசம் ஸிரியஸ்ஸை விட 10,000,000,000 மடங்கு அதிகம்.

ஆகவே சூரியனே வானத்திலுள்ள மிகப்பிரகாசமான நட்சத்திரம் அல்ல என்று தெரிகிறது. ஆனால் ஜாக்கிரதை! மற்ற நட்சத்திரங்களுடன் ஒப்பிட்டால் சூரியன் ஏதோ சுண்டைக்காய் மாதிரி என்றும் குறைத்து மதிப்பிட்டு விடாதீர்கள். அதன் பிரகாசம் சராசரியைவிட அதிகம். நட்சத்திரங்களைப் பற்றிய புள்ளி விவரப்படி 10 பார்செக்குகள் நட்சத்திரத்தில் சூரியனைச் சுற்றியுள்ள சராசரி பிரகாசமுள்ள நட்சத்திரங்கள் 9 வது தனி நட்சத்திர அளவுடையன. சூரியனது தனி நட்சத்திர அளவே 4.8 ஆகவே சராசரி நட்சத்திரனும் சூரியன்

$$\frac{2.5^{9}}{2.5^{3.8}} = 2.5^{4.2} = 50$$

50 மடங்கு அதிகப்பிரகாசமுடையது.

ஸிரியஸினும், சூரியன் தனி மதிப்பில், 25 பங்கு மங்கலானது எனினும், தன்னைச் சுற்றியுள்ள சராசரி நட்சத்திரங்களை விட 50 மடங்கு பிரகாசமானது.

தெரிந்த நட்சத்திரங்களில் மிகப்பிரகாசமானது

மிக அதிகமான பிரகாசமுடையது டொராடோ நட்சத்திரக் கூட்டத்திலுள்ள, வெறுங்கண்ணுக்குத் தெரியாத ஒரு எட்டாம் அளவு நட்சத்திரம். இதை S எனும் லத்தீன் மொழி எழுத்தால் குறிக்கிறார்கள். மேற்படி நட்சத்திரக் கூட்டம் தென்பாதி கோளத்தில் இருக்கிறது. வடபாதி கோளத்தின் உஷ்ண மண்டலத்தில் பார்வைக்குத்

தெரியாது. இந்நட்சத்திரம் ‘சிறிய மெகல்லான் மேகம்’ என்னும் நட்சத்திர மண்டலத்தைச் சேர்ந்தது. அது நம்மிலிருந்து ஸிரியஸ்ஸை விட *12000* மடங்கு தூரத்தில் உள்ளது. எட்டாம் அளவு நட்சத்திரமாய் தோன்றினும், இப்பெரும் தொலைவில் உள்ளதால் அதன் பிரகாசமும் மிக மிக அதிகமாய் இருக்க வேண்டும். ஸிரியெஸ்ஸை இவ்வளவு தொலைவில் வைத்தால் அது ஒரு பதினேழாம் அளவு நட்சத்திரமாய் விடும், அதாவது மிக மிகச் சக்தி வாய்ந்த தொலைநோக்கி வழியாகக் கூடத் தெரியாது.

அப்படியானால் இதன் பிரகாசம் தான் என்ன? கணக்கிட்டுப் பார்த்தால் விடை மைனஸ் *8*ம் அளவு. அதாவது தனி அளவுகளில் சூரியனைவிடச் சுமார் *400,000* மடங்கு அதிகப் பிரகாசமானது. ஸிரியெஸ் உள்ள தூரத்தில் இது இருந்தால் அது இன்னும் *9* அளவுகள் அதிகப் பிரகாசமுடையதாய் இருக்கும் அதாவது அஷ்டமிச் சந்திரன் போன்று இருக்கும். ஸிரியஸ் அளவு தூரத்தில் இருந்து கொண்டு, பூமிக்கு இவ்வளவு வெளிச்சம் தரவல்ல நட்சத்திரம் மிகப் பிரகாசமான நட்சத்திரம் என்றழைக்கப்படத் தகுதி வாய்ந்ததே.

நம் வானத்திலும் பிறவானத்திலும் தெரியும் கிரகங்களின் நட்சத்திர அளவுகள்

பின்பு ‘பிறவானங்கள்’ என்னும் பகுதியில் நாம் பிற கிரகங்களுக்குச் செய்த கற்பனைப் பிரயாணத்தை மறுபடியும் ஒருமுறை செய்து, ஆங்காங்கு பிரகாசிக்கும் கிரகங்களின் பிரகாசத்தை இன்னும் துல்லியமாகக் கவனிப்போம்.

பூமியின் வானத்தில் கிரகங்களின் முழுப்பிரகாசத்தின் நட்சத்திர அளவுகளைக் குறிக்கும் அட்டவணை கீழேயுள்ளது.

பூமியின் வானத்தில்

வெள்ளி	—4.3	சனி	—0.4
வியாழன்.	—2.5	யுரேனஸ்	+5.7
செவ்வாய்.	—2.8	நெப்டியூன். . . .	+7.6
புதன்.	—1.2		

இந்த அட்டவணை வெள்ளி வியாழனை விட இரண்டு நட்சத்திர அளவுகள், அதாவது $2.5^{1.8} = 5$ மடங்கு பிரகாசமானது என்றும், இந்தப்

பிரகாசம் -1.6 அளவு கொண்ட ஸிரியஸை விட $2.5^{2.7} = 12$ மடங்கு அதிகப்பிரகாசமானது என்றும் காட்டுகிறது. மங்கலான கிரகமான சனி, ஸிரியஸ், கனோபஸ் இவ்விரண்டைத் தவிர மற்ற எல்லா நிலையான நட்சத்திரங்களை விடப் பிரகாசமானது என்று இது காட்டுகிறது. மேலும் நட்சத்திரங்கள் பகற்பொழுதில் கண்ணுக்குத் தெரியாமைக்கும், வெள்ளியும் வியாழனும் சில சமயங்களில் பகற்பொழுதிலும் வெறுங்கண்ணுக்குக் கூடத் தென்படுவதற்கும் இது காரணம் காட்டுகிறது.

கீழே உள்ள அட்டவணைகள் வெள்ளி, செவ்வாய், வியாழன் இவற்றின் வானத்தில், பிற ஒளிரும் பொருள்கள் பற்றியன. "பிற வானங்கள்" என்னும் பகுதியில் கூறப்பட்ட விஷயங்களே இங்கு இன்ன அளவின என்று தரப்படுகின்றன.

செவ்வாயின் வானத்தில்

சூரியன்	— 26
போபோஸ்	— 8
டெய்மோஸ்	— 3.7
வெள்ளி	— 3.2
வியாழன்	— 2.8
பூமி	— 2.6
சனி	— 0.6

வெள்ளியின் வானத்தில்

சூரியன்	— 27.5
பூமி	— 6.6
புதன்	— 2.7
வியாழன்	— 2.4
சந்திரன்	— 2.4
சனி	— 0.3

வியாழனின் வானத்தில்

சூரியன்	— 23
1 வது உபக்கிரகம்	— 7.7
2 வது உபக்கிரகம்	— 6.4
3 வது உபக்கிரகம்	— 5.6
4 வது உபக்கிரகம்	3.3
5 வது உபக்கிரகம்	2.8
சனி	2
வெள்ளி	0.3

அதனதன் உபக்கிரகங்களின் வானத்தில், கிரகங்களின்பிரகாசத்தைக் கணக்கிடும் போது, முதல் இடம் பெறுவது, போபோஸின் வானத்தில் ''முழுச் செவ்வாய்'' (-22.5) அடுத்தது வியாழனின் ஐந்தாவது உபக்கிரகத்தின் வானத்தில் "முழு வியாழன்" (-21); சனியின் உபக்கிரகமான மிமாஸின் வானத்தில் "முழுச்சனியும்" (-20) ஆகும்; இங்கே சனி, சூரியனை விட ஐந்தே மடங்கு மட்டுமே மங்கலானது!

கடைசியாக, ஒரு கிரகத்தை மற்றதிலிருந்து பார்த்தால் தெரியும் பிரகாசத்தை இறங்கு வரிசையில் கீழேயுள்ள அட்டவணை தருகிறது.

	நட்சத்திர அளவுகள்
புதனிலிருந்து வெள்ளி	7.7
வெள்ளியிலிருந்து பூமி	6.6
புதனிலிருந்து பூமி	5
பூமியிலிருந்து வெள்ளி	4.3
செவ்வாயிலிருந்து வெள்ளி	2.8
செவ்வாயிலிருந்து வியாழன்	2.8
பூமியிலிருந்து செவ்வாய்	2.8
வெள்ளியிலிருந்து புதன்	2.7
செவ்வாயிலிருந்து பூமி	2.6
பூமியிலிருந்து வியாழன்	2.5
வெள்ளியிலிருந்து வியாழன்	2.4
புதனிலிருந்து வியாழன்	2.2
வியாழனிலிருந்து சனி	2

அடிப்படை கிரகங்களின் வானங்களில் மிகப் பிரகாசமானவை, புதனிலிருந்து தெரியும் வெள்ளியும், வெள்ளியிலிருந்து தெரியும் பூமியும், புதனிலிருந்து தெரியும் பூமியும் என்று மேற்படி அட்டவணையிலிருந்து தெரிய வரும்.

தொலைநோக்கியில் நட்சத்திரங்கள் ஏன் பெரிதாகத் தெரிவதில்லை?

தொலைநோக்கி வழியாக நட்சத்திரங்களை முதல் முதல் பார்ப்பவர்கள் ஒரு விஷயத்தைக் கண்டு மிகுந்த ஆச்சரியமடைவார்கள். சந்திரனையும் பிற கிரகங்களையும் பார்த்தால், அவற்றைப் பெரிதாக்கிக் காண்பிக்கிறது. ஆனால் நட்சத்திரங்களைப் பார்க்கும் போது, அவற்றின் அளவைக் குறைத்து, தட்டுப்போலின்றி வெறும் பிரகாசமான புள்ளிகளாகக் காண்பிக்கிறது என்பதே அவ்வாச்சரியத்தின் காரணம். வானைப் பார்க்க முதல் முதல் ஒரு கருவியை உபயோகப்படுத்தியவரான காலிலீயோவும் இதைக் கவனித்தார். தாம் செய்த சிறு தொலைநோக்காடி மூலம் தான் கண்டதைப் பின் கண்டவாறு கூறுகிறார்:

"தொலை நோக்காடி மூலம் பார்க்கும் போது தெரிகிற கிரகங்கள், நிலையான நட்சத்திரங்கள் இவற்றின் வடிவங்களில் காணப்படும்

வித்தியாசம் குறிப்பிடத்தக்கது. சிறு நாணயங்கள் போல் தெளிவான வட்டங்களாகக் கிரகங்கள் காணப்படுகின்றன. ஆனால் நிலையான நட்சத்திரங்களுக்குத் திட்டவட்டமான வடிவம் ஒன்றுமில்லை.... தொலைநோக்காடி அவற்றின் பிரகாசத்தை அதிகப்படுத்திக் காட்டுகிறது. அவ்வளவே. அது 5 வது 6 வது அளவு நட்சத்திரங்களுக்கும், மிகப் பிரகாசமான நட்சத்திரமான ஸிரியஸ்ஸின் அளவு பிரகாசத்தைத் தருகிறது".

தொலைநோக்கிகள் நட்சத்திரங்களைப் பெரிதுபடுத்த முடியாததன் காரணத்தை விளக்குவதன்முன் கண்பார்வை பற்றிய பௌதிகம் குறித்தும் சில உண்மைகளைக் கூற வேண்டும். உங்களிடமிருந்து விலகிச் சென்று கொண்டிருக்கும் ஒரு மனிதனை உங்கள் கண்கள் தொடர்ந்து பார்க்கும் போது, விழித்திரையில் விழும் அவன் பிம்பம் சிறுத்துக்கொண்டே வருகிறது. ஒரு குறிப்பிட்ட தூரம் வந்ததும், கண் திரையில் அம்மனிதனது தலைக்கும் கால்களுக்கும் உள்ள தூரம் மிகக் குறைந்துவிடுகிறது. அவை வெவ்வேறு நரம்பு முனைகளில் படாமல் ஒரே முனையில் விழுகின்றன. ஆகவே இம்மனிதனுக்கு வடிவு ஏதுமின்றி ஏதோ ஒரு புள்ளி போல் தோன்றுகிறது. பெரும்பாலானோருக்கு, பார்வைக் கோணம் *1ʹ* இருக்கும் போது இவ்வாறு நிகழ்கிறது. தொலைநோக்கியைப் பயன்படுத்துவதன் நோக்கமே, பார்வைக் கோணத்தை அதிகப் படுத்துவதே; அதாவது பார்க்கப்படும் பொருளின் ஒவ்வொரு பகுதியின் பிம்பத்தையும் நீட்டி, அவை கண் திரையில் வெவ்வேறு பகுதிகளில் படச் செய்வதே. ஒரு தொலைநோக்கி "நூறு மடங்கு" பெரிதாக்குகிறது என்றால், அதன் பார்வைக் கோணம், அது இல்லாத போது அதே தூரத்திலுள்ள அதே பொருளுக்கு உள்ள பார்வைக் கோணத்தைப் போன்று நூறு மடங்கு ஆகும் என்பது பொருள். இவ்வளவு பெரிதாக்கிய பின்னரும் பார்வைக் கோணம் *1ʹ* ஐ விடக் குறைவாயிருந்தால், அத்தொலைநோக்கி அந்தப் பொருளைப் பார்க்கும் அளவு சக்தி வாய்ந்ததல்ல.

1000 மடங்கு பெருக்குத்திறன் உள்ள தொலைநோக்கியில் தெரியும் சந்திரனின் மிகச்சிறு அளவும் உண்மையில் *110* மீட்டர்கள் விட்டம் உள்ளதாய் இருக்கும். சூரியனிலோ அது *40* கி.மீ உள்ளதாக இருக்கும். ஆனால் மிக அருகிலுள்ள நட்சத்திரத்தில் அதன் விட்டம் *12,000,000* கி.மீ ஆகும்.

இதைவிட சூரியன் விட்டம் *8.5* மடங்கு குறைவு. ஆகவே அதை மிக அருகிலுள்ள நட்சத்திரத்தின் தூரத்தில் வைத்தால், *1000* மடங்கு பெருக்குத் திறனுள்ள தொலைநோக்கியிலும் அது ஒரு வெறும்

புள்ளியாகவே தோன்றும். நமக்கு மிக அருகிலுள்ள நட்சத்திரம் ஒரு தட்டுப்போலத் தொலைநோக்கியில் தோன்ற வேண்டுமானால், அது சூரியனைப் போல் சுமார் *600* மடங்கு பெரிதாக இருக்க வேண்டும். ஸிரியஸின் தூரத்தில் என்றாலோ, அது சூரியனை விட *5000* மடங்கு பெரிதாக இருக்க வேண்டும். ஆனால் பெரும்பாலான நட்சத்திரங்கள் இன்னும் வெகுதூரத்தில் இருப்பதுடன் அவற்றின் சராசரி அளவும் சூரியனை விட அவ்வளவு அதிகமல்ல. ஆகவே, மிகச் சக்தி வாய்ந்த தொலைநோக்கி வழியாகக் கூட அவை வெறும் புள்ளிகள் போலவே தோன்றுகின்றன.

ஜீன்ஸ் கூறுகிறார்: *“10* கி.மீ தூரத்திலுள்ள ஒரு குண்டூசித் தலைக்கு உள்ள பார்வைக் கோணத்தை விட அதிகமாக வேறு எந்த நட்சத்திரத்துக்கும் கிடையாது. ஒரு மிகச்சிறு தட்டுப் போல் காட்டும் அளவுக்கு ஒரு தொலைநோக்கியும் இல்லை.” இதற்கு நேர்மாறாக, தொலைநோக்கி வழியே சூரிய மண்டலத்திலுள்ள பெரிய கோள்களைப் பார்க்கும் போது தட்டுப் போன்று தெரிகின்றன. தொலைநோக்கியின் பெருக்கும் திறன் அதிகமாக ஆக, தட்டின் அளவும் அதிகமாகும்.

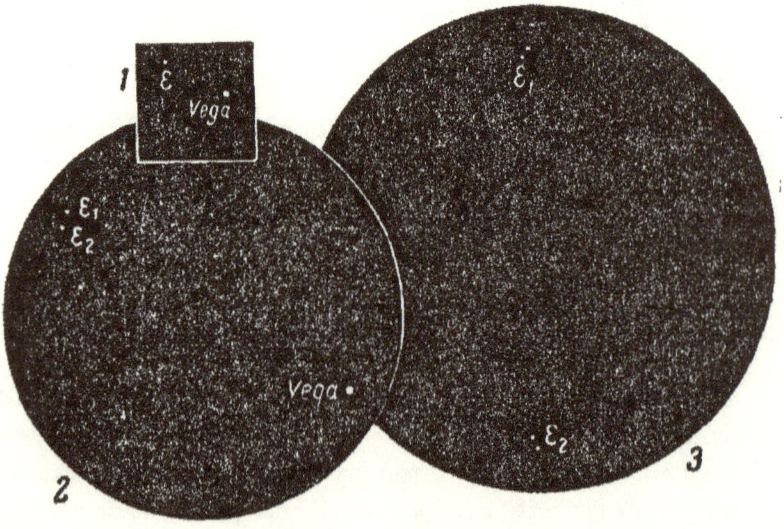

படம் 72. வேகா அருகில் உள்ள உலைரா: (1) வெறுகங்கண்ணுக்குத் தோன்றும் விதம்; (2) பைனாகுலர் மூலம் பார்க்கத் தெரியும் விதம்; (3) தொலைநோக்கி மூலம் பார்க்கத் தெரியும் விதம்

ஆனால் ஏற்கனவே சொன்னபடி, வானவியலாருக்கு வேறொரு இடைஞ்சல் ஏற்படும்; என்னவென்றால், ஒளி அதிகப்பரப்பில் விழுவதால் அதன் பிரகாசம் குறைந்த பிம்பம் மங்கி, உள் விபரங்களைக் காணத் தடங்கள் ஏற்படுகிறது. இதனால் தான் கிரகங்களையும், குறிப்பாக வால்நட்சத்திரங்களையும் கவனிக்கும் போது, வானவியலார் சாதாரணமாக பெருக்குத் திறன் கொண்ட தொலைநோக்கிகளை உபயோகிக்கிறார்கள்.

இப்போது வாசகர்களுக்கு ஒரு சந்தேகம் எழும்; 'தொலைநோக்கியோ நட்சத்திரங்களைப் பெரிதாக்கிக் காண்பிக்கவில்லை, அப்படியானால் ஏன் அதை உபயோகிக்க வேண்டும்?'

இவ்வளவு விளக்கிய பின் இதற்குப்பதில் அளிப்பது கடினம் அன்று. தொலைநோக்கி நட்சத்திரங்களின் தோற்ற அளவுகளைப் பெரிதாக்கத்தான் முடியாது. ஆனால் அவற்றின் பிரகாசத்தை அதிகப்படுத்துவதால் பார்வைக்குத் தெரியும் நட்சத்திரங்களின் எண்ணிக்கை அதிகமாகிறது.

தொலைநோக்கியின் வேறொரு பயன், பல நட்சத்திரங்கள் சேர்ந்து ஒன்றாகத் தெரிவதைப் பிரித்துக் காட்டுகிறது. நட்சத்திரங்களின் தோற்ற விட்டத்தைப் பெரிதாக்க முடியா விட்டாலும் அவைகளுக்கிடையில் இருப்பதாகத் தோன்றும் தூரத்தைப் பெரிதாக்கிக் காட்டுகிறது. இவ்வாறு, வெறுங்கண்ணுக்கு ஒன்றே ஒன்று போல் தோன்றும் இடங்களில் இரண்டு, மூன்று, இன்னும் பல வித நட்சத்திரங்கள் மறைந்திருப்பதைக் காட்டுகிறது. (படம் 72) வெறுங்கண்ணுக்குச் சற்றும் தெரியாத அல்லது ஏதோ மங்கலான புள்ளிகள் போல் மட்டும் தென்படும் நட்சத்திரக் கூட்டங்கள், தொலைநோக்கி வழியே பார்த்தால், ஆயிரக்கணக்கான தனித்தனி நட்சத்திரங்களாகத் தெரிகின்றன.

நட்சத்திரங்களைப் பற்றி அறிந்து கொள்வதில் தொலைநோக்கியின் மூன்றாவது பயன், கோணங்களை ஆச்சரியப்படும் அளவு துல்லியமாக அளக்க அது உதவுகிறது என்பதே. தற்காலத் தொலைநோக்கி மூலம் எடுக்கப்பட்ட புகைப்படங்களிலிருந்து வானவியலார் 0".01 கோணத்தைக்கூட அளக்கிறார்கள். இக்கோணத்தில் 100 கி.மீ தூரத்தில் உள்ள ஒரு காசுவட்டத்தையோ 0 மீட்டர் தூரத்தில் உள்ள ஒரு உரோமத்தையோ அளக்க முடியும்!

நட்சத்திர விட்டங்கள் எவ்வாறு அளக்கப்பட்டன?

மிக்க சக்தி வாய்ந்த தொலைநோக்கிகள் மூலம் கடந்திட நட்சத்திரங்களின் விட்டங்களைப் பார்க்க முடியாது என்று சொல்லப்பட்டது. சமீபகாலம் வரை, நட்சத்திரங்களின் அளவுகள் பற்றி எல்லாம் வெறும் ஊகங்களாகவே இருந்தன. ஒவ்வொரு நட்சத்திரமும் சூரியனைப் போல அளவுள்ளது என்று வைத்துக் கொண்டார்கள். இதற்கு யாதொரு ஆதாரமும் இல்லை. மேலும் அப்போது உபயோகத்திலிருந்தவற்றிலும் சக்தி வாய்ந்த தொலைநோக்கிகள், நட்சத்திரவிட்டங்களை அளக்கத் தேவைப்பட்டதால் நட்சத்திரங்களின் உண்மையான விட்டங்களை அளக்கவே முடியாது என்று தோன்றியது.

1920 ஆம் ஆண்டு வரை இந்த நிலை நீடித்தது. அதன் பிறகு நட்சத்திர விட்டங்களை அளப்பதை சாத்தியமாக்கிய புதிய கருவிகளும் நவீனமுறைகளும் கண்டுபிடிக்கப்பட்டன. வானவியல், தனது இவ்வெற்றிக்குத் தனது துணையான பௌதீகத்துக்கு மிக்க கடமைப்பட்டுள்ளது.

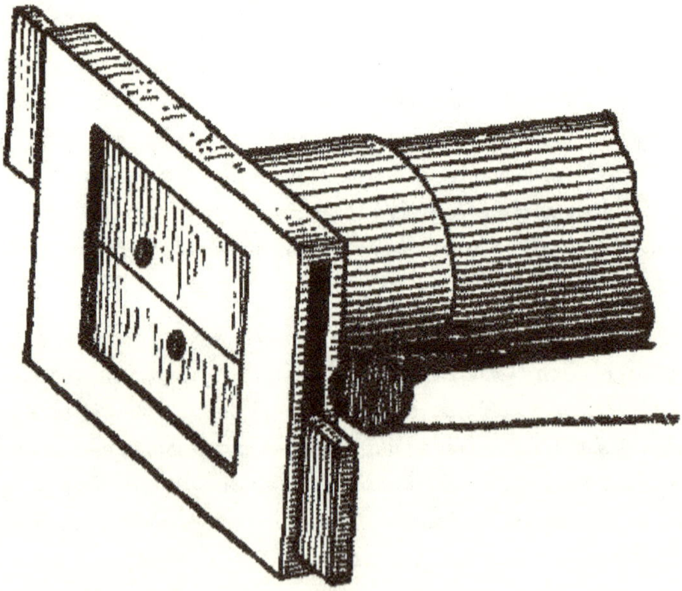

படம் 73. நட்சத்திரங்களின் கோணவிட்டகளை அளக்க உதவும் 'ஒளி இணைதல் அளவுமானி' வேலை செய்யும் விதத்தை விளக்கும் படம் (விபரங்களைப் புத்தகத்தினுள் பார்க்கவும்)

'ஒளி இணைதல்' என்பதை ஆதாரமாகக் கொண்ட இம்முறையைச் சுருக்கமாகக் கூறுகிறேன்.

இதற்கு முதலில் ஒரு சிறு பரிசோதனை செய்வோம். இப்பரிசோதனைக்குத் தேவையானதெல்லாம் 30 மடங்கு பெருக்குத் திறனுள்ள சிறு தொலைநோக்கியும் ஒரு பிரகாசமான விளக்கமே. விளக்கை 10 அல்லது 15 மீட்டர் தூரத்தில் வைத்து விட்டு அதை ஒரு திரையால் மறைத்து விடவும்.

திரையில் செங்குத்தான சிறு இடுக்கு இருக்க வேண்டும். இவ்விடுக்கின் அகலம் ஒரு மில்லிமீட்டரின் சில தசமங்களே. லென்ஸை ஒளி ஊடுருவ முடியாத மூடியால் மூடவும். மூடியில் இரு சிறு துவாரங்கள் 3 மி.மீ. விட்டமுள்ளவையாயும், லென்சின் மையத்திலிருந்து சமதூரத்தில் கிடைமட்டமாக ஒன்றுக்கொன்று 15 மி.மீ தூரத்தில் உள்ளவையாயும் இருக்க வேண்டும் (படம் 73) மூடியை எடுத்து விட்டால், நடுவில் ஒடுங்கியும், பக்கங்களில் இன்னும் மங்கியதுமான இடுக்கு தொலைநோக்கியில் தெரியும். ஆனால் மூடியால் மூடிவிட்டுப் பார்த்தால் நடுவில் உள்ள பிரகாசமான பட்டையில் செங்குத்தான இருண்ட இடைவெளிகள் இருப்பதைக் காணலாம். இரு துவாரங்கள் வழியே செல்லும் ஒளிக்கற்றைகள் ஒன்றுக்கொன்று இணைவதின் விளைவே இது. ஒரு துவாரத்தை மூடிவிட்டால் அந்த இருண்ட இடைவெளிகள் மறைந்துவிடும்.

துவாரங்களின் இடையிலுள்ள தூரத்தை மாற்றத்தக்கவாறு அமைத்து இச்சோதனையைச் செய்தால், துவாரங்களின் இடையிலுள்ள தூரம் தெரிந்தால், இடுக்கின் கோண அகலத்தை, அதாவது எவ்வளவு கோணத்தில் அந்த அகலம் தெரிகிறது என்பதைக் கண்டுபிடிக்கலாம். மேலும் இடுக்கின் தூரமும் தெரிந்தால் அதன் அகலத்தையும் கணக்கிட்டு விடலாம். ஆனால் இடுக்குக்குப் பதிலாக ஒரு மிகச் சிறு வட்டமான துவாரம் இருந்தால், அப்போதும் அந்த வட்டமான இடுக்கின் அகலத்தை, அதாவது வட்டத்தின் விட்டத்தைக் காண இதே முறையைக் கையாளவேண்டும்; ஆனால் அவ்வாறு கிடைத்த கோணத்தை 1.22 ஆல் பெருக்க வேண்டும்.

இதே முறைதான் நட்சத்திரங்களின் விட்டத்தை அளக்கவும் பயனாகிறது. ஆனால் நட்சத்திரங்களின் கோண விட்டம் மிக மிகச் சிறியதாகையால் தொலைநோக்கி மிகச் சக்தி வாய்ந்திருக்க வேண்டும்.

மேற்படி கருவிக்கும் "ஒளி இணைதல் அளவுமணி" என்று பெயர். நட்சத்திரங்களின் விட்டங்களைக் கண்டுபிடிக்க வேறு ஒரு சுற்று வழியும் உண்டு. அது நட்சத்திரங்களின் நிறமாலை ஆராய்ச்சியை ஆதாரமாகக் கொண்டது.

நட்சத்திரத்தின் நிறமாலையிலிருந்து அதன் வெப்பநிலையை, வானவியலார் அறிந்து கொள்கிறார். அதிலிருந்து நட்சத்திரப் பரப்பின் ஒரு சதுர செ.மீ பரப்பிலிருந்து வரக்கூடிய ஒளிவீச்சின் அளவைக் கணக்கிடலாம். மேலும் நட்சத்திரத்தின் தூரமும் அதன் தோற்றப் பிரகாசமும் தெரிந்தால் முழுப் பரப்பிலிருந்தும் வரக்கூடிய மொத்தப் பிரகாசத்தைக் கணக்கிடலாம். இந்த இரண்டாவது அளவுக்கும் முதல் அளவுக்கும் உள்ள விகிதமே நட்சத்திரத்தின் பரப்பு. இதிலிருந்து அதன் விட்டத்தைக் காணலாம். உதாரணமாக, சூரியனின் விட்டம் போல், கபெல்லா நட்சத்திரம் 16 மடங்கு பெரிதென்றும், பெடல்ஜியூஸ் நட்சத்திரத்தின் விட்டம் 290 மடங்கு என்றும், அல்டேபரானின் விட்டம் 48 மடங்கு பெரிதென்றும், ஆர்க்டூரஸ் நட்சத்திரத்தின் விட்டம் 2 மடங்கு என்றும், வேகாவின் விட்டம் 2 ½ மடங்கு பெரிதென்றும், ஸிரியஸ்ஸின் உபக்கிரகத்தின் விட்டம் சூரியனின் விட்டத்தில் 0.02 பங்கு என்றும் கணக்கிட்டுள்ளனர்.

நட்சத்திர உலகின் இராட்சதர்கள்

நட்சத்திர விட்டங்கள் அளக்கப்பட்டுக் கிடைத்த விடைகள் திடுக்கிட வைப்பதாயிருந்தன. இவ்வளவு பிரம்மாண்டமான நட்சத்திரங்கள்பிரபஞ்சத்தில் இருக்கின்றன என்பதை வானவியலார்கள் கற்பனை கூடச் செய்ததில்லை. முதன் முதலாக (1920ல்) அளவுகள் வெற்றி கரமாகக் கண்டுபிடிக்கப்பட்ட நட்சத்திரம் ஆல்பா ஒரியானிஸ். அதன் அரபிப் பெயர் பெடல்ஜியூஸ். அதன் விட்டம் செவ்வாயின் பாதையின் விட்டத்தை விடப் பெரிது. வேறொரு இராட்சத நட்சத்திரம், ஸ்கோர்பியஸ் என்னும் நட்சத்திரக்கூட்டத்திலுள்ள எல்லாவற்றினும் மிகப் பிரகாசமான அன்டாரிஸ். அதன் விட்டம் பூமி சுற்றும் பாதையின் விட்டம் போன்று 1.5 ம்டங்கு (படம் 74). இதுவரைக் கண்டுபிடிக்கப்பட்ட இராட்சத நட்சத்திரங்களில் ஸிடஸ் என்னும் நட்சத்திரக் கூட்டத்திலுள்ள "மீரா" ("அற்புதம்") என்பதன் விட்டம் சூரியனது விட்டத்திலும் 400 மடங்கு பெரிது (பக்கம் 179 இல் உள்ள படத்தைப் பார்க்கவும்).

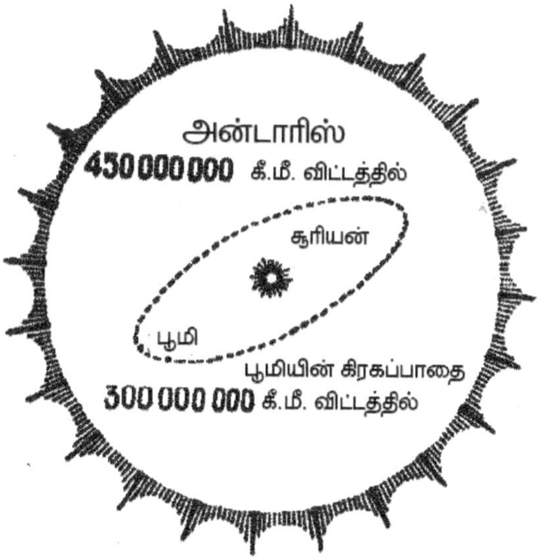

படம் 74. ராட்சத நட்சத்திரமான அன்டாரிஸ் சூரியனை, அதை பூமி சுற்றும் பாதையுடன் சேர்த்து வளைத்து விழுங்க வல்லது.

இந்தப் பெரிய நட்சத்திரங்களின் பௌதிக அமைப்பைப்பற்றிச் சில வார்த்தைகள். மிகப் பெரிய அளவினவாய் இருப்பினும் அவற்றின் அடர்த்தி மிகக் குறைவு. சூரியனை விடச் சில மடங்கு மட்டுமே அதிக கனமுடைய்வை. ஆதலால் சூரியனைப் போல் 40,000,000 மடங்கு உள்ள பெடல்ஜியூஸின் அடர்த்தி அற்பமானதாகவே இருக்க வேண்டும். சூரியனிலுள்ள பொருள்களின் அடர்த்தி தண்ணீரினது போன்றது எனின், இந்த இராட்சத நட்சத்திரங்களிலுள்ள பொருள்களின் அடர்த்தி, அடர்த்திகுன்றிய காற்றின் அடர்த்திக்குச் சமம். ஒரு வானவியலார் கூறியது போல, "இந்நட்சத்திரங்கள், காற்றினும் மிகக் குறைந்த அடர்த்தியுடைய பெரிய பலூன்கள் போன்றவையே."

ஒரு எதிர்பாராத முடிவு

மேற்கூறியதுடன் இன்னொரு சுவையான விஷயம்: எல்லா நட்சத்திரங்களையும் அவை தோன்றுகிற அளவில். அடுத்தடுத்து வருவதால் வானத்தில் எவ்வளவு இடத்தை அடைக்கும்.

தொலைநோக்கி வழியாகப் பார்க்கும் போது தெரியக் கூடிய எல்லா நட்சத்திரங்களின் பிரகாசங்களின் மொத்தம் மைனஸ் 6.6 அளவு நட்சத்திரத்தின் பிரகாசத்துக்குச் சமம் என்று பார்த்தோம். இத்தகைய

ஒரு நட்சத்திரத்தின் பிரகாசம் சூரியனதை விட 20 நட்சத்திர அளவுகள் மங்கலானது அதாவது நூறு மில்லியன் மடங்கு குறைவான வெளிச்சம் உடையது. சூரியன் தனது புறப்பரப்பின் வெப்பநிலைப்படி ஒரு சராசரி நட்சத்திரம் என்று கருதினால், நமது மேற்படி கற்பனை நட்சத்திரத்தின் தோற்றப் பரப்பு சூரியனின் தோற்றப் பரப்பைவிட மேலே சொன்ன மடங்கு குறைவு. விட்டங்கள், பரப்பளவுகளின் வர்க்க மூலங்களுக்கு நேர் விகிதத்தில் உள்ளன. ஆகவே நமது கற்பனை நட்சத்திரத்தின் தோற்ற விட்டம், சூரியனின் தோற்ற விட்டத்தை விட 10,000 மடங்கு குறைவு, அதாவது

30’:10,000 = 0”.2

அதாவது எல்லா நட்சத்திரங்களினதும் சேர்ந்த மொத்தத் தோற்றப் பரப்பு 0’.2 கோண விட்டமுள்ள ஒரு தட்டின் இடத்தையே அடைக்கிறது. வானத்தில் மொத்தம் 41,253 சதுர டிகிரிகள் உள்ளன. இதிலிருந்து தொலைநோக்கி வழியே தெரியக்கூடிய எல்லா நட்சத்திரங்களும் சேர்ந்து முழுவானத்தில் 1/20,000,000,000,000 பங்கையே அடைக்கின்றன! அதுவே அந்த ஆச்சரியமான முடிவு.

மிகக் கனமான பொருள்

பிரபஞ்சம் தன்னுள் அடக்கிக் கொண்டிருக்கும் ஆச்சரியங்களில், எக்காலத்திலும் ஒரு முக்கிய இடம் பெறப்போவது ஸிரியஸ் அருகில் உள்ள ஒரு சிறு நட்சத்திரமே. அதிலுள்ள பொருள் தண்ணீரைப் போல் 60,000 மடங்கு கனமானது! ஒரு கண்ணாடி டம்ளர் நிறையப் பாதரசத்தை எடுத்தால் அதன் எடையைக் கண்டு நீங்கள் ஆச்சரியப்படுவீர்கள் – சுமார் 3 கிலோகிராம். ஆனால் அதே டம்ளர் 12 டன்கள் எடையுள்ள ஒரு பொருளைக் கொண்டு, அதைச் சுமக்க ஒரு ரயில்வே வாகனே தேவைப்படும் போது நீங்கள் என்ன சொல்லுவீர்கள்? வெறும்

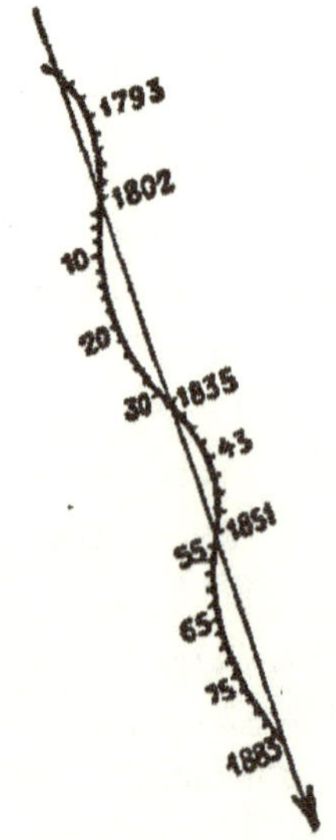

படம் 75. பிற நட்சத்திரங்களின் இடையே ஸிரியஸ் நகரும் பாதை.

புரட்டு என்பீர்கள். ஆனால் வானவியல் கண்டுபிடித்துள்ள உண்மை இதுதான்.

இந்தக் கண்டுபிடிப்பு ஒரு நீண்ட சரித்திரத்தைத் தன்னுள் கொண்டது. பிற நட்சத்திரங்கள் தம்மைச் சூழ்ந்துள்ளவற்றின் இடையே ஒரு நேர்கோட்டில் செல்வது போல், ஸிரியஸ் செல்லவில்லை, ஆனால் ஒரு வினோதமான வளைந்து வளைந்து செல்லும் ஒரு பாதையில் நகருகிறது என்று, வெகு காலத்துக்கு முன்பே கவனிக்கப்பட்டது (படம் 75). இதை ஆராய்ந்த பெஸ்ஸல் என்ற வானவியலார் ஸிரியஸிற்கு ஒரு உபக்கிரகம் இருக்க வேண்டும் என்றும் அதன் கவர்ச்சி தான் இந்த விசித்திரத்துக்குக் காரணமாக இருக்க வேண்டும் 1844ல் ஊகித்தார்; அதாவது, 'நெப்டியூன் பேனா முனை' கண்டுபிடிக்கப் படுவதற்கு இரண்டு ஆண்டுகளுக்கு முன், 1862ல் அவர் ஊகப்படியே, தொலைநோக்கியில் ஸிரியஸ்ஸின் உபக்கிரகம் தென்பட்டது. ஆனால் அதற்கு முன்பே அவர் காலமாகி விட்டார்.

இந்த உபக்கிரகம் "ஸிரியஸ் B" எனப்படுகிறது. இது ஸிரியஸ்ஸை 49 வருடங்களில் ஒரு முறை சுற்றி முடிகிறது. இரண்டுக்குமிடையில் உள்ள தூரம், பூமிக்கும் சூரியனுக்கும் உள்ள தூரத்தை விட 20 பங்கு அதிகம் (அதாவது சுமாராக, யுரேனஸூக்கும் சூரியனுக்கும் உள்ள தூரம்) (படம் 76). இது ஒரு மங்கலான, எட்டாவது அல்லது ஒன்பதாவது அளவு நட்சத்திரமாக இருப்பினும் இதன் நிறை மிக அதிகம்– சூரியனின் நிறையில் சுமார் 0.8 பங்கு. சூரியன் ஸிரியஸ் போல் அவ்வளவு தூரத்தில் இருந்தால் அதன் பிரகாசம் 1.8 அளவாக இருக்கும். ஆகவே

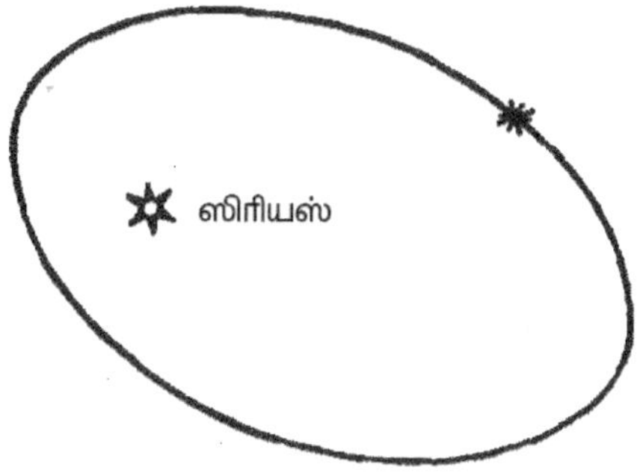

படம் 76. ஸிரியஸ்ஸின் உபக்கிரகம் ஸிரியஸைச் சுற்றிவரும் பாதை. (ஸிரியஸ் தோற்ற நீள்வட்டத்தின் குவி மையத்தில் இல்லாத காரணம், உண்மையான நீள்வட்டத்தை நாம் ஒரு கோணத்தில் பார்ப்பதால் அது வீழ்ச்சியில் உருவம் மாறித் தெரிவதே.)

ஸிரியஸ்ஸின் உபக்கிரகம் அதன் நிறையைப் போன்ற அத்தனை பங்கு பரப்பிலும் சூரியனைவிடக் குறைவாக இருந்தால் அதே வெப்பநிலை இருக்கும் போது அது உத்தேசமாக இரண்டாம் அளவு நட்சத்திரம் போல் ஒளிருமேயன்றி, எட்டு அல்லது ஒன்பதாவது அளவு நட்சத்திரம் போலிருக்காது. அதன் மங்கலான பிரகாசத்தின் காரணம் அதன் புறப்பரப்பின் குறைந்த வெப்பநிலையே என்றும் திடமான மேற்பரப்பு உள்ள ஒரு குளிர்ந்த சூரியனே அது என்றும் வானவியலார் முதலில் நினைத்தனர்.

ஆனால் இக்கருத்து தவறு என்று நிரூபிக்கப்பட்டு விட்டது. அது ஒரு மங்கிய நட்சத்திரம் அன்று, புறப்பரப்பின் வெப்பநிலை சூரியனதைவிட மிக அதிகமாக உள்ள நட்சத்திர வகையைச் சேர்ந்தது என்று கண்டுபிடிக்கப்பட்டுள்ளது. ஆகவே அதன் மங்கலான ஒளியின் காரணம் அதன் சிறிய அளவுகளே என்று கருத இடம் ஏற்பட்டது. அது சூரியனை விட *360* பங்கு குறைந்த ஒளி வீசுகிறது என்று கணக்கீடுகள் காட்டுகின்றன. ஆகவே அதன் பரப்பும் சூரியனைவிட *360* பங்காவது குறைவாக இருக்க வேண்டும். ஆகவே அதன் ஆரம் சூரியனதைப் போல் *360* அல்லது *19* பங்கு குறைவு. எனவே கன அளவில் ஸிரியஸ்ஸின் உபக்கிரகம் சூரியனின் கனபரிமாணத்தில் *1/6800* பங்குக்கும் குறைவு. ஆனால் நிறையிலோ சூரியனின் *0.8* பங்கு. இது ஒன்றே அதன் அடர்த்தி மிக அதிகம் என்று காட்டப் போதுமானது. இன்னும் மிகத் துல்லியமான கணக்கீடுகள். இதன் விட்டம் *40,000* கி.மீ மட்டுமே என்று காட்டுகின்றன. இதுவே அதன் மிக அதிகமான அடர்த்திக்கு – தண்ணீரின் அடர்த்திபோல் *60,000* பங்குக்குக் காரணம் (படம் *77*).

படம் 77. ஸிரியஸ்ஸின் உபக்கிரகத்தில் உள்ள பொருளின் அடர்த்தி, நீரின் அடர்த்தி போல் 60,000 மடங்கு சில க.செ.மீ. பொருளின் எடை முப்பது மனிதர்களின் எடைக்குச் சமமாயிருக்கும்

வேறொரு விஷயத்தைப் பற்றிக் குறிப்பிடும் போது, "பௌதிக விஞ்ஞானிகளே: உஷார்! உங்கள் அறிவு உலகத்தின் மீது ஒரு படை எடுப்பு நிகழவிருக்கிறது" என்று கெப்ளர் கூறியது எனக்கு ஞாபகத்துக்கு வருகிறது. எந்த பௌதிக விஞ்ஞானியும் அதுபோல் கற்பனை செய்ததும் இல்லை. சாதாரண நிலையில் அம்மாதிரி அடர்த்திகளை

நினைத்தும் பார்க்க முடியாது. சாதாரண அணுக்களின் இடையே உள்ள வெளி மிகக் குறைவு. ஆகவே அங்கு அழுத்தம் இருக்க முடியாது. ஆனால் சில எலக்ட்ரான்களை இழந்த அணுக்களின் விஷயம் வேறு, நிறையில் மாறுதல்கள் நிகழாவிடினும், எலக்ட்ரான்களை இழப்பது அணு விட்டங்களைப் பல்லாயிர மடங்கு குறைத்து விடுகிறது. எலக்ட்ரான்கள் பிரிக்கப்பட்ட உட்கரு, ஒரு ஈ ஒரு பெரிய கட்டிடத்தை விட எத்தனை பங்கு சிறியதோ அத்தனை பங்கு அதன் சாதாரண அணுவினும் சிறியது. நட்சத்திர கோளத்தின் ஆழங்களில் மிக அதிக அழுத்தத்திற்கு உள்ளன. இந்த குறைக்கப்பட்ட அணு உட்கருக்கள் சாதாரண அணுக்களைவிடப் பல்லாயிரம் மடங்கு வருகின்றன. ஸிரியஸ்ஸின் உபக்கிரகம் போன்ற அடர்த்தியுள்ள பொருளை உண்டாக்குகின்றன. பூமியை விடப் பெரிதல்லாத, 12 வது அளவுள்ள வாண் – மாஅனென் என்ற நட்சத்திரத்தின் அடர்த்தி என்ன தெரியுமா? தண்ணீரின் அடர்த்திபோல் 400,000 மடங்கு.

ஆனால் இதுவே எல்லை என்று கூறமுடியாது. கொள்கையளவில் இன்னும் அடர்த்தியுள்ள பொருள்கள் இருக்கக் கூடும் என்று கருதலாம். ஒரு அணுவின் உட்கருவின் விட்டம், அணுவின் விட்டத்தில் 1 /

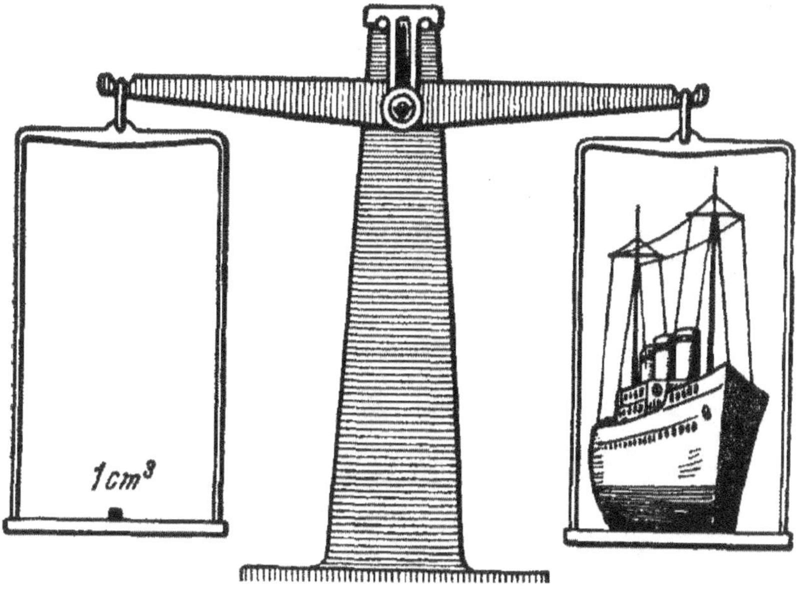

படம் 78. ஸிரியஸ்ஸின் உபக்கிரகத்தில் உள்ள பொருளின் அடர்த்தி, நீரின் அடர்த்தி போல் 60,000 மடங்கு. சில க.செ.மீ. பொருளின் எடை முப்பது மனிதர்களின் எடைக்குச் சமமாயிருக்கும்

10,000 பங்கிற்கு அதிகமில்லை. ஆதலால் உட்கருவின் கன அளவு, அணுவின் கன அளவில் 1 / 1012க்கு அதிகமில்லை. ஒரு கனமீட்டர் உலோகத்தில் 1/1000 கன மி.மீ உட்கருக்களே உள்ளன. அதாவது பொருளின் நிறைமுழுவதும் இந்த மிகச்சிறு கனபரிமாணத்தில் அடக்கப்பட்டுள்ளது. ஆதலால் ஒரு க.செ.மீ உட்கருக்கள் 10,000,000 டன்கள் எடையுள்ளதாயிருக்கும் (படம் 78).

இவ்வளவு சொன்னபிறகு, வேறு ஒரு நட்சத்திரத்தின் சராசரி அடர்த்தி, 'ஸிரியஸ் B' யின் அடர்த்தியை விட 500 பங்கு அதிகம் எனின் அதில் நம்பமுடியாதது ஒன்றுமில்லையே. நாம் கூறுவது, 1935ல் கண்டுபிடிக்கப்பட்ட, கஸ்ஸியோபியா' நட்சத்திரக் கூட்டத்தைச் சேர்ந்த, 13 ஆம் அளவுள்ள ஒரு சிறிய நட்சத்திரத்தைப் பற்றி, இது அளவில் பூமியின் 1/8 பங்கு, செவ்வாயை விடவும் பெரிதல்ல இந்நட்சத்திரம். ஆனால் நிறை சூரியனைப் போல் சுமார் 3 மடங்கு, துல்லியமாகச் சொல்லுவதனால் 2.8 பங்கு. சாதாரணமாகச் சொன்னால், அதன் அடர்த்தி 36,000,000 கி. / செ.மீ அதாவது இதன் ஒரு க.செ.மீ பொருளின் எடை பூமியில் 36 டன்கள்! அதாவது தங்கத்தின் அடர்த்தி போல் ஏறக்குறைய இரண்டு மில்லியன் மடங்கு* அந்த நட்சத்திரத்திலேயே எடை காண்பதனால் ஒரு க.செ.மீ எவ்வளவு எடை உள்ளதாயிருக்கும் என்பதை ஐந்தாம் அத்தியாயத்தில் ஆராய்வோம்.

சில வருடங்கள் முன்புகூட, ப்ளாட்டினத்தினது போன்ற பல மில்லியன் மடங்கு அடர்த்தி உள்ள பொருள்களைப் பற்றிய கருத்து நம்பமுடியாதது என்று விஞ்ஞானிகள் கருதினர்.

பிரபஞ்சத்தின் அளக்கமுடியாத ஆழங்களில் புதைந்து கிடக்கும் இம்மாதிரி அற்புதங்கள் எத்தனையோ!

நட்சத்திரங்கள் ஏன் நிலையான நட்சத்திரங்கள் என்று அழைக்கப்படுகின்றன?

பழங்காலத்தினர் நட்சத்திரங்களுக்கு இப்பெயரிட்டது கிரகங்கள் வானத்தில் திரிவதற்கு நேர்மாறாக நட்சத்திரங்கள் வானத்தில் நிலையாய் இருப்பதை வலியுறுத்தவே பூமியை சுற்றி வருவது போல் நட்சத்திரங்கள் தோன்றினும் அவற்றினிடையே ஒன்றுக்கொன்றுள்ள தூரங்களில் மாறுதல் இல்லை. இதற்கு நேர்மாறாக கிரகங்கள்

* இந்நட்சத்திரத்தின் மையத்தில் அடர்த்தி நம்பமுடியாத அளவு அதிகமாய் இருக்க வேண்டும். அதாவது ஒரு க.செ.மீ க்கு சுமார் ஆயிரம் மில்லியன் கிராம்கள்.

நட்சத்திரங்களினிடையில் எப்போதும் அலைந்து திரிந்து கொண்டே இருக்கின்றன. இதனாலேயே இவைகளுக்கு அலைந்து திரியும் நட்சத்திரம் என்றப் பெயரை இட்டனர் முன்னோர்.

நகராத பல சூரியன்கள் கொண்டதே இந்த நட்சத்திர உலகம் என்ற கருத்து முற்றிலும் தவறு என்பது தற்காலமாக நமக்கு தெரியும். சூரியன் உட்பட எல்லா நட்சத்திரங்களும், * ஒன்றிலிருந்து மற்றொன்று சராசரியாக வினாடிக்கு 30 கி.மீ வேகத்தில் நகருகின்றன. ஆகவே, நட்சத்திரங்களும் கிரகங்களைப் போல் நகருவனவே. சிலவற்றின் வேகம் கிரகங்களின் குடும்பத்தில் காணமுடியாத ஒன்று சூரியனிலிருந்து தோற்ற வேகம் வினாடிக்கு 230 – 300 கி.மீ உள்ள சில பரப்பும் நட்சத்திரங்களை வானவியலார் கண்டுள்ளனர்.

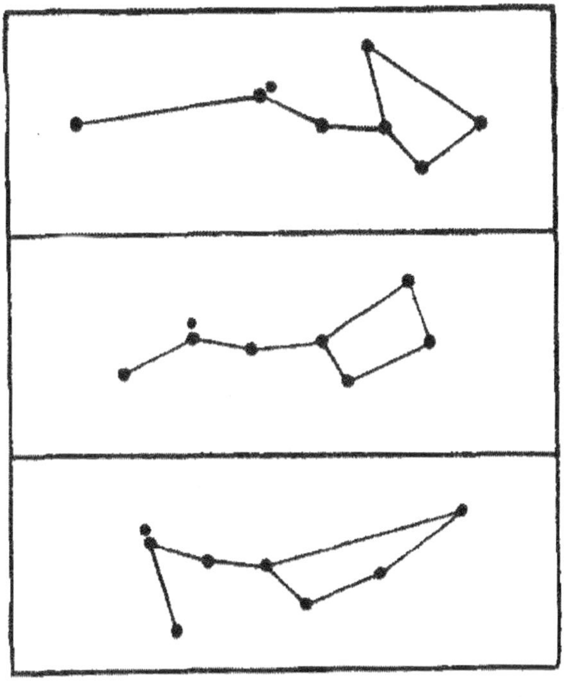

படம் 79. பல்லாயிரம் ஆண்டுகள் ஆகும் போது நட்சத்திரங்களின் நிலைகளும் மாறி விடுகின்றன. ஷிப்தரிஷி என்பதின் தற்போதைய விதத்தை நடுப்படம் காட்டுகிறது. மேலே உள்ள படம் அது 100,000 ஆண்டுகளுக்கு முன் இருந்த விதத்தையும், கீழே உள்ள படம் ஒரு லட்சம் ஆண்டுகளுக்குப்பின் இருக்கும் விதத்தையும் காட்டுகின்றன.

* அதாவது "நமது" நட்சத்திரத்தீவான ஆகாச கங்கையில் உள்ள எல்லா நட்சத்திரங்களும்.

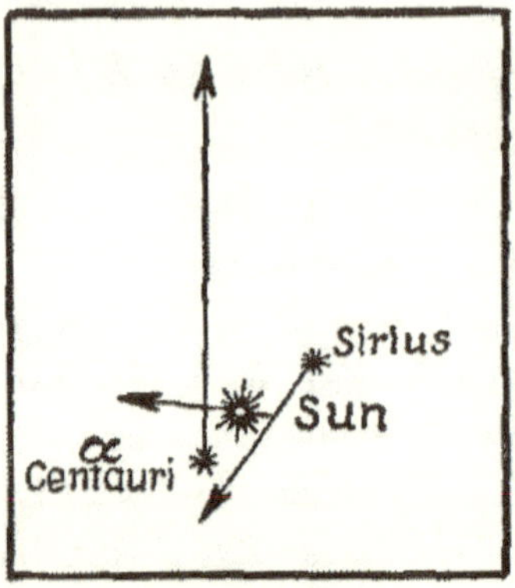

படம் 80. மூன்று அண்டை நட்சத்திரங்களான சூரியன் ஆல்ஃபா ஸெண்டாரி, ஸிரியஸ் இவற்றின் இயக்கம்.

இப்படி தலைத்தெறிக்கும் வேகத்தில் வருடத்தில் 1000 மில்லியன் கி.மீட்டர்கள் பிரயாணம் செய்யும் நட்சத்திரங்களின் அசைவை நாம் ஏன் காண்பதில்லை. நட்சத்திர உலகு ஏன் கம்பீரமாக அசைவற்று காண்கிறது?

காரணம் வெகு எளிதே. அதாவது நட்சத்திரங்களின் நம்ப முடியாத தூரம் தான். ஒரு உயரமான இடத்திலிருந்து அடிவானத்தின் அருகே நகரும் ஒரு எக்ஸ்பிரஸ் ரெயிலைப் பார்த்தால் அந்த எக்ஸ்பிரஸ் ரயில் ஆமை போன்று நகருவதாக தோன்றுவதைக் கவனித்தீர்களா? அருகில் நின்று பார்ப்பவருக்கு படு வேகத்தில் தோன்றுவது வெகு தூரத்தில் இருந்து பார்ப்பவருக்கு நத்தை வேகமாக தோன்றும். நட்சத்திரங்களின் இயக்கமும் இது போன்றதே. ஒரே ஒரு வித்தியாசம் நகரும் பொருளுக்கும் பார்ப்பவனுக்கும் இடையில் உள்ள தூரம் மிக மிக அதிகம் என்பதே சராசரியாக மற்றவைகளை விட நமக்கு மிக அருகில் உள்ள மிகப் பிரகாசமான நட்சத்திரங்கள் கூட நம்மிலிருந்து 800,000,000,000,000 கி.மீட்டர்கள் தூரத்தில் உள்ளன. வருடத்தில் 1000 மில்லியன் கி.மீட்டர்கள் அதாவது நம்மிடமிருந்து உள்ள தூரத்தில் 800 ஆயிரம் பங்கு குறைவாக நகருகின்றன. இந்த நகர்வைக் காண பூமியில் உள்ள நாம் 0.25 கோணத்தில் பார்க்க வேண்டும். மிக நுன்மையான வானவியல் கருவிகளாலும் இச்சிறு அளவை அளக்க முடியாது. பல நூற்றாண்டுகள் மாதிரி நகர்ந்தாலும் வெறுங்கண்களுக்கு அவை நகர்ந்திருப்பது தெரியாது. மிக நுட்பமான கருவிகளைக் கொண்டு

படம் 81. நட்சத்திரங்களின் இயககங்களுக்கு ஒரு ஸ்கேல், தாஷ்கந்திலிருந்து ஒரு சுழலும் கொம்புவிலிருந்து ஒரு பந்தும் ஒன்றை நோக்கி சுழன்று நூற்றாணடு 1 கீ.மீ. வேகத்தில் நகர்கின்ற இரு நட்சத்திரங்கள் ஒன்றை மற்றது நெருங்குவதும், அவை ஒன்றுடன் மற்றது மோதுவதும் எவ்வளவு அபூர்வம் என்பதை இது காட்டுகிறது.

மிகுந்த சிரமத்துடன் எடுத்த அளவுகளே நட்சத்திரங்கள் இம்மாதிரி நகருவதைக் காட்டின படங்கள் 79, 80.

ஆகவே, இந்த நட்சத்திரங்களை இவ்வளவு வேகமாக நகர்ந்த போதிலும் உண்மையான நட்சத்திரங்கள் என்பது பொருத்தமானது தான். மேலும், அவை ஒன்றோடொன்று மோதிக்கொள்ளக்கூடிய சந்தர்ப்பம் ஏற்படுவது அருமையிலும் அருமை மேற்கூறியதிலிருந்து விளங்கும்.

நட்சத்திர தூரங்களின் அலகுகள்

நீட்டலளவின் பெரிய அலகுகளான கிலோ மீட்டர், கடல் மைல் (1852 மீட்டர்கள்), பூகோள மைல் (4 கடல்மைல்கள்) முதலியன பூமியில் உள்ள நீளங்களை அளக்கப் போதுமானவை. ஆனால் விண் பொருள்களின் தூரத்தை அளக்க ஏற்றவையன்று. ஒரு ரயில் பாதையை மில்லிமீட்டர்களில் அளப்பது போல, அவற்றால் விண் தூரங்களை அளப்பதும் அவ்வளவு கடினமாகும். வியாழனுக்கும் சூரியனுக்கும் உள்ள தூரம் 780,000,000 கி.மீ லெனின்கிராதுக்கும் மாஸ்கோவுக்கும் உள்ள ரயில்பாதையின் நீளத்தை மி.மீட்டர்களில் குறிக்கும் இலக்கம் 640,000,000.

ஒரு நீண்ட வரிசை பூஜ்யங்கள் போடுவதைத் தவிர்ப்பதற்காக வானவியலார்நீளத்திற்குமிகப்பெரியஅலகுகளைஉபயோகிக்கிறார்கள். சூரிய மண்டலத்தினுள் தூரங்களை அளக்க, சூரியனுக்கும் பூமிக்கும் இடையேயுள்ள சராசரி தூரமான 149,600,000 கிலோமீட்டர்கள் ஒரு அலகாகக் கொள்கிறார்கள். இது ஒரு "வானவியல் அலகு" எனப்படும். இவ்வலகுகளில் சூரியனுக்கும் வியாழனுக்கும் இடையில் உள்ள தூரம் 9.54, 5.2 சூரியனுக்கும் சனிக்கும் இடையில் உள்ள தூரம் 0,387.

ஆனால் இந்த அலகும், நமது சூரியனுக்கு பிற சூரியன்களுக்கும் இடையில் உள்ள தூரங்களை அளக்க, மிகவும் சிறியதே. உதாரணமாக, ஸெண்டாரஸ்* என்னும் நட்சத்திரக் கூட்டத்தில் உள்ள பராக்ஸிமா என்ற, நமக்கு மிக அருகில் உள்ள சிகப்பான 11 வது அளவு நட்சத்திரத்தின் தூரம் 260,000 வானவியல் அலகுகள்.

ஆனால் இது மிக அருகிலுள்ள நட்சத்திரம். மற்றவை இன்னும் வெகு தொலைவில் உள்ளன. பெரிய அலகுகள் இத்தூரங்களை

---

* பிரகாசமான நட்சத்திரம் ஆல்ஃபா ஸெண்டாரி அநேகமாக இதை அடுத்து உள்ளது

நினைவில் வைத்துக் கொள்வதை எளிதாக்கியுள்ளன. வானவியலில் "ஒளி ஆண்டு", மேலும் இதனினும் பெரிதான "பார்ஸெக்" ஆகிய அலகுகளைப் பயன்படுத்துகிறார்கள். பார்ஸெக் என்பது ஒளி ஆண்டைக் காட்டிலும், வழக்கில் அதிகமாகப் பயன்படுத்தப்படுகிறது.

ஒளி ஆண்டு என்பது ஒளிக்கதிர் ஒரு ஆண்டில் பரந்த வெளியில் செல்லக்கூடிய பாதையின் நீளமே. சூரிய ஒளி பூமிக்கு வந்து சேர, எட்டு நிமிடங்களே ஆகின்றன என்பதை நினைத்தால் இந்த "ஒளி ஆண்டு" என்ற அலகின் அளவு பற்றி ஒருவாறு விளங்கும். ஆகவே "ஒளி ஆண்டு" என்பது, ஒரு ஆண்டு, எட்டு நிமிடங்களைப் போல் எத்தனை பங்கோ, அத்தனை பங்கு, பூமியின் பாதையின் ஆரத்தைப் போல் பெரியது. கிலோமீட்டர்களில் சொல்வதனால், ஒளி ஆண்டு என்பது 9,460,000,000,000 அதாவது சுமார் 9 ½ பில்லியன் கி.மீ (அதாவது 9 இலட்சத்தே 50 ஆயிரம் கோடி கி.மீ).

நட்சத்திர தூரங்களை அளக்க, வானவியலார் பெரிதும் விரும்பி உபயோகிக்கும் அலகான பார்ஸெக் ஏற்பட்ட விதமே வேறு. "பார்ஸெக்' என்பது, பூமிப்பாதையின் அரைவிட்டத்தை ஒரு செக்கண்டுகோணத்தில் பார்க்க விலகிச் செல்ல வேண்டிய தூரம் ஆகும். வானவியலில், ஒரு நட்சத்திரத்திலிருந்து பூமிப்பாதையின் அரைவிட்டம் பார்க்கப்படும் கோணம், அந்த நட்சத்திரத்தின் "ஒரு வருட இடமாறுதோற்றம் (பாரலாக்ஸ்)" எனப்படும். "பாரலாக்ஸ்" என்பதையும் "ஸெக்கண்டு" என்பதையும் சேர்த்து "பார்ஸெக்" என்பது உண்டாக்கப்பட்டது. ஆல்ஃபா ஸெண்டாரி என்ற மேலே சொல்லப்பட்ட நட்சத்திரத்தின் இடமாறு தோற்றம் 0.76 செக்கண்டுகள்; ஆகவே அதன் தூரம் 1,31 பார்ஸெக்குகள் நப்பதைக் கண்டு கொள்ளலாம். ஒரு பார்ஸெக் என்பது பூமிக்கும் சூரியனுக்கும் உள்ள தூரத்தைப் போல் 206265 மடங்கு என்று காட்டுவது கடினமல்ல. பார்ஸெக்கும் மற்ற அலகுகளுக்கும் உள்ள தொடர்பு,

1 பார்ஸெக் = 3.26 ஒளி ஆண்டுகள், அல்லது 30,800,000,000,000 கி.மீ. சில பிரகாசமான நட்சத்திரங்களுக்கு உள்ள தூரங்கள் பார்ஸெக்குகளிலும் ஒளி ஆண்டுகளிலும் கீழே தரப்படுகின்றன:

	பார்ஸெக்	ஒளி ஆண்டு
ஆல்ஃபா ஸெண்டாரி	1.31	4.3
ஸிரியஸ்	2.67	8.7
ப்ரோஸியான்	3.46	11.3
ஆல்டேர்	4.67	15.2

மற்றவற்றுடன் ஒப்பிடும் போது, இவை அருகிலுள்ள நட்சத்திரங்கள் பார்ஸெக்கில் கொடுக்கப்பட்டுள்ளதை கிலோமீட்டரில் சொல்ல 30 பில்லியனால் 9அதாவது 30 லட்சம் கோடியினால்) பெருக்க வேண்டும் என்று நினைவுறுத்திக் கொண்டால் அவைகள் எவ்வளவு பக்கத்திலுள்ளன என்பதை உணர்வீர்கள். நட்சத்திரங்கள் பற்றிய இயலில் ஒளி ஆண்டும் பார்ஸெக்கும் கூடப் பெரிய அலகுகள் ஆக முடியாது. பிரபஞ்சத்துக்குள் பிரபஞ்சம் எனத் தக்க நட்சத்திரக் கூட்டங்கள் உள்ளன. ஒவ்வொன்றிலும் எத்தனையோ மில்லியன் நட்சத்திரங்கள் உள்ளன. அவற்றின் தூரங்களையும் அளவுகளையும் வானவியலார் அளக்க ஆரம்பித்த போது இன்னும் பெரிய அலகுகள் தேவைப்பட்டன. ஆகவே, நாம் மீட்டரிலிருந்து கிலோமீட்டரை உண்டாக்குவதுபோல் பார்ஸெக்கிலிருந்து 'கிலோபார்ஸெக்' என்ற அலகை உண்டாக்கினார்கள். 1 கிலோபார்ஸெக் – 1000 பார்ஸெக் – 30800 பில்லியன் கி.மீ இப்புதிய அலகில் சொன்னால், ஆகாசங்கையின் விட்டம் 30. நம்மிலிருந்து ஆன்ட்ரோமீடா நெபுலாவிற்கு உள்ள தூரம் சுமார் 300.

கிலோபார்ஸெக் கூட, சீக்கிரமே சிறு அலகாகி விட்டது. ஆகவே ஒரு மில்லியன் பார்ஸெக்குகள் கொண்ட 'மெகாபார்ஸெக்" என்ற புதிய அலகை வானவியலார் ஏற்படுத்தினர். கீழே நட்சத்திர நீட்டலளவையின் அலகுகள் தரப்பட்டுள்ளன.

1 மெகாபார்ஸெக் =	1,000,000 பார்ஸெக்குகள்
1 கிலோபார்ஸெக் =	1,000 பார்ஸெக்குகள்
1 பார்ஸெக் =	206,265 வானவியல் அலகுகள்
1 வானவியல் அலகு =	149,600,000 கி.மீ

மெகாபார்ஸெக் பற்றிக் கற்பனை பண்ணிப்பார்ப்பது கூடக் கடினம். கிலோமீட்டரை 0.05 மி.மீ தடிப்புள்ள உரோமத்தினளவு சுருக்கினால், மெகாபார்ஸெக், அப்போதும் கற்பனைக்கு எட்டாததாகவே இருக்கும். அதாவது 1,500,000,000 கி.மீ., அதாவது பூமியிலிருந்து சூரியனுக்குள்ள தூரத்தைப் போல் பத்து மடங்கு.

மெகாபார்ஸெக்கின் மதிப்பை இன்னும் நன்றாக புரிந்துகொள்ள ஒரு உதாரணம். மாஸ்கோவிலிருந்து லெனின் கிராதுக்கு ஒரு மிக மெல்லிய சிலந்தி வலை இருப்பதாக வைத்துக்கொள்வோம். அதன் எடை சுமார் 10 கிராம்கள் இருக்கும். அது பூமியிலிருந்து சந்திரனுக்கு இருந்தால் அதன் எடை 6 கிலோகிராமுக்கு அதிகமில்லை. அதே வலை சூரியனுக்கு இருந்தால் 2.3 டன்கள் எடையிருக்கும். ஆனால்

அது ஒரு மெகாபார்ஸெக் நீளமிருந்தால் அதன் எடை 500,000,000,000 டன்கள் இருக்கும்!

மிக அருகிலுள்ள நட்சத்திர மண்டலம்

சுமார் ஒரு நூறாண்டுக்கு முன்பே மிக அருகிலுள்ள நட்சத்திர மண்டலம் தெற்கு நட்சத்திரக் கூட்டத்தை சேர்ந்த ஸென்டாரஸ் என்று கண்டுபிடிக்கப்பட்டது. அது ஒரு

இரட்டை நட்சத்திரம். இந்த மண்டலம் பற்றி மேலும் பல சுவையான தகவல்கள் சமீப காலத்தில் தெரிந்துள்ளன. ஒரு சிறு 11 வது அளவு நட்சத்திரமும் ஆல்ஃபா ஸெண்டாரிக்குப் பக்கத்தில் கண்டுபிடிக்கப்பட்டுள்ளது. இவ்விதம் ஆல்ஃபா ஸெண்டாரியின் முன் இரண்டுடன் சேர்ந்து ஒரு மூன்று நட்சத்திர மண்டலம் ஆயிற்று. இம் மூன்றாவது நட்சத்திரம் ஆல்ஃபா ஸெண்டாரியிலிருந்து 20 விலகியிருப்பினும் அதே மண்டலத்தைச் சேர்ந்தது என்பது அவற்றின் ஒரே உறுதியான இயக்கத்திலிருந்து உறுதியாகிறது. மூன்றும் ஒரே திசையில் ஒரே வேகத்தில் செல்லுகின்றன. இந்த மண்டலத்தின் இந்த மூன்றாம் உறுப்பைப் பற்றிய வேறொரு குறிப்பிடத்தக்க விஷயம், மற்ற இரண்டினும் இதுவே நமக்கு அருகிலுள்ளது என்பதே. இதுவரை தூரங்கள் கணிக்கப்பட்டுள்ள எல்லா நட்சத்திரங்களிலும் இதுவே மிக அருகிலுள்ளது. எனவே அதற்கு, "மிக அருகிலுள்ளது" எனப் பொருள் தரும் "பராக்ஸிமா" என்ற பெயர் இடப்பட்டது, அது ஸெண்டாரி நட்சத்திரங்களான ஆல்ஃபா ஸெண்டாரி A ஆல்ஃபா ஸெண்டாரி B என்பனவற்றை விட 3960 வானவியல் அலகுகள் நமக்கு அருகில் உள்ளது. அவற்றின் இடமாறு தோற்றங்கள் பின்வருமாறு:

ஆல்ஃபா ஸெண்டாரி (A,B)...... 0".751

ப்ராக்ஸிமா ஸெண்டாரி ..... 0".762

A, B நட்சத்திரங்கள் 34 வானவியல் அலகுகளே விலகி இருப்பதால், இம்முழு மண்டலத்தின் தோற்றமும் படம் 82ல் உள்ளது போல் வினோதமாயிருக்கிறது.

இவற்றிடையே உள்ள தூரம் சூரியனுக்கும் யுரேனஸுக்கும் உள்ள தூரத்தைவிடச் சற்று அதிகம். ஆனால் ப்ராக்ஸிமா அவற்றிலிருந்து 57 "ஒளி நாட்கள்" தூரத்தில் இருக்கிறது. இந்நட்சத்திரங்கள் மெதுவாகத் தங்கள் இடத்தை மாற்றிக் கொள்கின்றன; தங்கள் பொதுவான ஈர்ப்பு மையத்தைச் சுற்றி ஒருமுறை வர 79 ஆண்டுகள் ஆகின்றன.

ப்ராக்ஸிமாவோ ஒரு சுற்றுச் சுற்ற *100,000* ஆண்டுகள் ஆவதால் அதுவே நமக்கு மிக அருகிலுள்ள நட்சத்திரம் என்ற நிலை போய், ஆல்ஃபா ஸெண்டாரி மண்டலத்தின் வேறொரு உறுப்பு நமக்கு வெகு அருகில் வரக்கூடிய நாள் சமீபத்தில் இருப்பதாக நினைக்க இடமேயில்லை. இம்மண்டல நட்சத்திரங்களின் பௌதிகத் தன்மைகள் பற்றி நமக்கு என்ன தெரியும்? பிரகாசம், நிறை, விட்டம் இவற்றில் ஆல்ஃபா ஸெண்டாரி *A* சூரியனுக்கும் சற்று முன்னணியில் இருக்கிறது. *(படம் 83)*. ஆல்ஃபா ஸெண்டாரி *B*, நிறையில் சூரியனை விடச் சற்றுக்குறைவு, விட்டட்த்தில் *1/5* பங்கு குறைவு, அதன் பிரகாசம் சூரியனில் *1/3* பங்கே, ஆகவே அதன் புறப்பரப்பின் வெப்பநிலையும் குறைவு, அதாவது $4400^{0}C$. சூரியனின் புறப்பரப்பு வெப்பநிலை $6000^{0}C$

ஆல்ஃபா ஸெண்டாரி

ப்ராக்ஸிமா
ஸெண்டாரி

படம் 82. சூரியனுக்கு மிக அருகிலுள்ள நட்சத்திர மண்டலமான ஆல்ஃபாஸெண்டாரியின் A,B என்றும் நட்சத்திரங்களும், ப்ராக்ஸிமா ஸெண்டாரியும்.

ப்ராக்ஸிமா இன்னும் குளிர்ச்சியானது. அதன் புறப்பரப்பின் வெப்பநிலை $3000^{0}C$. நிறம் சிவப்பு, சூரியனைவிட விட்டத்தில் *14* மடங்கு சிறியது. நிறையில் நூற்றுக்கணக்கான மடங்கு பெரிதாயினும், வியாழனையும் சனியையும் விட அளவில் சிறியது. ஆல்ஃபா ஸெண்டாரி *A* யிலிருந்து பார்த்தால் யுரேனஸின் வானத்தில் சூரியன் போன்று அதன் தோழன் *B* காணப்படும். ஆனால் ப்ராக்ஸிமா ஒரு மிகச் சிறு நட்சத்திரம் போன்றே தெரியும். ஏனெனில் சூரியனிலிருந்து ப்ளூட்டோவைப் போல் *250* பங்கு தூரத்திலும், சூரியனிலிருந்து சனியைப் போல் *1000* பங்கு தூரத்திலும் அது இருக்கிறது.

ஆல்ஃபா ஸெண்டாரியின் மூன்று நட்சத்திரங்களுக்கும் பிறகு, சூரியனுக்கு ஆடுத்து நெருங்கியிருப்பது, “பறக்கும் நட்சத்திரம்”* எனப்படும் மிகச் சிறிய நட்சத்திரம். இது *9.5* அளவுள்ளது, ஓஃபியூசஸ் என்னும் நட்சத்திரக் கூட்டத்தைச் சேர்ந்தது. பார்வைக்கு அது மிக வேகமாக

* அல்லது “பார்னாட் நட்சத்திரம்”, - (ப-ர்:)

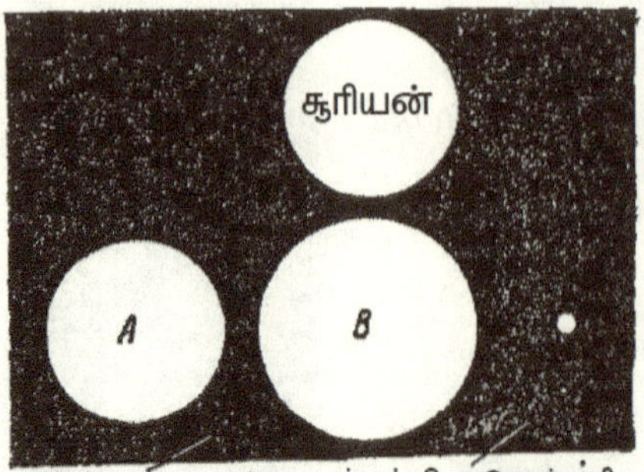

படம் 83. ஆல்ஃபா ஸெண்டாரியின் நட்சத்திரங்கள், சூரியன் இவற்றின் அளவுகளை ஒப்பிடுதல்.

நகருவது போல் தோன்றுவதால், இப்பெயர் வைக்கப்பட்டது. அது நம்மிலிருந்து ஆல்ஃபா ஸெண்டாரி மண்டலத்தை விட 1 ½ மடங்கு தூரத்திலுள்ளது. எனினும் வடப்பாதிக் கோளத்தின் வானத்தில் அது நமக்கு மிக அருகிலுள்ள நட்சத்திரம். அது சூரியனின் இயக்கத்திற்கு ஒரு தொடுகோடுபோல் வேகமாக நகருகிறது. இன்னும் பத்தாயிரம் ஆண்டுகளுக்குள் நமக்கு இரு மடங்கு அருகில் வந்துவிடும். ஆல்ஃபா ஸெண்டாரியின் மூன்று நட்சத்திரங்களையும் விட அருகில் வந்து விடும்.

பிரபஞ்சத்தின் அளவு

கிரங்களைப்பற்றிய அத்தியாயத்தில் நாம் கற்பனை செய்து பார்த்த சூரிய மண்டலத்தின் சிறிய மாதிரிக்குத் திரும்புவோம். நட்சத்திரங்களும் சேருமாறு அதை பெரிதாக்குவோம். அப்போது என்ன ஆகும்?

நமது மாதிரியில், சூரியனின் 10 செ.மீ விட்டமுள்ள ஒரு பந்து என்பதும், கிரகங்களின் மண்டலம் அனைத்தும் 800 மீட்டர் விட்டமுள்ள வட்டத்தில் அடங்கும் என்பதும் ஞாபகம் இருக்கலாம். இந்த மாதிரியைப் பின்பற்றுவோமானால் நமக்கு மிக அருகிலுள்ள ப்ராக்ஸிமா ஸெண்டாரியை 2700 கி.மீ தூரத்திலும், ஸிரியஸ்ஸை 5500 கி.மீ தூரத்திலும், ஆல்டேரை 97000 கி.மீ தூரத்திலும் வைக்க வேண்டும் என்று எளிதில் கணக்கிடலாம். நமது மாதிரியில் கூட இந்த மிக அருகிலுள்ள நட்சத்திரங்கள் நெருக்கமாக இருக்கும். வெகு தொலைவில் உள்ள நட்சத்திரங்களுக்கு இன்னும் பெரிய அலகான, 1000 கிலோமீட்டருக்குச் சமமான "மெகாமீட்டரை" (மெ. மீ) உபயோகிப்போம். பூமியின் சுற்றளவில் 40 மெகாமீட்டர்களே உள்ளன. பூமிக்கும் சந்திரனுக்கும் இடையில் 380 மெகாமீட்டர்களே உள்ளன. நமது மாதிரியில் வேகா 17 மெ.மீ தூரத்திலும் ஆர்க்டுரஸ் 23 மெ.மீ தூரத்திலும், கபெல்லா 28 மெ.மீ தூரத்திலும், ரெகுலஸ் 53 மெ.மீ

தூரத்திலும், டெனேப் (ஆல்ஃபாஸிக்னி) 350 மெ.மீ ஐ விட அதிகத் தொலைவிலும் இருக்கும்.

இந்தக் கடைசி தூரமான 350 மெ.மீ ஐக் கிலோ மீட்டரில் சொன்னால் அது 350,000 கி.மீ அதாவது சந்திரனுக்கு உள்ள தூரத்தை விடச் சற்றே குறைவு. பூமியை ஒரு குண்டூசித்தலையளவும் சூரியனை பந்தளவும் ஆகுமாறு குறைத்த மாதிரியில்கூட பிரபஞ்ச அளவுகள் வந்து விடுகின்றன!

நமது மாதிரியை இன்னும் பூர்த்தி செய்ய வேண்டியது இருக்கிறது. ஆகாச கங்கையின் வெளி ஓரத்தில் உள்ளநட்சத்திரங்கள் நமது மாதிரியில் 30,000 மெ.மீ தூரத்தில் இருக்கும், அதாவது சந்திரனுக்கு உள்ள தூரத்தைப் போல் 100 மடங்கு. ஆனால் ஆகாசகங்கை மட்டுமே பிரபஞ்சம் அல்ல. அதையும் தாண்டி வெகு தொலைவில் பல நட்சத்திரக் கூட்டங்கள் உள்ளன. உதாரணமாக, வெறுங்கண்ணுக்குக் கூடத் தெரியும் நட்சத்திரக் கூட்டம், முதலியன. நமது மாதிரியில் சிறிய மேகம் 4000 மெ.மீ விட்டமுள்ள ஒரு பொருளாகவும் பெரிய மெகல்லானிக் மேகம் 5500 மெ.மீ விட்டமுள்ள பொருளாகவும், இவ்விரண்டுமே ஆகாச கங்கையிலிருந்து 70,000 மெ.மீ தூரத்திலும் இருக்கும். மேலும் நமது மாதிரியில், ஆண்ட்ரோமீடா நட்சத்திரக் கூட்டத்தின் விட்டம் 60,000 மெ.மீ ஆகவும், ஆகாசகங்கையிலிருந்து அதன் தூரம் 500,000 மெ.மீ (அதாவது வியாழனுக்கும் சூரியனுக்கும் உள்ள உண்மையான தூரம்) ஆகவும் இருக்கும்!

தற்காலத்து வானவியலுக்குத் தெரிந்துள்ள, நெபுலா எனப்படும் நட்சத்திரக் கூட்டங்களில் வெகு தொலைவில் உள்ளவை, ஆகாசகங்கைக்கும் அப்பால், சூரியனிலிருந்து 1,000,000,000 ஒளி ஆண்டு தூரத்தில் உள்ளன. இந்த தூரம் நமது மாதிரியில் எவ்வளவாக இருக்கும் என்பதை, வேண்டுமானால் வாசகர்களே கணக்கிடலாம். அவ்வாறு செய்தால், தற்கால வானவியல் கருவிகளின் பார்வை எல்லையினுள் வரும் பிரபஞ்சப்பகுதிகளின் அளவுகளை ஒருவாறு ஊகிக்கலாம்.

இதுபோன்ற பல ஒப்பீடுகளை **“உங்களுக்குப் பௌதிகம் தெரியுமா?”** என்ற புத்தகத்தில் காணலாம்.

அத்தியாயம் ஐந்து

ஈர்ப்பு

செங்குத்தாய்ச் சுடுதல்

பூமத்தியரேகையில் பொருத்தப்பட்டுள்ள ஒரு பீரங்கியிலிருந்து செங்குத்தாய் மேல் நோக்கிச் சுடப்பட்ட குண்டு எங்கே விழும் (படம் 84)? இருபது வருடங்களுக்கு முன் இது பற்றி ஒரு சஞ்சிகையில் விவாதிக்கப்பட்டது. குண்டின் ஆரம்ப வேகம் 8000 மீ/ வினாடி எனின், 70 நிமிடங்களில் 6400 கி.மீ (பூமியின் ஆரம்) உயரத்தை அடையும். அந்த சஞ்சிகை கூறியதாவது;

"பூமத்தியரேகையில் ஒரு குண்டு செங்குத்தாய்ச் சுடப்பட்டால், அது பீரங்கிக் குழாயை விட்டு வெளியேறியதும், பூமியின் பூமத்திய ரேகையின் வட்ட வேகமான 465 மீ./ வினாடி பூமத்திய ரேகைக்கு இணையாகப் பிராயணம் செய்கிறது. குண்டு குழாயை விட்டு வெளியேறும் தருணத்தில் அதற்கு நேர் மேலாக 6400 மீ உயரத்தில் உள்ள புள்ளி பூமியின் ஆரம்போல் இருமடங்கு ஆரமுள்ள வட்டத்தில், இரு மடங்கு வேகத்தில் நகர்ந்து கொண்டிருக்கும். ஆகவே, அப்புள்ளி, குண்டைவிட அதிக வேகத்தில் கிழக்கு நோக்கிச் செல்லும். குண்டு தன் அதிகபட்ச உயரத்தை அடைந்ததும், அது அப்புள்ளிக்கு மேற்கேயே இருக்கும். இதேபோல் அது கீழே நோக்கி வரும் போதும் நிகழுகிறது. ஆகவே எழுபது நிமிடங்கள் ஏறி இறங்கிய பின் குண்டு 4000 கி.மீ மேற்கில் தள்ளி விழும். குண்டு மறுபடியும் பீரங்கிக் குழாய்களுக்குள்ளேயே விழ வேண்டுமானால் குண்டை 50 அளவில் சாய்த்துச் சுட வேண்டும்."

ஃப்ளம்மேரியன் என்பார் தமது "வானவியல்" என்ற புத்தகத்தில் இதற்கு முற்றிலும் வேறான விடை தருகிறார்:

படம் 84. செங்குத்தாக மேல் நோக்கிச் சுடப்பட்ட குண்டைப்பற்றிய வினா.

"செங்குத்தாகச் சுடப்பட்ட குண்டு, அது ஏறி இறங்கும்போது பீரங்கி கிழக்கு நோக்கி நகர்ந்திருந்த போதிலும் சரியாக குழாய்களுக்குள்ளேயே திரும்ப இறங்கும். காரணம் தெள்ளத் தெளிவானதே. மேலே ஏறும் குண்டு, பூமியின் சுழற்சியால் தனக்கு ஏற்படும் வேகத்தை இழப்பதில்லை. அதற்கு ஏற்படும் இவ்விரு வேகங்களும் ஒன்றுக்கொன்று எதிரானவையும் அல்ல. ஆகவே அது செங்குத்தாக ஒரு கிலோமீட்டர் ஏறும் அதேசமயத்தில் ஆறு கி.மீ கிழக்கு நோக்கியும் நகரலாம். அதன் பாதை ஒரு இணைகரத்தின் மூலைவிட்டமாக இருக்கும். இணைகரத்தின் ஒரு பக்கம் 1 கி.மீ ஆகவும், மற்றது 6 கி.மீ ஆகவும் இருக்கும். அது புவிக் கவர்ச்சியால் கீழே இறங்கும் போது அதன் பாதை மற்றொரு மூலைவிட்டமாக இருக்கும் (சரியாகச் சொல்வதனால், அதில் வளர்வேகம் ஏற்படுவதால் ஒரு வளைவு பாதையாக இருக்கும்). இவ்வாறு இறங்கும் குண்டு சரியாகத் துப்பாக்கியின் குழாய்க்குள் விழும்."

அவர் மேலும் கூறியதாவது: "ஆனால் இச்சோதனை அவ்வளவு எளிதன்று. ஏனெனில், முதலாவதாக நன்றாக அளவுகள் குறிக்கப்பட்ட பீரங்கிகள் அருமை. இரண்டாவதாக அவற்றை உண்மையிலேயே செங்குத்தாகப் பொருத்திச் சுடுவது கடினம். மெர்ஸின், பெடிட் என்ற இருவரும் பதினேழாம் நூற்றாண்டில் இச்சோதனையைச் செய்ய முயன்றனர். ஆனால் குண்டைக்கூட அவர்கள் திரும்பக் கண்டு எடுக்க முடியவில்லை. வாரிஞான் என்பார் 1690ல் எழுதிய "புவிக்கவர்ச்சி பற்றிய மேலும் சில சிந்தனைகள்" என்ற புத்தகத்தின் தலைப்புப் பக்கத்தில் படம் ஒன்று உள்ளது. (இப்படம் இந்த அத்தியாயத்துக்கு மேலே தரப்பட்டுள்ளது.) அதில் இரு பார்வையாளர்கள்; ஒருவர் துறவி, மற்றொருவர் போர்வீரர். உச்சியை நோக்கி அண்ணாந்து

குண்டு செல்வதைப் பார்த்துக் கொண்டிருக்கிறார்கள். படத்தில் பிரெஞ்சு மொழியில் *"அது திரும்புமா?"* என்று எழுதியுள்ளது. துறவிதான் மெர்ஸின், போர்வீரர் தான் பெடிட். இந்த அபாயமான பரிசோதனையைப் பல முறைகள் செய்தும், குண்டு ஏனோ திரும்பவில்லை. ஆகவே குண்டு வானத்திலேயே தங்கி விட்டது என்ற முடிவுக்கு வந்தனர். "ஒரு பீரங்கிக் குண்டு நம் தலைக்கு மேல் தொங்கியபடியே இருக்கிறது. என்ன ஆச்சரியமான விஷயம்!" என்று வியக்கிறார் வாரிஞான். ஸ்ட்ராஸ்பர்க்கில் இதே சோதனை நடந்த போது குண்டு பீரங்கியிலிருந்து சில நூறு மீட்டர்களுக்கு அப்பால் கிடந்ததைக் கண்டனர். குண்டைத் துல்லியமாக செங்குத்தாகச் சுடவில்லை போலும்."

இவ்விரு முடிவுகளும் ஒன்றுக்கொன்று நேர் முரணாயிருப்பதைக் காண்கிறோம். ஒன்று குண்டு புறப்பட்ட இடத்திலிருந்து மேற்கே வெகு தொலைவில் விழும் என்று சொல்கிறது. மற்றதோ, சரியாக அது புறப்பட்ட இடத்திலேயே திரும்ப விழும் என்கிறது. இரண்டிலும் எது சரி?

இரண்டுமே தவறு. ஆனால், ஃப்ளம்மேரியன் சொன்னது உண்மைக்குப் பக்கத்தில் உள்ளது. குண்டு, பீரங்கிக்கு மேற்கே தான் விழும். ஆனால், முதலில் சொன்ன அவ்வளவு தூரத்தில் அல்ல. பின்னால் சொன்னபடி பீரங்கிக்குழாய்க்கும் திரும்பாது.

இதற்கு விடை காணுவது எளிய கணித முறையில் முடியாது.* ஆகவே கடைசியாகக் கிடைத்த முடிவை மாத்திரம் எடுத்துக் கொள்வோம்.

குண்டின் ஆரம்பவேகம் V_1 பூமியின் சுழற்சியின் கோணவேகம் w, புவிக் கவர்ச்சியின் வளர்வேகம் g, பீரங்கிக்கு மேற்கே குண்டு திரும்பிவிழும் தூரம் X என்று கொண்டால், பூமத்திய ரேகையில்

$$x = \frac{4}{3} \omega \frac{v^3}{g^2}$$

φ அட்ச ரேகையில்

* ஒரு தனி முறையில் நீண்ட கணக்கீடுகள் தேவைப்படும். என் வேண்டுகோளின் பேரில் இத்துறையில் வல்லுநர்களால் இக்கணக்கீடு போடப்பட்டது. இதன் விபரங்கள் முற்றும் கூறுவதானால் மிகுந்த இடம் வேண்டும்.

$$x = \frac{4}{3} \omega \frac{v^3}{g^2} \cos \varphi$$

என்று காண்போம்.

மேற்படி கணக்கில்

$$\omega = \frac{2\pi}{86,164},$$

v = 8000 மீ. / வினாடி

g = 9.8 மீ. / வினாடி^{2}

இதிலிருந்து x = 520 கி.மீ. ஆகவே குண்டு பீரங்கியிலிருந்து 520 கி.மீ மேற்கே தள்ளி விழும் (முதல் ஆசிரியர் கூறியது போல் 4000 கி.மீ தள்ளியல்ல).

ஃபளம்மேரியன் கூறிய நிகழ்ச்சியில் இடம் பூமத்திய ரேகையல்ல, 48° வட அட்சமுள்ள பாரிஸ், குண்டின் ஆரம்பவேகம் 300 மீ./ வினாடி என்று கொள்வோம்.

$W = 2\pi / 86,164$

V = 8000 மீ. / வினாடி

g = 9.8 மீ. / வினாடி^{2}

$\varphi = 48°$;

இதிலிருந்து X = 18மீ. ஆகவே, குண்டு பீரங்கிக்கு 18 மீ. மேற்கே தள்ளி விழும். காற்றினால் ஏற்படக்கூடிய விலகல்களை இதில் சேர்த்துக் கொள்ளவில்லை. அதையும் சேர்த்துக் கணக்கிட்டால் விடை அதிகம் பாதிக்கப்படும்.

அதிக உயரங்களில் எடை

மேலே சொன்ன கணக்கீடுகளில், பூமியிலிருந்து விலகிச் செல்லச் செல்ல அதன் கவர்ச்சியும் குறைகிறது என்ற விஷயத்தைக் கவனிக்கவில்லை. பிரபஞ்ச ஈர்ப்பினாலேயே ஒரு பொருளுக்கு எடை ஏற்படுகிறது. பொருள்களினிடையே ஒன்றுக்கொன்றுள்ள கவர்ச்சி, அவற்றிடையே உள்ள தூரம் அதிகமாக ஆகக் குறைகிறது. நியூட்டனின் விதிப்படி, கவர்ச்சி தூரத்தின் வர்க்கத்திற்குத் தலைகீழ் விகிதத்தில் குறைகிறது. பூமி தன் நிறை முழுவதும் அதன் மையத்தில்

குவிக்கப்பட்டிருப்பது போன்ற விசையுடன் பொருள்களை ஈர்க்கிறது. பூமியிலிருந்து பொருளின் தூரம் என்பது பூமியின் மையத்திலிருந்து அதற்கு உள்ள தூரம் ஆகும். ஆகவே *6400* கி.மீ உயரத்தில், அதாவது பூமியின் மையத்திலிருந்து அதன் ஆரத்தைப் போன்ற இருமடங்கு தூரத்தில் உள்ள கவர்ச்சி, அதன் புறப்பரப்பில் உள்ள கவர்ச்சியில் ¼ பங்கு தான்.

நேர்மேல் நோக்கி எறியப்பட்ட குண்டு, இக்கவர்ச்சி குறையாதிருந்தால் எவ்வளவு தூரம் செல்லுமோ அதைவிட அதிகம் செல்வதினின்று இது விளங்குகிறது. மேலே சொல்லப்பட்ட உதாரணத்தில் *8000* மீ./வினாடி என்ற வேகத்துடன் வெளிக்கிளம்பும் குண்டு, *6400* கி.மீ உயரத்தை அடைவதாகக் கொண்டோம். அட்சரேகை வித்தியாசங்களால் ஏற்படும் மாறுதல்களை விட்டு விட்டு எல்லோருக்கும் தெரிந்த வேறொரு சூத்திரம் மூலம் கணக்கிட்டால் இவ்வுயரத்தில் பாதியே விடையாக வரும். எல்லாப் பௌதிகப் புத்தகங்களிலும் காணப்படும் அம்முறை இதோ கீழே தரப்படுகிறது.

h என்பது செங்குத்தாக மேல்நோக்கி எறியப்படும் குண்டு அடையும் மிக அதிக உயரம், v என்பது குண்டின் ஆரம்ப வேகம், g என்பது புவிக்கவர்ச்சி வளர்வேகம் எனின், இவற்றின் தொடர்பு:

$$h = \frac{v^2}{2g}$$

$V = 8000$ மீ./வினாடி; $g = 9.8$ மீ./வினாடி^{2}; ஆகவே,

$$\frac{8.000^2}{2 \times 9.8} = 3,265,000 \text{ மீ} = 3,265 \text{ கி.மீ.}$$

இது முன்சொல்லப்பட்ட உயரத்தில்சுமார்பாதி. இவ்வேறுபாட்டின் காரணம்மேற்படி புத்தகசூத்திரத்தைஉபயோகிப்பதே. இதில்உயரத்தால் கவர்ச்சியில் நிகழும் மாறுதல்கள் சேர்த்துக்கொள்ளப்படவில்லை. பூமியின் கவர்ச்சி குறையுமானால், குறிப்பிட்ட ஆரம்ப வேகத்துக்கு அது இன்னும் அதிக உயரம் செல்லும் என்பது தெளிவு.

ஆனால் மேலே சொன்ன புத்தக சூத்திரம் தவறு என்று எண்ணிவிட வேண்டாம். ஒரு குறிப்பிட்ட உயர எல்லை வரை இச்சூத்திரம் உபயோகம் ஆகும். அவ்வெல்லையைத் தாண்டியபின் அது பயனற்றுப் போய்விடுகிறது. குறைந்த அளவு உயரங்களுக்குத் தான் இந்த

சூத்திரம் பயன்படும். ஏனென்றால் அவ்வித உயரங்களில் கவர்ச்சியில் ஏற்படும் குறைவு மிகவும் அற்பமானது. உதாரணமாக, ஆரம்பவேகம் 300 மீ./வினாடி உள்ள போது கவர்ச்சியில் ஏற்படும் மாறுதலைப் பொருட்படுத்த வேண்டாம்.

இப்போது ஒரு சுவையான கேள்வி எழுகிறது; தற்கால விமானங்கள் செல்லும் உயரங்களில் கவர்ச்சி விசையில் குறைவு காணப்படுகிறதா? இவ்வுயரங்களில் எடை இழப்பு தெரிகிறதா? 1936ல் விளாதீமிர் கோக்கிநாகி என்ற விமானி, அரை டன் எடையுடன் 11,458 மீட்டர் உயரத்துக்கும், 1 டன் எடையுடன் 12,100 மீ உயரத்துக்கும் பறந்தார். இந்த உயரங்களில் இந்த எடைகள் அப்படியே இருந்தனவா, அல்லது குறைந்தனவா என்பது தான் இப்போது கேள்வி. சுமார் 10 கி.மீ உயரம் மேலே சென்று விட்டால், எடை பிரமாதமாகக் குறைந்து விடும் என்றே முதலில் தோன்றும். பூமியின் மேற்பரப்பில் இருக்கும் போது எடை, பூமி மையத்திலிருந்து 6400 கி.மீ தூரத்தில் இருக்கிறது. அதன் உயரம் 12 கி.மீ அதிகமானால் இத்தூரம் 6412 கி.மீ ஆகிறது. இவ்வதிகரிப்பு ஏதேனும் எடை இழப்பை உண்டாக்கப் போதாது என்று தோன்றுகிறது. ஆனால் கணக்கீடு இதற்கு நேர்மாறாக, எடை குறிப்பிடத்தக்க அளவு குறையும் என்று காட்டுகிறது.

கோக்கிநாகி, 2000 கி.கி எடையுடன் 11295 மீ. உயரம் சென்றதற்கு கணக்கிடுவோம். இவ்வுயரத்தில் விமானம், பூமியின் மையத்திலிருந்து, தான் புறப்பட்ட போதிருந்த தூரத்தைப் போல் $\frac{6411.3}{6400}$ மடங்கு தூரத்தில் இருந்தது. அங்கு கவர்ச்சி விசை

$\left(\frac{6411.3}{6400}\right)^2$, அதாவது $\left(1+\frac{11.3}{6400}\right)^2$ மடங்கு குறைவு.

ஆகவே இவ்வுயரத்தில் அது

$2000:\left(1+\frac{11.3}{6400}\right)^2$ கி. கி. எடையுள்ளதாய் இருக்கும்.

சுமாரான குறுக்கு வழியில்* இதைச் செய்தால் விடை 1993 கி.கி அதாவது பூமியின் பரப்பில் 2000 கி.கி எடை உள்ள பொருள், 7

---

* $(1+a)^2=1+2a$, and $1:(1+a)=1-a$, என்ற சுமார் மதிப்புகளை மிகச்சிறிய பின்னமானால் உபயோகிக்கலாம்.

$$\therefore\ 2,000:\left(1+\frac{11.3}{6,400}\right)^2=2,000:\left(1+\frac{11.3}{3,200}\right)=2,000-\frac{11.3}{1.6}=2,000-7$$

கி.கி எடையை இழந்திருக்கும். இவ்வுயரத்தில், 1000 கிராம் எடை ஒரு தராசில் 996.5 கிராமே காண்பிக்கும், அதாவது எடை இழப்பு 3.5 கிராம்.

நம் ஸ்ட்ராடோஸ்ஃபியஸ் பலூன் 22 கி.மீ உயரம் அடைந்த போது அதன் மாலுமிகள் இன்னும் அதிக எடையை இழந்திருக்க வேண்டும், அதாவது ஒவ்வொரு கிலோ கிராமுக்கும் கிராம் எடை இழப்பு.

கிரகங்களின் பாதைகளை வரைதல்

கெப்ளர் கிரகங்களின் இயக்கம் பற்றி மிகுந்த முயற்சி செய்து கண்டுபிடித்த மூன்று விதிகளில் பலருக்கும் புரிவது கடினமாயுள்ளது. அநேகமாக முதல் விதிதான். கிரகங்கள் நீள்வட்டமான பாதைகளில் சுற்றிவருகின்றன என்பது முதல் விதி. ஏன் நீள்வட்டமான பாதையில் சுற்ற வேண்டும்? சூரியனோ எல்லாத் திசைகளிலும் சம அளவில் கவர்ச்சியுடையதாய் இருக்கிறது; தூரம் அதிகமாக ஆக இக்கவர்ச்சி விசையும் சம அளவில் குறைகிறது. இப்படி இருக்கும் போது கிரகங்கள் சூரியனைச் சுற்றி வட்டமான பாதைகளில் தான் சுற்ற வேண்டுமே தவிர, இம்மாதிரி நீள்வட்டமான முடிவுற்ற பாதைகளில் நகருவதும், மேலும் சூரியன் மையத்தில் இல்லாமலிருப்பதும் ஏன்? கணிதம் இக்கேள்விக்கு விடையளிக்கிறது. ஆனால் கலனம் என்ற கணிதப்பிரிவு இப்புத்தகத்தைப் படிக்கிற எல்லோருக்கும் தெரிந்திருக்க

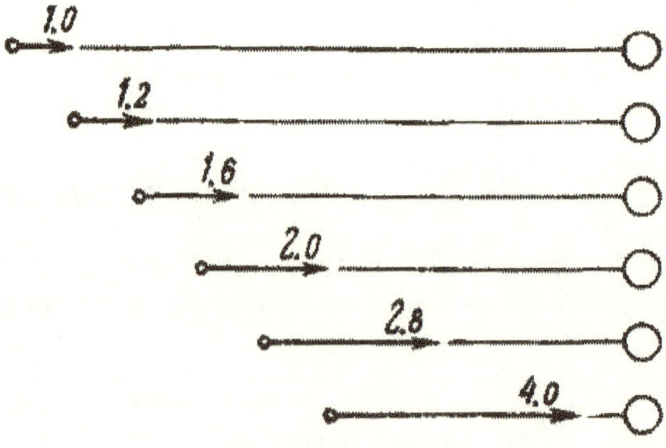

படம் 85. ஒரு கிரகம் சூரியனை நெருங்க நருங்கச் சூரியனின் கவர்ச்சி விசை அதிகரிக்கிறது.

வேண்டிய அவசியமில்லையே. ஆகவே வேறு விகிதத்தில் இதை விளக்க முயற்சிக்கிறேன்.

ஒரு பெரிய காகிதம், ஒரு அடிக்குச்சி, கம்பஸ், இவற்றின் உதவியால் கிரகங்களின் பாதைகளை வரைந்து இவ்விதியை நிரூபிப்போம்.

சூரியனின் கவர்ச்சியே கிரகங்களை இயக்குகிறது. இதை ஆராய்வோம். படம் 85ல் வலப்புறம் உள்ள வட்டம் ஒரு கற்பனைச் சூரியனைக் காட்டுகிறது. இடப்புறம் உள்ளது ஒரு கற்பனைக்கிரகம். இவற்றினிடையிலுள்ள தூரம் 1,000,000 கி,மீ இது நம் படத்தில் 5 செ.மீ அதாவது 200,000 கி.மீ = 1 செ.மீ

0.5 செ.மீ உள்ள அம்பு, சூரியன் கிரகத்தை இழுக்கும் விசையைக் காட்டுகிறது. இந்த இழுப்பு விசை காரணமாக அந்தக் கிரகம் சூரியனை நெருங்கி 900,000 கி.மீ தூரத்தில், (படத்தில் 4.5 செ.மீ) வந்து விடுகிறது என்று வைத்துக் கொள்வோம். இப்போது, கவர்ச்சி விதிப்படி, சூரியன் கிரகத்தைக் கவரும் விசை (10/9)2 அல்லது 1.2 மடங்குகளாயிருக்கும்.

ஆரம்பத்தில் கவர்ச்சி விசையைக் காட்ட ஒரு அலகு நீளமுள்ள அம்பை உபயோகித்தால், இப்போது 1.2 அலகு நீள அம்பை உபயோகிக்க வேண்டும். தூரம் 800,000 கி.மீ – அதாவது நம் படத்தில் 4 செ.மீ – ஆகும் போது, கவர்ச்சி விசை (5/4)2 அல்லது 1.6 மடங்குகள் ஆகிறது. அதை 1.6 அலகு நீளமுள்ள அம்பு தேவை. தூரம் 700 ஆயிரம், 600 ஆயிரம், 500 ஆயிரம் கி.மீ ஆக மாறும் போது, சூரியனின் கவர்ச்சி விசை முறையே 2,2.8,4 அலகுகள் நீளமுள்ள அம்புகளில் காட்டப்படும்.

மேலும், இந்த அம்புகளே, கிரகங்கள் இழுப்பு விசையால் ஒரு அலகு நேரத்தில் நகரும் தூரத்தையும் காட்டுவதாகக் கருதலாம் (ஏனெனில் நகரும் தூரம் வளர்வேகத்துக்கும், அதனால் விசைக்கும் நேர் விகிதத்தில் உள்ளது). பின்னால் வேறு சில படங்களில் கிரக இயக்கங்களுக்கான ஸ்கேலுக்காக இந்தப் படத்தைத் தயாராக வைத்துக் கொள்ளலாம்.

சூரியனைச் சுற்றும் ஒரு கிரகத்தின் பாதையை இப்போது வரைவோம். ஒரு குறிப்பிட்ட தருணத்தில், மேலே கூறப்பட்ட நிறையுள்ள கிரகம் WK என்ற திசையில், இரண்டு அலகுகள் வேகத்தில் நகர்ந்து, சூரியனிலிருந்து 800,000 கி.மீ தூரத்தில் உள்ள K என்ற புள்ளியை அடைவதாக வைத்துக் கொள்வோம் (படம் 86) இந்தத் தூரத்தில், சூரியனின் கவர்ச்சி விசை, கிரகத்தைத் தன்னை நோக்கி ஒரு அலகு நேரத்தில் 1.6 அலகுகள் நீளம் இழுப்பதாய் இருக்கும்; அதே

கால அளவில் கிரகம் *WK* என்னும் திசையில் இரண்டு அலகுகள் நீளம் நகரும். இதன் விளைவாக அது *K1, K2* என்ற பெயர்ச்சிகளினால் அடைபடும் இணைகரத்தின் மூலை விட்டமான *KP* வழியாக நகருகிறது. *KP* யின் நீளம் மூன்று அலகுகள் *(படம் 86).*

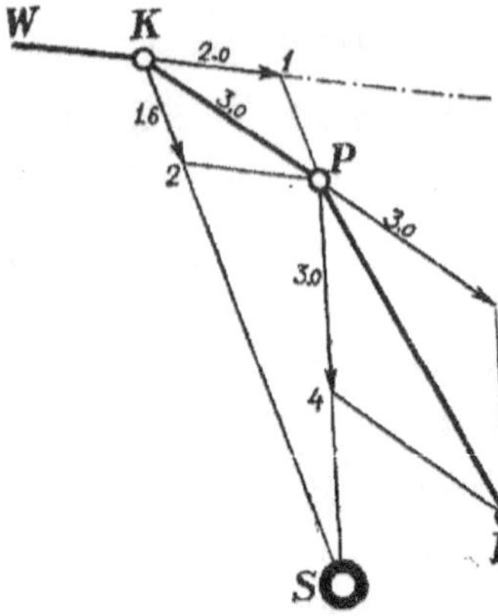

படம் 86. சூரியன் (S) கிரகத்தின் பாதை (WKPR) யை வளைக்கும் விதம்

*P*யை அடைந்தபின், கிரகம் *KP* யின் வழியே *3* அலகுகள் வேகத்துடன் நகர ஆரம்பிக்கிறது. ஆனால், *SP = 5.8* என்ற தூரத்தில் சூரியனின் கவர்ச்சி காரணமாக, *PS* வழியே *P4=3* அலகுகள் நகரும். இதன் விளைவாக கிரகம், *PR* என்ற மூலை விட்டம் வழியே நகரும்.

இந்தப் பெரிய ஸ்கேலில் இவ்வாறே மேலும் மேலும் வரைந்து கொண்டு போவதில் பொருளில்லை. சிறிய ஸ்கேலாய் இருந்தால், கிரகத்தின் பாதையின் இன்னும் அதிகமான பகுதியைக் காட்டலாம். மேலும், அப்போது கிரகத்தின் உண்மையான பாதைக்கும் நாம் வரைந்துள்ளதற்கும் உள்ள வேறுபாடும் அவ்வளவாகத் தோன்றாது. மேற்படி கிரகம் ஒன்று சூரியனைச் சுற்றிவரும் பாதையின் பகுதியை சிறிய ஸ்கேலில் படம் 87 காட்டுகிறது. அக்கிரகத்தின் பாதையிலிருந்து விலக்கி, அதை *P-I-II-III-IV-V-VI* என்ற பாதையில் செல்லுமாறு சூரியன் செய்கிறது. இப்பாதை, ஒடிந்த நேர்கோடுகளால் ஆனது போலில்லாமல் ஒரு ஒழுங்கான வளைவு கோடு போலிருக்கிறது.

இது என்ன வளைவு கோடு? வடிவகணிதம் இதற்கு விடையளிக்கிறது. படம் 87ன் மேல் ஒரு ஒளிபுகுகாகிகத்தை வைத்துக் கிரகத்தின் பாதையில் எவையேனும் ஆறு புள்ளிகளைக் குறித்துக் கொள்ளவும் (படம் 88). அவைகளுக்கு எந்த வரிசையிலும் இலக்கத்தால் *1,2* எனப் பெயரிட்டு அதே வரிசையில் அவற்றை நேர்கோடுகளால் சேர்க்கவும். சில பக்கங்கள் ஒன்றையொன்று வெட்டுமாறு, கிரகத்தின் பாதையினுள் அமைந்த அறுகோணவடிவம் உருவாகும். *1-2* என்னும் கோட்டை நீட்டி *5-4* கோட்டை *I* புள்ளியில் வெட்டச் செய்க; *2-3, 5-6* கோடுகள் *II* என்ற புள்ளியில் வெட்டுவதாகச் சொல்வோம். பின் *4-3,*

1-6 ஆகிய கோடுகளின் நீட்சிகள் *III* புள்ளியில் வெட்டட்டும். நாம் இப்போது ஆராயும் வளைவுகோடு "கூம்பின் வெட்டுமுக"ங்களான நீள்வட்டம், பரவளையம், அதிபரவளையம் ஆகியவற்றில் ஒன்று. ஆனால், புள்ளிகள் *I, II, III* மூன்றும் ஒரே நேர்கோட்டில் அமையும். இது "பாஸ்கலின் அறுகோணவடிவம்" என்னும் தேற்றம் (மத்தியதரப்பள்ளி நிலையங்களின் பாடத்திட்டத்தில் இது உட்படுத்தப்படவில்லை).

கவனமாக வரைந்த படத்தில் இம்மூன்றும் இவ்வாறு ஒரே நேர்கோட்டில் அமைவதைக் காணலாம். ஆகவே, இவ்வளைவு கோடு; நீள்வட்டம், பரவளையம், அதிபர வளையம் இம்மூன்றில் ஒன்று என்று நிச்சயமாகிறது. படம் 87ல் இது ஒரு முடிவற்ற வளைகோடாக இருப்பதால் அது நீள்வட்டமாக இருக்க முடியாது. அது பரவளையமாகவோ அல்லது அதிபரவளையமாகவோ இருக்க முடியும். கிரகத்தின் வளைகோடாக இருப்பதால் அது நீள்வட்டமாக இருக்க முடியாது. அது பரவளையமாகவோ அல்லது அதிபரவளையமாகவோ இருக்க முடியும். கிரகத்தின் முதல் வேகத்துடன் ஒப்பிட்டால் சூரியனின் கவர்ச்சி விசை, கிரகத்தைத் தன் நேரான பாதையிலிருந்து விலக்கி, வளைத்து விட முடியுமே ஒழிய, வானவியலார் கூறுவதுபோல், அதைக் "கைப்பற்ற" போதிய அளவு வலுவுள்ளதல்ல.

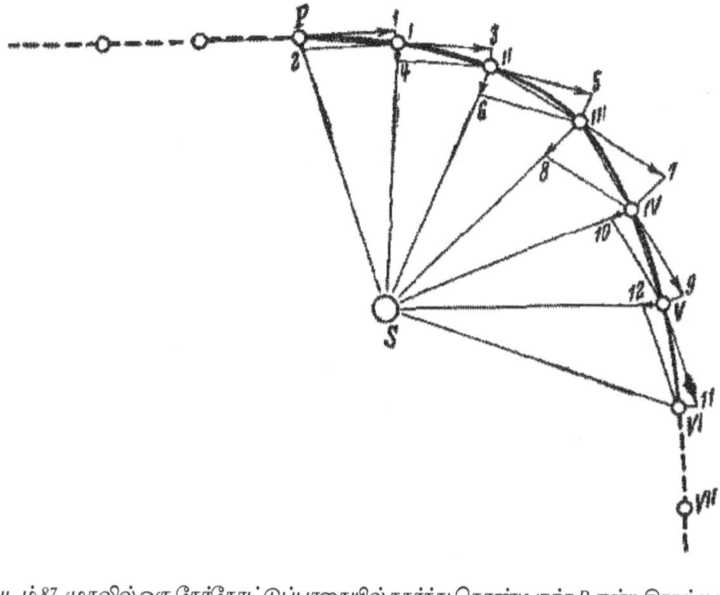

படம் 87. முதலில் ஒரு நேர்கோட்டுப்பாதையில் நகர்ந்து கொண்டிருந்த *P* என்ற கிரகத்தைச் சூரியன் இழுத்து ஒரு வளைவான பாதையில் நகரச் செய்கிறது.

இப்போது கிரகங்களின் இயக்கம் பற்றிய இரண்டாவது விதியைப் பார்ப்போம். இவ்விதி 'பரப்புக்களின் விதி' என்று அழைக்கப்படுகிறது. படம் 21 ஐ நன்கு உற்றுக் கவனிக்கவும் (பக்கம் 56). 12 புள்ளிகளும் அதை 12 பகுதிகளாகப் பிரிக்கின்றன. அவற்றின் நீளங்கள் சமமாக இல்லாவிட்டாலும், கிரகம் அவற்றைச் சம காலங்களில் கடக்கிறது என்று அறிவோம். 1,2,3 முதலிய புள்ளிகளைச் சூரியனுடன் சேர்த்து, அவற்றையும் வரிசையாகச் சேர்த்தால், 12 முக்கோணங்கள் கிடைக்கின்றன. இவை ஒவ்வொன்றின் அடிப்பாகம், உயரம் இவற்றை அளந்து, பரப்பைக்கணக்கிட்டால் அவை சமமாயிருப்பதைக் காணலாம். ஆகவே, கெப்ளரின் இரண்டாவது விதியாவது:

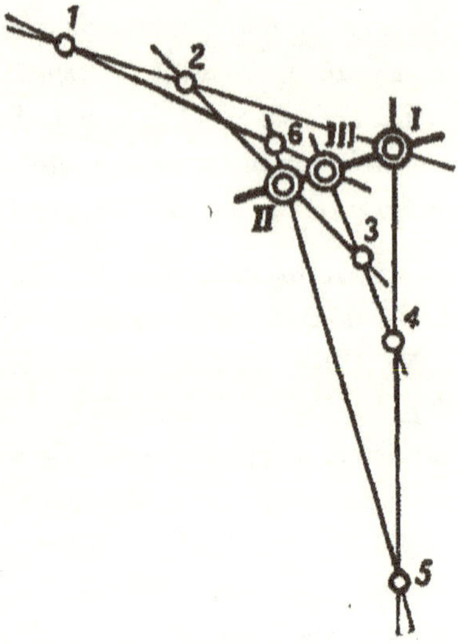

படம் 88. சூரியனைச் சுற்றிக் கிரகங்களின் இயக்கப்பாதைகள் கூம்பின் வெட்டு முகங்களே என்பதன் நிரூபணம். (விபரங்களைப் புத்தகத்தினுள் பார்க்கவும்)

கிரகங்களின் பாதைகளின் ஆரச்சதிசிகள் சம காலங்களில் சமபரப்பை நகர்ந்து அடைகின்றன.

இவ்வாறு கம்பஸின் உதவிக் கொண்டு கிரகங்களின் இயக்கம் பற்றிய கெப்ளரின் முதல் இரு விதிகளை நிரூபித்தோம். மூன்றாவது விதியை நிரூபிக்க, இனி கம்பசுக்கு வேலையில்லை. பேனாவும் காகிதமும் கொண்டு சில கணக்குகள் போடலாம்.

கிரகங்கள் எப்போது சூரியன் மீது விழும்?

பூமி சூரியனைச் சுற்றுவதற்குத் திடீரென ஏதேனும் தடை ஏற்பட்டு பூமி சுற்றாமல் நின்று விட்டால் என்ன ஏற்படும் என்று எப்போதாவது

நீங்கள் கற்பனை செய்து பார்த்தது உண்டா? துப்பாக்கிக் குண்டினும் மிக்ககடும் வேகத்துடன் அது சுற்றுவதால் அதிலுள்ள ஏராளமான இயக்க சக்திவெப்பமாக மாறி பூமி முழுவதையும் எரிக்கும்.

அப்படி நிகழவில்லை என்று வைத்துக் கொண்டால் கூட சூரியனின் கவர்ச்சியால் சூரியனை நோக்கி விரைந்து சென்று அதனுடைய அரவணைப்பில் கருகி மறைந்து விடும்.

ஆனால் இந்த வித நாசம் மெதுவாக, சொல்லப்போனால் நத்தையின் வேகத்தில் ஆரம்பிக்கும். முதல் வினாடியில் பூமி சூரியனை நோக்கி 3 மி.மீ தான் நகரும். ஆனால் இந்த வேகம் விரைவாக வளர்ந்து, கடைசிவினாடியில் 600 கி.மீ சென்று இந்த அதி வேகத்தில் பூமி சூரியனின் தீப்பரப்பில் மோதும்.

இப்பெரு நாசம் நிகழ எவ்வளவு காலம் ஆகும்? இதைக் கணக்கிட கெப்ளரின் மூன்றாம் விதி பயனாகிறது. இவ்விதி கிரகங்களின் இயக்கத்திற்கு மட்டுமல்ல, வால்நட்சத்திரங்களுக்கும் மையக் கவர்ச்சி விசையால் பிரபஞ்சத்தில் இயங்கும் எல்லாப் பொருள்களுக்கும் பொருந்தும். இவ்விதி, ஒரு கிரகம் ஒரு முறை சுற்ற ஆகும் நேரத்துக்கும் (அதாவது அதனுடைய "வருடத்துக்கும்"), அதற்கும் சூரியனுக்கும் உள்ள தூரத்துக்கும் உண்டான தொடர்பைத் தெரிவிக்கிறது.

கிரகங்கள் சூரியனை ஒரு முறை சுற்ற ஆகும் காலங்களின் வர்க்கங்களின் விகிதமும் அக் கிரகங்கள் சுற்றும் பாதைகளின் பெரிய அரை அச்சுகளின் கனங்களின் விகிதமும் சமம் என்பதே மூன்றாம் விதி.

மேலே சொன்ன விஷயத்தில், மிக நீட்டப்பட்ட ஒரு நீள்வட்டத்தில் நகரும் ஒரு கற்பனை வால்நட்சத்திரத்துக்கு நம் பூமியை ஒப்பிடலாம். அந்நீள்வட்டத்தின் இரு முனைகளில் ஒன்று பூமியின் பாதையிலும், மற்றது சூரியனின் மையத்திலும் இருப்பதாகக் கொள்வோம். இத்தகைய நீள்வட்டத்தின் பெரிய அரை அச்சு, பூமிப் பாதையின் பெரிய அரை அச்சில் பாதியாக இருக்கும்.

ஆகவே நமது கற்பனை வால்நட்சத்திரம் ஒரு சுற்றுச் சுற்ற ஆகும் காலத்தைக் கணக்கிடலாம்.

கெப்ளரின் விதிப்படி

$$\frac{(\text{பூமி சுற்ற ஆகும் நேரம்})^2}{(\text{வால்நட்சத்திரம் சுற்ற ஆகும் நேரம்})^2}$$

$$\frac{(\text{பூமிப்பாதையின் பெரிய அரை அச்சு})^2}{(\text{வால்நட்சத்திரப் பாதையின் பெரிய அரை அச்சு})^2}$$

பூமி சுற்ற ஆகும் நேரம் 365 நாட்கள். அதன் பாதையின் பெரிய அரை அச்சு 1 எனக் கொண்டால், வால்நட்சத்திரப் பாதையின் பெரிய அரை அச்சு 0.5. ஆகவே,

$$\frac{365^2}{(\text{வால்நட்சத்திரம் சுற்ற ஆகும் நேரம்})^2} = \frac{1}{(0.5)^3}$$

இதிலிருந்து

$$(\text{வால்நட்சத்திரம் சுற்ற ஆகும் நேரம்})^2 = 365^2 \times \frac{1}{8}$$

அதாவது

வால்நட்சத்திரம் சுற்ற ஆகும் நேரம் $= 365 \times \frac{1}{\sqrt{8}} = \frac{365}{\sqrt{8}}$.

நமக்குத் தேவையானது நமது கற்பனை வால்நட்சத்திரம் ஒரு முழுச்சுற்றுச் சுற்ற ஆகும் காலமல்ல, ஆனால் அதில் பாதி, அதாவது, பூமிப் பாதையிலிருந்து அது சூரியனை அடைய ஆகும் காலம் தான். இது, பூமி சூரியன் மீது மோதுவதற்கு ஆகும் காலத்திற்கு சமமாகும். இதைக் கணக்கிடுவோம். அது

$$\frac{365}{\sqrt{8}} : 2 = \frac{365}{2\sqrt{8}} = \frac{365}{\sqrt{32}} = \frac{365}{5.65}$$

ஆகவே பூமி சூரியன் மேல் விழ எவ்வளவு நாள் ஆகும் என்பதைக் கணக்கிட 365 ஐ 32 ஆல், அதாவது 5.56 ஆல் வகுக்க வேண்டும். அது முழு எண், திருத்தமாக 65 நாட்கள்.

ஆகவே தன் பாதையில் பூமி திடீரென்று நின்ற பிறகு, சூரியனின் மேல் போய் விழ இரண்டு மாதங்களுக்குச் சற்று அதிகம் ஆகும்.

கெப்ளரின் மூன்றாம் விதியின் உதவியால் கிடைத்த இந்தச் சூத்திரத்தை பூமிக்கு மட்டுமின்றி எல்லாக் கிரகங்களுக்கும், உபக்கிரகங்களுக்கும் உபயோகிக்கலாம். அவையவை தத்தம்

அடிப்படைக் கிரகத்தின் மீது விழ ஆகும் காலத்தை √32, அதாவது 5.65 ஆல் வகுக்க வேண்டும்.

சூரியனுக்கு மிக அருகில் உள்ள புதனின் சுற்றும் காலம் 88 நாட்கள். ஆகவே அது சூரியன் மேல் விழ 15 ½ நாட்கள் ஆகும். நெப்டியூனின் சுற்றுங்காலம் 165 பூமி வருடங்கள். ஆகவே அது சூரியன் மேல் போய் விழ 29 வருடங்கள். ப்ளூட்டோவுக்கு 44 வருடங்கள் ஆகும்.

சரி, சந்திரன் திடீரெனச் சுற்றுவதை நிறுத்திவிட்டுப் பூமியை நோக்கி விழுந்தால் பூமியை அடைய எவ்வளவு காலம் ஆகும்? பூமியைச் சந்திரன் ஒருமுறை சுற்ற ஆகும் காலமான 27.3 நாட்களை 5.6 ஆல் வகுத்தால் கிட்டத்தட்டச் சரியாக 5 நாட்கள் என்று விடை கிடைக்கிறது. சந்திரன் மட்டுமல்ல, ஆரம்ப வேகம் பூஜ்யமாகக் கொண்டு அதே தூரத்தில் உள்ள எந்தப் பொருளும் பூமியின் மேல் விழ 5 நாட்களாகும். அவ்வாறு விழும் போது பூமியின் ஈர்ப்பிற்குத் தான் அவை உட்படுகின்றன. சூரியனால் ஏற்படும் பாதிப்பை நாம் கணக்கில் சேர்த்துக் கொள்ளவில்லை.

இதே சூத்திரத்தை உபயோகித்து, ஜூல் வேர்னின் “பீரங்கியிலிருந்து சந்திரனுக்கு” என்பதன் கதாபாத்திரங்கள் அங்குமிங்குமாய் சேர எவ்வளவு காலமாயிற்று என்று (இக்கணக்கீடு “விண்வெளியில் பிரயாணங்கள்” என்ற எனது புத்தகத்தில் கொடுக்கப்பட்டுள்ளது).

வல்கனின் உலைக்களம்

இந்த சூத்திரத்தைப் புராணக் கதைகளில் உள்ள ஒரு கணக்கின் விடை காண உபயோகிப்போம். வல்கனைப் பற்றி ஒரு தொன்மையான கிரேக்கப் புராணக் கதை, ‘வல்கன் வானத்திலிருந்து போட்ட ஒரு உலைக்களம் பூமியை அடைய ஒன்பது நாட்களாயின’ என்று சொல்கிறது. ஒன்பது நாட்கள் ஆக வேண்டும் என்றால் அது எவ்வளவு உயரத்திலிருந்து போடப்பட்டிருக்க வேண்டும். இந்த “அளக்கமுடியாத” உயரமே கடவுளின் இருப்பிடம் என்பது அக்காலத்தவர் கருத்து. சியாப்ஸ் பிரமிடின் உயரத்திலிருந்து இந்த உலைக்களம் பூமியை அடைய ஐந்தே வினாடிகள் ஆகியிருக்கும்.

இந்த நிகழ்ச்சியை வைத்துக் கணக்கிட்டுத் தற்காலத்தில் அறிந்துள்ள அளவுடன் ஒப்பிட்டால், பழங்கால கிரேக்கர்களது பிரபஞ்சம் சிறியதே என்று காணலாம்.

சந்திரன் பூமியை அடைய 5 நாட்கள் ஆகும் என்று தெரியும். புராணக் கதையிலுள்ள அந்த உலைக்களம் பூமியை அடைய ஒன்பது நாட்கள் ஆயின. ஆகவே அது எந்த “ஆகாயத்தில்” இருந்து விழுந்ததோ அது சந்திரனின் பாதைக்கும் அப்பால் இருக்கவேண்டும். எவ்வளவு அப்பால்? உலைக்களத்தை நம் பூமியின் உபக்கிரகமாகக் கருதினால், அது பூமியைச் சுற்ற ஆகும் காலம், $9 \times \sqrt{32} = 9 \times 5.6 = 51$ நாட்கள். இப்போது சந்திரனுக்கும், உலைக்கள உபக்கிரகத்துக்கும் கெப்ளரின் மூன்றாம் விதியைப் பயன்படுத்தி விகிதத்தை எழுதுவோம்.

$$\frac{(\text{சந்திரன் சுற்றும் காலம்})^2}{(\text{உலைக்களம் சுற்றும் காலம்})^2} = \frac{(\text{சந்திரனின் தூரம்})^3}{(\text{உலைக்களத்தின் தூரம்})^3}$$

அவ்வவற்றின் மதிப்புகளைப் போட்டால்,

$$\frac{27.3^2}{51^2} = \frac{380{,}000^3}{(\text{உலைக்களத்தின் தூரம்})^3}$$ இதிலிருந்து

$$\text{உலைக்களத்தின் தூரம்} = \sqrt[3]{\frac{51^2 \times 380{,}000^3}{27.3^2}} = 380{,}000\sqrt[3]{\frac{51^2}{27.3^2}}$$

$$= 580{,}000 \text{ கி.மீ.}$$

அதாவது தொன்மைக் கிரேக்கர்களது ஆகாயம் சந்திரனின் உயரத்தைப்போல் சுமார் 1 ½ மடங்கே. இதுவே அவர்கள் அறிந்திருந்த பிரபஞ்சத்தின் எல்லை. தற்கால வானவியல் நமக்குக் காட்டும் பிரபஞ்ச எல்லையுடன் இதை ஒப்பிட்டால் இது எவ்வளவு சிறியது! நமது பிரபஞ்ச ஆரம்பமே அவர்களது பிரபஞ்சத்தின் எல்லை.

சூரிய மண்டலத்தின் எல்லைகள்

வால்நட்சத்திரங்களின் பாதைகளில் சூரியனிடமிருந்து மிகத் தொலைவில் உள்ள புள்ளிகளை (ஏஃபீலியன்’ களை) சூரிய மண்டலத்தின் எல்லையாகக் கொள்வோம். இவ்வெல்லையையும் கெப்ளரின் மூன்றாம் விதியைக் கொண்டு நிர்ணயிக்கலாம். மூன்றாம் அத்தியாயத்தில், வால்நட்சத்திரங்கள் சூரியனைச் சுற்றிவர வெகு நீண்டகாலம் (776 வருடங்கள்) ஆகின்றன என்று சொல்லப்பட்டது. வால்நட்சத்திரப் பாதையில் சூரியனுக்கு மிக அருகிலுள்ள புள்ளியின் தூரம்(’பெரிஹீலியன்’) 1,800,000 கி.மீ மிகத் தொலைவிலுள்ள புள்ளியின் (ஏஃபீலிய’னின்) தூரம் X எனக் கொண்டு விகிதத்தை எழுதுவோம்.

$$\frac{776^2}{1^2} = \frac{\left[\frac{1}{2}(x+1,800,000)\right]^3}{150,000,000^3}.$$

இதிலிருந்து

$$x + 1,800,000 = 2 \times 150,000,000 \times \sqrt[3]{776^2},$$

ஆகவே,

$$x = 25,318,000,000 \text{ கி.மீ}$$

இவ்வாறு இவ் வால்நட்சத்திரங்கள், சூரியனிலிருந்து பூமியைப் போல்182 மடங்குதூரத்திலும், மிகத் தொலைவிலுள்ளப்ளூட்டோவைப் போல் 4.5 மடங்கு தூரத்திலும் பிரயாணம் செய்கின்றன.

ஜூல் வேர்னின் புத்தகத்தில் உள்ள பிழை

ஜூல் வேர்னின் "ஹெக்டர் ஸெர்வடாக்" என்னும் புத்தகத்தில் "கல்லியம்" என்ற ஒரு கற்பனை வால்நட்சத்திரம் பற்றி கூறப்படுகிறது. அவ்வால்நட்சத்திரம் சரியாக இரண்டு வருடங்களில் சூரியனை ஒரு முறை சுற்றி வந்ததாகக் கூறப்படுகிறது. மேலும் அது சூரியனிலிருந்து மிகத் தொலைவிலுள்ள தூரம் 820 மில்லியன் கி.மீ என்றும் சொல்லப்பட்டிருக்கிறது. மிக அருகிலுள்ள தூரம் கொடுக்கப்படவில்லை. ஆனாலும் கெப்ளரின் மூன்றாம் விதி மூலம், இத்தகைய வால்நட்சத்திரம் நம் சூரியமண்டலத்தில் இருக்க முடியாது எனக்காட்டலாம்.

அந்த வால்நட்சத்திரத்தின் மிக அருகிலுள்ள தூரத்தை நாம் x மில்லியன் கி.மீ எனக் கொள்வோம். வால்நட்சத்திரப் பாதையின் பெரிய அச்சு = $X + 820,000,000$ கி.மீ. ஆகவே பெரிய அரை அச்சு = $\frac{x+820}{2}$ மில்லியன் கி.மீ. வால்நட்சத்திரம் சுற்றும் காலத்தையும், சூரியனிலிருந்து அதனது தூரத்தையும், பூமி சுற்ற ஆகும் காலத்துடனும் பூமியின் தூரத்துடனும் கெப்ளரின் மூன்றாம் விதிப்படி ஒப்பிட்டால்

$$\frac{2^2}{1^2} = \frac{(x+820)^3}{2^3 \times 150^3}$$

இதிலிருந்து

$$x = -343.$$

வால்நட்சத்திரத்தின் மிக அருகிலுள்ள தூரத்தைக் குறிக்கும் எண் இவ்வாறு நெகடிவ் எண்ணாக வருவது, கொடுக்கப்பட்ட விபரங்களின் பொருத்தமின்மையைக் காட்டுகிறது. வேறுவிதமாகச் சொன்னால், மிகக் குறுகிய காலமான இரண்டு வருடங்களில், தான் சூரியனை ஒருமுறை சுற்றுவதாகக் கருதப்பட்ட வால்நட்சத்திரம், ஜூல் வேர்ன் தம் புத்தகத்தில் குறிப்பிட்டுள்ள தூரம் பிரயாணம் செய்ய முடியாது.

பூமி எவ்வாறு நிறுக்கப்பட்டது?

ஒரு கதை உண்டு. ஒரு முட்டாள் வானவியல் படிக்க ஆரம்பித்தான். அவன் மிகவும் ஆச்சரியப்பட்டது எதைப் பற்றித் தெரியுமா? இந்த வானவியலார்களுக்கு எப்படி இந்த நட்சத்திரங்களின் பெயர்கள் தெரிந்தன என்பதைப் பற்றித் தான்! மேலேயுள்ள கேள்வி இந்த ரகத்தைச் சேர்ந்ததல்ல. உண்மையிலேயே, நாம் வசிக்கும் பூமியையும், மிகத் தொலைவில் ஒளிரும் கிரகங்களையும் நிறுத்து எடை கண்டது, வானியலார்களின் ஆச்சரியப்படத்தக்க வெற்றியாகும். வானத்தையும் பூமியையும் எப்படித்தான் நிறுத்தார்கள்? எந்த அளவு கோல்கள் உபயோகிக்கப்பட்டன?

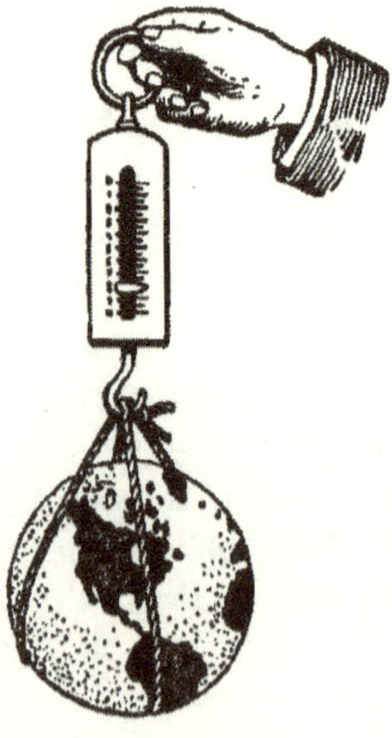

படம் 89. பூமியை நிறுக்க எந்தத் தாரசு உபயோகிக்கப்பட்டது?

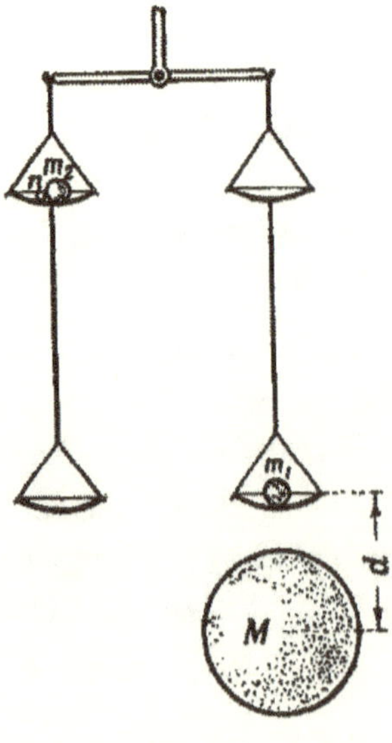

படம் 90. பூமியின் நிறையைக் காணும் விதம் ஜாலியின் தராசு.

முதலில், பூமியை எப்படி நிறுத்தார்கள்? "பூமியின் எடை" என்பதன் பொருள்தான் என்ன? நாம் சாதாரணமாகக் கூறுவதுபோல், ஒரு பொருளின் எடை என்பது, அதன் அடிப்பாகத்தில் ஏற்படும் அழுத்தம், அல்லது அது தொங்கவிடப்பட்டிருக்கும் இடத்தில் ஏற்படும் இழுப்பு விசையாகும். பூமி ஏதோ ஒன்றிலிருந்து தொங்கவும் இல்லை. அல்லது அதைஏதோஒன்றுதாங்கிக்கொண்டும்இல்லை.ஆகவேஇக்கருத்துப்படி பூமிக்கு எடை கிடையாது. அப்படியானால் வானவியலார் "பூமியின் எடை" என்பதை எவ்வாறு வரையறுக்கின்றனர்? அவர்கள் கண்டது அதன் நிறையே. கடைக்குப் போய் ஒரு கிலோகிராம் சர்க்கரை கேட்டால், அதன் அடிப்பாகத்தில் என்ன அழுத்தம் ஏற்படுகிறது என்பது பற்றியோ நாம் கவலைப்படுவதில்லை. நம் கவலையெல்லாம், அந்தச் சர்க்கரை எத்தகைய டீக்குப் போதுமானது என்பது தான். அதாவது இந்தக் கிலோகிராமில் எவ்வளவு சர்க்கரை இருக்கிறது என்பது தானே!

இந்த அளவை அளக்க ஒரே ஒரு வழிதான் அதாவது ஒரு பொருளைப் பூமி கவர்ந்திழுக்கும் விசையின் அளவைக் காண வேண்டும். பூமியின் கவர்ச்சி விசை பொருளின் நிறையைப் பொறுத்திருக்கும். ஆதலால் ஒரு பொருளின் நிறையைக் கவர்ச்சி விசை மூலம் அறிவதனால் சம அளவுள்ள பொருள்கள் சம நிறையைக் கொண்டிருக்கும் எனக் கருத்தில் கொள்ளலாம்.

பூமியின் நிறை தெரிந்தால் அதன் எடை தெரிந்தாற்போல் தான். ஆகவே பூமியை நிறுப்பது என்பதன் பொருள் அதன் நிறையைக் காண்பது என்பது தான். இந்தச் சிக்கலான பிரச்சனையைத் தீர்க்கும் முறை கீழே தரப்பட்டுள்ளது (ஜாலியின் முறை, 1871). படம் 90 வெகு நுண்ணிய தராசுத் தட்டுகளைக் காட்டுகிறது. துலாக்கோலின் ஒவ்வொரு முனையிலிருந்தும், மேலும் கீழுமாக இரு இலேசான தட்டுக்கள் தொங்குகின்றன. அவற்றினிடையே உள்ள தூரம் 20 முதல் 25 செ.மீ வலது கீழ்த்தட்டில் நிறை $m1$ உள்ள ஒரு உருண்டையை வைத்து பின் துலாக்கோலைச் சமன் செய்ய இடது மேல் தட்டில் M_2 என்ற எடையையும் வைக்க வேண்டும். m^1 ¬வும் m^2வும் சமமல்ல; அவைகள் பூமியின் மையத்திலிருந்து வெவ்வேறு தூரத்தில் இருப்பதால் பூமி அவற்றை வெவ்வேறு விசைகளுடன் இழுக்கிறது. இப்போது வலது கீழ்த்தட்டியின் கீழ் நிறை M உள்ள ஒரு பெரிய ஈய உருண்டையை வைத்தால் சமநிலை கலையும், ஏனெனில் ஈய உருண்டையின் நிறை M நிறை m_1 ஐ f_1 என்ற விசையுடன் இழுக்கும். F_1 ஆனது இவ்விரு நிறைகளின் பெருக்குத் தொகைக்கு நேர்விகிதத்திலும், அவ்விரண்டின் மையங்களின் இடையிலுள்ள தூரம் dயின் வர்க்கத்திற்கு எதிர்

விகிதத்திலும் உள்ளது. ஆக

$$F = k\frac{m_1 M}{d^2},$$

இதில் *k* என்பது கவர்ச்சி விசையின் மாறிலி.

இவ்வாறு கலைந்த சமநிலையைச் சரிப்படுத்த இடது மேல் தட்டில் நிறை *n* உள்ள ஒரு சிறிய எடையைப் போடுவோம். அது தட்டை அழுத்தும் விசை அதன் எடையாகும். இது பூமியின் நிறை முழுவதும் இந்தச் சிறிய உருண்டையின் மேல் கொண்டுள்ள கவர்ச்சி விசைக்குச் சமமாகும். இவ்விசை *F* எனின்,

$$F' = k\frac{n m_{\oplus}}{R^2},$$

இதில் $m_{\oplus}$ என்பது பூமியின் நிறை, *R* அதன் ஆரம். பெரிய ஈயக்குண்டின் இடது மேல் தட்டில் ஏற்படும் விளைவு மிக அற்பமானது. ஆகவே அதைக் கணக்கில் சேர்த்துக் கொள்ள வேண்டாம். அவ்வாறாயின் சமநிலையின் நிபந்தனையைப் பின்வரும் விதத்தில் எழுதலாம்;

$$F = F' \text{ அல்லது } \frac{m_1 M}{d^2} = \frac{n m_{\oplus}}{R^2}$$

இதில் $m_{\oplus}$ ஒன்றைத் தவிர மீதி எல்லாம் தெரியும். ஆகையால் $m_{\oplus}$ ஐயும் நிர்ணயிக்கலாம். மேலே கூறப்பட்ட சோதனையில்,

M = 5775.2 கி.கி; *R = 6366* கி.மீ; *d = 56.86* செ.மீ; *m1 = 5.00* கி.கி; *n = 589* கி.கி.

இம்மதிப்புகளை உபயோகித்துக் கணக்கிட்டால், பூமியின் நிறை *6.15 x 1027* கிராம்கள் என்று தெரியும்.

ஏராளமான பரிசோதனைகள் செய்தபின் பூமியின் நிறையான $m_{\oplus} = 5.974 \times 10^{27}$ கிராம்கள் அல்லது சுமார் *6000* ட்ரில்லியன் (6×10^{12}) டன்கள் எனத் தீர்மானிக்கப்பட்டுள்ளது. இதில் ஏற்படக்கூடிய பிழை *0.1* சதவீதத்துக்கு மேற்படாது.

நாம் எந்தப் பொருளையும் நிறுக்கும் போது அதைக் கவர்ந்திழுக்கும் விசையை அளப்பதில்லை. அதன் நிறையையே அளக்கிறோம். நிறுக்கும் போது சமநிலையில் துலாக்கோல்

இருந்தால் ஒரு தட்டிலுள்ள பொருளின் நிறை மறு தட்டிலுள்ள பொருளின் நிறைக்குச் சமம் என்று பொருள். இதைத் தான் நாம் எடை காண்பது என்கிறோம். இந்த விதத்தில் பார்த்தால், வானவியலாளர்கள் பூமியை நிறுத்தார்கள் என்பது பொருந்தமானதே ஆகும்.

பூமியின் உள்ளே என்ன இருக்கிறது?

பொது மக்கள் அனைவரும் படித்து ரசிப்பதற்காக வெளியாகும் விஞ்ஞானப் புத்தகங்களிலும், கட்டுரைகளிலும் காணப்படும் ஒரு பிழை பற்றி இங்கு குறிப்பிட வேண்டியிருக்கிறது. வானவியலார் நம் பூமியின் ஒரு கன செ.மீ பொருளின் சராசரின் எடையை நிறுத்து அளந்தனர். இதுவே ஒப்பு எடை. பின் வடிவகணித ரீதியாய் பூமியின் கனபரிமாணத்தைக் கண்டனர். ஒப்பு எடை, கனபரிமாணம் இவற்றின் பெருக்குத் தொகையே பூமியின் எடை ஆகும், இதுவே அப்பிழை. ஆனால் இது நடக்க முடியா விஷயம்; பூமியின் ஒப்பு எடை என்பதை நேராக அளக்க முடியாது. ஏனெனில் பூமியின் மெல்லிய புறப்பரப்பினைப் * பற்றியே இதுவரை அறிந்துள்ளோம். மீதி உள்ளே பூமியின் பெரும்பகுதி பற்றி நமக்கு ஒன்றுமே தெரியாது.

பூமியின் எடை வேறு விதத்தில் கண்டுபிடிக்கப்பட்டது என்று நாம் ஏற்கனவே அறிந்தோம்; அதன் சராசரி அடர்த்தி தெரியுமுன்னரே அதன் நிறை காணப்பட்டது. அதன் சராசரி அடர்த்தி 5.5 கிராம் / கன செ.மீ. இது பூமியின் புறணியில் உள்ள கனியங்களின் அடர்த்தியினும் மிக அதிகம். ஆகவே பூமியின் உட்புறம் மிகக் கனமான பொருள்கள் இருக்க வேண்டும் என்பதை ஊகிக்கலாம். மேலேயுள்ள ஒப்பு படை காரணமாகவும் வேறு காரணங்களாலும், பூமியின் உட்பகுதி, இரும்பினாலானது என்றும், சுற்றுமுள்ள அழுத்தத்தால் நன்று இறுக்கப்பட்டுள்ளது என்றும் முன்னர் நம்பினர். ஆனால் உட்பகுதியும் புறணி போன்றதே, அதைச் சூழ்ந்துள்ள மிக மிக அதிக அழுத்தம் காரணமாக உட்பகுதியின் அடர்த்தி மிக அதிகம் என்று தற்போது நம்புகிறார்கள்.

---

* பூமியின் மேற்பரப்பிலிருந்து 25 கி.மீ. ஆழம் வரை உள்ள தாதுப்பொருள்களே ஆராயப்பட்டிருக்கின்றன. பூமியின் கன அளவில் 1.83 பங்கு மட்டும்தான் ஆராயப்பட்டிருக்கிறது என்ற கணக்கீடு காட்டுகிறது.

சூரியனையும் சந்திரனையும் நிறுத்தல்

வெகுதூரத்தில் உள்ள சூரியனின் எடை காண்பது நமக்கு அருகிலுள்ள சந்திரனின் எடை காண்பதை விட மிக மிக எளிதாயிருந்தது என்றால் அது சற்று வினோதமாயிருக்கும். (இங்கும் "எடை" என்பதை, பூமி பற்றி எந்தப் பொருளில் உபயோகித்தோமோ அதே பொருளில் தான் உபயோகிக்கிறோம்; அதாவது அவற்றின் நிறைகளைக் காண்பது என்ற கருத்தில் உபயோகிக்கிறோம்.)

சூரியனின் நிறை கீழ்க்கண்டவாறு கண்டுபிடிக்கப்பட்டது. ஒரு கிராம், ஒரு செ.மீ தூரத்திலுள்ள ஒரு கிராமை *1 / 15,000,000* மி. கிராம் விசையுடன் இழுக்கிறது என்று சோதனை மூலம் காணப்பட்டுள்ளது. நிறைகள் *M, m* உள்ள இரு பொருள்களுக்கிடையிலுள்ள தூரம் *D* எனின், அவற்றின் பரஸ்பரக் கவர்ச்சி விசை *f* பிரபஞ்சக் கவர்ச்சியின் விதிப்படி பின்வருமாறு:

$$f = \frac{1}{15,000,000} \times \frac{M_m}{D^2}\, mgr.$$

என்பது (கிராமில்) சூரியனின் நிறையையும், *m* பூமியின் நிறையையும் *D* க்கும் சற்றுக்கிடையிலுள்ள தூரமான *150,000,000* ஐயும் குறிப்பதாயிருந்தால், அவற்றின் கவர்ச்சி விசை

$$\frac{1}{15,000,000} \times \frac{Mm}{15,000,000,000,000^2} \text{ மில்லிகிராம்.*}$$

மேலும் இந்தக் கவர்ச்சி விசையை நம் கிரகத்தை தன் பாதையில் சுற்றிவரச் செய்யும் மையநோக்கு விசையாகும். சக்தியியலின்படி, இவ்விசை மில்லிகிராமில் *mv2 / D* இதில் *m* என்பது பூமியின் நிறை (கிராமில்); *V* என்பது அதன் பரிதி வேகம். அது *30* கி.மீ / வினாடி = *3,000,000* செ.மீ / வினாடி ஆகும். *D* என்பது பூமிக்கும் சூரியனுக்கும் இடையிலுள்ள தூரம். ஆகவே,

$$\frac{1}{15,000,000} \times \frac{M_m}{D^2} = m \times \frac{3,000,000^2}{D}$$

இதிலிருந்து *M* ஐ (கிராமில்) நிர்ணயிக்கலாம்;

---

* மில்லிகிராம் என்பதை விட டைன் என்பதே பொருந்தும்; *1* டைன் = *0.98*

M = 2.1033 கி. = 2.1027 டன்.

இந்த நிறையைப் பூமியின் நிறையால் வகுத்தால், அதாவது $\frac{2.10^{27}}{6.10^{24}}$ விடை $\frac{1}{3}$ மில்லியன் கிடைக்கும்.

கெப்ளரின் மூன்றாம் விதியின் உதவியால், வெறொரு விதத்தில் சூரியனின் நிறையைக் கண்டுபிடிக்கலாம். பிரபஞ்சக் கவர்ச்சி விசையின் விதிப்படி, மூன்றாம் விதியைப் பின் கண்ட சூத்திரமாக எழுதலாம்:

$$\frac{(\mathfrak{M}_{\odot} + m_1)}{(\mathfrak{M}_{\odot} + m_2)} \frac{T_1^2}{T_2^2} = \frac{a_1^3}{a_2^3},$$

இதில் $\mathfrak{M}_{\odot}$ என்பது சூரியனின் நிறை; *T* என்பது கிரகம் சுற்ற ஆகும் நட்சத்திரத் தினங்கள்; *a* என்பது கிரகத்துக்கும் சூரியனாகும் உள்ள சராசரித் தூரம்; *m* என்பது கிரகத்தின் நிலையில் பூமிக்கும் சந்திரனுக்கும் இதைப் பயன்படுத்தினால்,

$$\frac{(\mathfrak{M}_{\odot} + m_{\oplus})}{(m_{\oplus} + m_{☾})} \frac{T^2_{\oplus}}{T^2_{☾}} = \frac{a^3_{\oplus}}{a^3_{☾}}$$

$a_{\oplus}$, $a_{☾}$, and $T_{\oplus}$, $T_{☾}$ இவற்றின் மதிப்புகளை, அவ்வவ்வற்றைக் கவனித்துக் கண்டுபிடிக்கவும். மேலும் இடப்பக்கம், தொகுதியில் $\mathfrak{M}_{\odot}$ ஆனது உடன் ஒப்பிட்டால் மிகச்சிறியது; பகுதியில் $m_{\oplus}$ ஆனது $\mathfrak{M}_{\odot}$ உடன் ஒப்பிட்டால் மிகச் சிறியது; எனவே சுமாரான மதிப்புக்கான பகுதியில் , தொகுதியில் ஆகியவற்றை நீக்கி விடலாம்; அப்படியானால்

$$\frac{\mathfrak{M}_{\odot}}{m_{\oplus}} = 330{,}000.$$

ஆகவே, பூமியின் நிறை தெரியுமானால் சூரியனின் நிறையையும் காணலாம்.

ஆக சூரியன் பூமியை விட *1/3* மில்லியன் மடங்கு கனமானது.

ஆக சூரியன் சராசரி அடர்த்தியையும் நாம் காணலாம்; இதற்கு சூரியனின் நிறையை அதன் கனபரிமாணத்தால் வகுக்க வேண்டும். சூரியனின் அடர்த்து பூமியின் அடர்த்தியில் கால்பங்கு என்று தெரிகிறது.

இனிச் சந்திரனைப் பற்றிப் பார்ப்போம். ஒரு வானவியலர் கூறுகிறார், "சந்திரனே நமக்கு மிக அருகிலுள்ள வானியங்கு பொருள் எனினும், மிகத் தொலைவில் உள்ள நெப்டியூனை (அப்போதிருந்த) நிறுத்து எடை காண்பதைவிட சந்திரனை நிறுப்பது கடினம்". சூரியனின் நிறையைக் காண அதன் உபக்கிரகம் உதவியது போல் சந்திரனுடைய நிறையைக் காண உதவ அதற்கு ஒரு உபக்கிரகமும் இல்லை. இதற்காக, வானவியலார் அவற்றில் ஒன்றை மட்டும் சொல்கிறேன். அம்முறை சூரியனாலும் சந்திரனாலும் ஏற்படும் கடல் ஏற்றங்களை ஒப்பிடுவதாகும்.

கடல் ஏற்றம் அது ஏற்படக் காரணமாயிருக்கும் பொருளின் நிறையையும் தூரத்தையும் பொறுத்தது. சூரியனின் தூரம் நிறை சந்திரனின் தூரம் இம்மூன்றும் நமக்குத் தெரியும். ஆதலால் கடல் ஏற்றங்களை ஒப்பிட்டுச் சந்திரனின் நிறையைக் காணலாம். கடல் ஏற்றங்களைப் பற்றி விளக்கும் போது இது பற்றிய கணக்கீடுகளைக் கவனிப்போம். இங்கே இறுதியான விடை மட்டும் தரப்படுகிறது – சந்திரனின் நிறை பூமியின் நிறையில் $\frac{1}{81}$ பங்கு (படம் 91). சந்திரனின் விட்டம் நமக்குத் தெரியும். ஆகவே அதன் கனபரிமாணத்தைக் கண்டுபிடிக்கலாம். அது பூமியின் கனபரிமாணத்தில் $\frac{1}{49}$ பங்கு. ஆகவே நமது உபக்கிரகத்தின் அடர்த்தி 49 / 81 அல்லது பூமியின் அடர்த்தியில் 0.6 பங்கு.

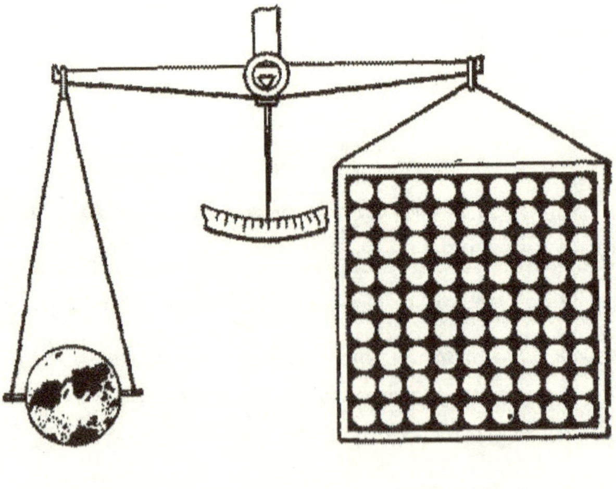

படம் 91. பூமி சந்திரனைவிட 81 மடங்கு அதிக "எடை" உள்ளது.

ஆகவே, சந்திரனிலுள்ள பொருள்களின் அடர்த்தி பூமியினதை விடக் குறைவு. ஆனால் சூரியனதை விட அதிகம். 253ம் பக்கத்தில் உள்ள அட்டவணையிலிருந்து பெரும்பான்மையான கிரீகங்களின் சராசரி அடர்த்தியை விடச் சந்திரனின் அடர்த்தி அதிகம் என்று தெரியவரும்.

கிரகங்கள், நட்சத்திரங்கள் இவற்றின் எடையும் அடர்த்தியும்

சூரியனை நிறுக்க உபயோகித்த முறையைக் கொண்டு, எந்த ஒரு கிரகத்தையும், குறைந்தது அதன் ஒரு உபக்கிரகத்தின் உதவியால் நிறுக்கலாம்.

உபக்கிரகம் தன் பாதையில் சுற்றும் சராசரி வேகம் v, அதன் கிரகத்தில் இருந்து அதன் சராசரி தூரம் D, உபக்கிரகத்தின் நிறை m, கிரகத்தின் நிறை M, ஒரு கிராம் நிறை 1 செ.மீ. தூரத்தில் உள்ள ஒரு கிராம் நிறையை இழுக்கும் விசை k எனின், உபக்கிரகத்தின் மைய நோக்கு விசை $\frac{mv^2}{D}$ உபக்கிரத்துக்கும் உள்ள பரஸ்பரக் கவர்ச்சி விசை = $\frac{kmM}{D^2}$, $kmM / D2$ இவை இரண்டும் சமம். அதாவது $\frac{mv^2}{D} = \frac{kmM}{D^2}$ $M = \frac{Dv^2}{k}$, $M = Dv2 / k$. இச்சூத்திரத்திலிருந்து கிரகத்தின் நிறை M ஐ எளிதில் காணலாம்.

கெப்ளரின் மூன்றாம் விதியையும் இதற்கு உபயோகிக்கலாம்.

அடைப்புக்குறிக்குள் இருப்பவற்றில் வலப்புற அளவுகள் இடப்புறம் உள்ளவற்றை விட மிகச் சிறியவை. ஆகவே அவற்றைத் தள்ளிவிடலாம். அப்போது இடப்புறம் உள்ள முதல் பின்னம், சூரியனின் நிறை கிரகத்தின் நிறை இவற்றின் விகிதம்: அதாவது என்றாகிறது. சூரியனது நிறை தெரியும். ஆகவே கிரகத்தின் நிறையைக் கண்டுபிடிக்கலாம்.

இதே முறையை இரட்டை நட்சத்திரங்களுக்கும் உபயோகிக்கலாம். ஆனால் இதில் விடையாக வருவது தனித்தனி நட்சத்திரங்களின் நிறையல்ல, ஆனால் அவற்றின் நிறைகளின் மொத்தம்.

உபக்கிரகங்களின் நிறையையும், உபக்கிரகம் இல்லாத கிரகங்களின் நிறையையும் காண்பது கடினம்.

புதன், வெள்ளி இவை ஒன்றையொன்றும் பாதித்துக் கொள்வதையும், பூமி சில வால்நட்சத்திரங்களின் இயக்கம் இவற்றை பாதிப்பதையும் கொண்டு, புதன், வெள்ளி இவற்றின் நிறைகள் கண்டுபிடிக்கப்பட்டன.

கிரகப்போலிகள் எனப்படும் சிறு கிரகங்களின் நிறைகளோ மிக அற்பமானவை. அவை ஒன்றையொன்று பாதிப்பதில்லை. அவற்றின் நிறைகளைக் கவனிப்பது முடியாது எனலாம். நமக்குத் தெரிவதெல்லாம் அவற்றின் நிறைகளின் மொத்தத்தின் எல்லையே – இது கூட வெறும் ஊகம்தான்.

ஒரு கிரகத்தின் நிறையும் கனபரிமாணமும் தெரிந்த பின், அதன் சராசரி அடர்த்தியைக் காணலாம். இதோ கீழே கிரகங்களின் சராசரி அடர்த்திகள் கொடுக்கப்பட்டுள்ளன.

	பூமியின் அடர்த்தி = 1
புதன்	*0.70*
வெள்ளி	*0.88*
பூமி	*1.00*
செவ்வாய்	*0.72*
வியாழன்	*0.24*
சனி	*0.13*
யுரேனஸ்	*0.23*
நெப்டியூன்	*0.38*

நமது சூரிய மண்டலத்திலுள்ள கிரகங்களில், பூமியும் வெள்ளியுமே, அடர்த்தியில் முதலிடம் வகிக்கின்றன. பெரிய கிரகங்களின் சராசரி அடர்த்தி குறைவாய் இருப்பதன் காரணம், அவற்றின் கெட்டியான உள் பகுதி பரந்த வாயுமண்டலத்தால் சூழப்பட்டிருப்பதே. நிறை மிகக் குறைவான இந்த வாயுமண்டலம் கிரகத்தின் கனபரிமாணத்தை அதிகரிக்கிறது.

சந்திரனிலும் பிற கிரகங்களிலும் எடைகள்

வானவியலைச் சிறப்பாகப் படிக்காதவர்கள், 'என்னடா இது! இந்த விஞ்ஞானிகள் என்னவோ தாங்கள் சந்திரனுக்கும், பிற கிரகங்களுக்கும் நேரில் சென்று அளந்தது போல, அவற்றின் புறப்பரப்பின் கவர்ச்சி இவ்வளவு என்று மிக உறுதியாகச் சொல்கிறார்களே' என்று ஆச்சரியப்படுகிறார்கள். ஒரு உலகில் இருக்கும் பொருளை இன்னொரு உலகிற்கு அனுப்பினால் எவ்வளவு எடை இருக்கும் என்று கூறுவது கடினமல்ல. நமக்குத் தெரிய வேண்டியதெல்லாம் வானியங்கு பொருளின் விட்டமும் நிறையுமே.

சந்திரனின் கவர்ச்சி விசையைக் காண்போம். சந்திரனின் நிறை பூமியின் நிறையில் *1 / 81* பங்கு என்று ஏற்கனவே நமக்குத் தெரியும். பூமியின் நிறை இதேபோல் குறைவாய் இருந்தால் அதன் புறப்பரப்பின் கவர்ச்சி விசை தற்போது உள்ளதில் *1 / 18* பங்கு ஆகிவிடும். ஆனால் நியூட்டனின் விதிப்படி, ஒரு முழு கிரகத்தின் கவர்ச்சி, அதன் நிறை முழுதும் அதன் மையத்தில் குவிக்கப்பட்டிருந்தால் என்ன கவர்ச்சி விசை இருக்குமோ அதுவே ஆகும். பூமியின் மையத்திற்கு அதன் புறப்பரப்பிலிருந்து உள்ள தூரம் அதன் ஆரத்துக்குச் சமம். சந்திரனின் மையம் அதன் புறப்பரப்பில் இருந்து அதன் ஆரத்தின் தூரத்தில் உள்ளது. சந்திரனின் ஆரம் பூமியின் ஆரத்தில் *27/100* பங்கு. ஆகவே தூரம் *100/27* பங்கு குறைவாய் இருக்கும் போது கவர்ச்சி விசை $(100/27)^2$ மடங்கு அதிகரிக்கிறது. ஆதலால் சந்திரனின் புறப்பரப்பின் கவர்ச்சி பூமியின் கவர்ச்சியில் $\frac{100^2}{27^2 \times 81}$ அல்லது சுமார் $^1/_6$ பங்கு. ஆக, பூமியில் *1* கி.கிராம் எடை உள்ள பொருளை சந்திரனின் பரப்பில் நிறுத்தால் $^1/_6$ கி.கி தான் இருக்கும். ஆனால் இந்த எடை இழப்பைக் காணவேண்டின் வில் தராசைத் தான் உபயோகிக்க வேண்டுமேயன்றித் துலாக்கோலை அல்ல *(படம் 92).*

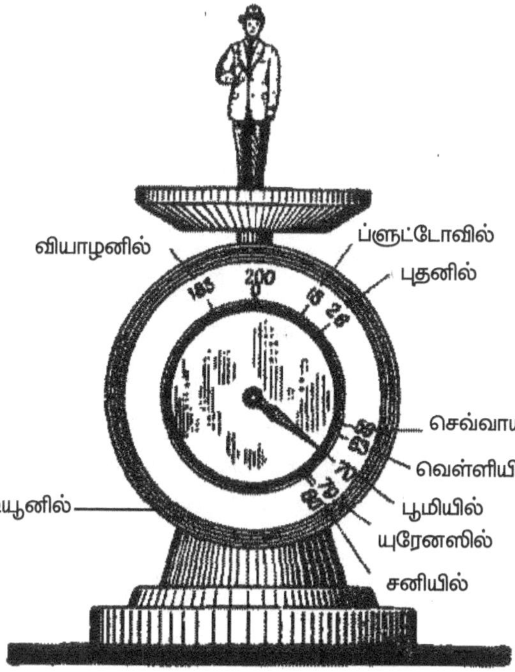

படம் 92. வெவ்வேறு கிரகங்களில் நம் எடை.

சந்திரனில் தண்ணீர் இருந்தால், அதில் நீந்துபவன், பூமியில் தண்ணீரில் நீந்துபவன் எவ்வாறு உணர்வானோ அவ்வாறே உணர்வான். ஏனெனில், அவனது எடை ஆறு பங்கு குறைவாய் இருப்பினும், அவனால் இடம் பெயரச்செய்யப்படும் நீரின் எடையும் அதே மடங்கு குறைவாய் இருப்பதால், அவ்விரண்டின் விகிதமும், பூமியில் உள்ளது போன்றதே. ஆகவே பூமியில் நீரில் எந்த அளவுக்கு மூழ்கி இருப்பானோ அதே அளவுக்குச் சந்திரனிலும் மூழ்கியிருப்பான்.

ஆனால் நீரை விட்டு வெளியேற அவனுக்குக் குறைந்த சக்தியே தேவைப்படும். ஏனெனில் அவன் எடை குறைவாய் இருப்பதால் அவன் தசைகளில் ஏற்படும் சிரமம் குறைவாய் இருக்கும்.

கீழ்வரும் அட்டவணையில் பூமியின் கவர்ச்சி விசையுடன் ஒப்பிட்டு மற்றக் கிரகங்களின் கவர்ச்சி விசைகள் கொடுக்கப்பட்டுள்ளன.

புதனின் கவர்ச்சி விசை	0.38
வெள்ளியின் கவர்ச்சி விசை	0.88
பூமியின் கவர்ச்சி விசை	1.00
செவ்வாயின் கவர்ச்சி விசை	0.39
வியாழனின் கவர்ச்சி விசை	2.64
சனியின் கவர்ச்சி விசை	1.17
யுரேனஸின் கவர்ச்சி விசை	1.05
நெப்டியூனின் கவர்ச்சி விசை	1.50
ப்ளூட்டோவின் கவர்ச்சி விசை	0.25

கவர்ச்சி விசையில், இறங்கு வரிசையில் வியாழன், நெப்டியூன், சனி, யுரேனஸ் இந்நான்குக்கும் பிறகு, பூமி ஐந்தாவதாக இடம் பெறுகிறது.

மிக அதிக எடை

நான்காம் அத்தியாயத்தில் கூறப்பட்ட ஸிரியஸ் *B* போன்ற 'வெள்ளைக் குள்ளர்களின்' புறப்பரப்பில் மிக அதிகமான கவர்ச்சி ஏற்படுகிறது. அவற்றின் ஆரங்கள் சிறியனவையாக இருப்பதும், நிறை மிக அதிகமாயிருப்பதும் இந்த அதிகமான கவர்ச்சிக்குக் காரணம். கஸ்ஸியோபியா என்னும் நட்சத்திரக் கூட்டத்திலுள்ள ஒரு நட்சத்திரத்துக்கு இது பற்றிச் சில கணக்கீடுகள் செய்வோம். அதன் நிறை சூரியனைப் போல் 2.8 மடங்கு, ஆரமோ பூமியனதில் பாதி. சூரியனின் நிறை பூமியின் நிறையைப் போல் 330,000 மடங்கு. ஆகவே மேலே சொன்ன நட்சத்திரத்தின் புறப்பரப்பின் கவர்ச்சி பூமியினதைப்போல்

$2.8 \times 330{,}000 \times 2^2 = 3{,}700{,}000$ மடங்கு இருக்கும்.

பூமியின் புறப்பரப்பில், *1* கன செ.மீ தண்ணீரின் எடை *1* கிராம். ஆனால் அதே கன செ.மீ தண்ணீரின் எடை அந்த நட்சத்திரத்தின் புறப்பரப்பில் சுமார் *3 ¾* டன்கள்! இந்த அபூர்வ உலகத்தை ஆக்கியுள்ள பொருளின் அடர்த்தி நீரைப் போன்று *36,000,000* மடங்கு; ஆகவே ஒரு மீ பொருளின் எடை.

$3{,}700{,}000 \times 36{,}000{,}000 = 133{,}200{,}000{,}000{,}000$ கி.

ஒரு பிடியளவு பொருளின் எடை *100* மில்லியன்கள். சற்று முன் வரை இவ்வாறு இருக்கும் என்று எவரேனும் கற்பனையாவது செய்திருக்க முடியுமா?

கிரகங்களின் ஆழங்களில் எடை

ஒரு கிரகத்தின் பரப்பிற்கு வெகு உள்ளே தள்ளி, உதாரணமாக, மிக மிக ஆழமான ஒரு கற்பனைச் சுரங்கத்தின் அடியில், ஒரு பொருளை வைத்தால், அதன் எடை எவ்வாறு மாறும்?

எல்லாவற்றையும் தன்னை நோக்கி இழுக்கும் மையத்திற்கு அருகில் சுரங்கத்தின் அடிப்பாகம் இருப்பதால், பொருளின் எடை அதிகரித்தாத்தான் செய்யும் என்று பலர் நினைப்பார்கள். இது தவறு. ஏனெனில் கவர்ச்சி விசை, கிரகத்தினுள் செல்லச் செல்லக் குறைகிறதே அன்றிக் கூடுவதில்லை. இது பற்றி எனது 'பொழுதுபோக்குப் பௌதிகம்'' என்பதில் நன்கு விளக்கியிருக்கிறேன். திருப்பித் திருப்பிச் சொல்வதைத் தவிர்ப்பதற்காகக் கீழே சுருக்கமாக விளக்குகிறேன்.

ஒரு கோளவடிமான கூட்டின் உள்ளே உள்ள வெவ்வேறிடத்தில் ஒரு பொருளை வைத்தால் அது தன் எடையை முற்றிலும் இழக்கிறது என்று சக்தியியல் கூறுகிறது. (படம் *93*) ஆகவே ஒரே இயல்புள்ள கெட்டியான ஒரு கோளத்தினுள் ஒரு பொருளை வைத்தால், மையத்திலிருந்து இந்தப் பொருளின் தூரத்தையும், கோளம் ஆக்கப்பட்டுள்ள சாதனத்தையும் பொறுத்துத் தான் கவர்ச்சி விசை இருக்கும் *(படம் 94).*

இக்கருத்துகளின் உதவியால், கிரகத்தின் உள்ளே செல்லச் செல்ல எடை எவ்வாறு மாறுகிறது என்பதற்கு ஒரு விதி காணலாம். கிரகத்தின் ஆரம் R (படம் *95*) என்றும் உள்ளே வைக்கப்பட்ட பொருளுக்கும் கிரகத்தின் மையத்துக்கும் உள்ள தூரம் r என்றும்

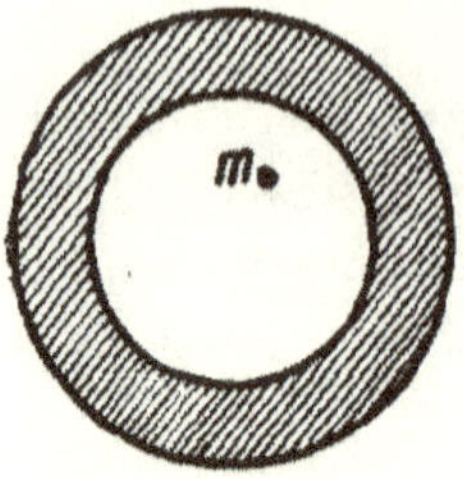

படம் 93. ஒரு கோள வடிவக்கசத்திற்குள் உள்ள பொருளுக்கு எடை இல்லை.

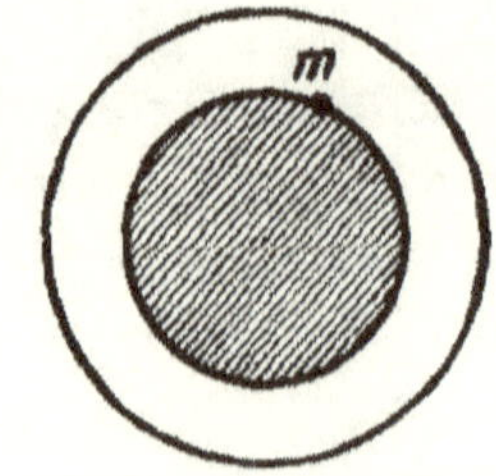

படம் 94. கிரகத்திற்குள் உள்ள பொருளின் எடைஎதைப் பொறுத்தது?

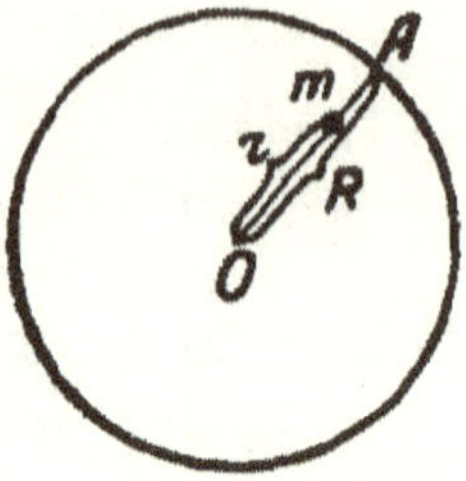

படம் 95. கிரகத்தின் மையத்தை நெருங்கும் பொருளின் எடையில் ஏற்படும் மாறுதலைக் காட்டும் படம்

வைத்துக் கொள்வோம். அப்பொருள் இருக்கும் புள்ளியில் கவர்ச்சி விசை $\left(\frac{R}{r}\right)^2$ மடங்கு அதிகரித்து, அதே போது $\left(\frac{R}{r}\right)^3$ மடங்கு குறையவும் வேண்டும் (ஏனெனில், பொருளைக் கவரக்கூடிய கிரகத்தின் பகுதி அதே $\left(\frac{R}{r}\right)^2$ மடங்கு குறைகிறது) ஆகவே முடிவில் கவர்ச்சி விசை

$$\left(\frac{R}{r}\right)^3 : \left(\frac{R}{r}\right)^2 = \frac{R}{r}$$ மடங்கு குறைய வேண்டும்.

ஆகவே கிரகத்தின் ஆழத்தில், மையத்திலிருந்து பொருளுக்கும் உள்ள தூரம் எத்தனை மடங்கு குறைந்திருக்கிறதோ அத்தனை மடங்கு அதன் எடையும் குறைய வேண்டும். உதாரணமாக நமது பூமி போன்று 6400 கி.மீ ஆரமுள்ள ஒரு கிரகத்தில் 3200 கி.மீ ஆழத்தில் ஒரு பொருளின் எடை பாதியாகிவிடும். 5600 கி.மீ ஆழத்தில் எடை

$$\frac{6400}{6400-5600} = 8$$ மடங்கு குறைவாயிருக்கும்.

கிரகத்தின் மையத்தில் ஒரு பொருள் தனது எடையை அறவே இழக்கும், ஏனெனில் $\frac{6400-6400}{6400} = 0$.

கணக்கீடுகளின்றியும் இம்முடிவுக்கு வரலாம். ஏனெனில் கிரகத்தின் மையத்தில் உள்ள ஒரு பொருளை, சுற்றியுள்ள எல்லா ஊடகங்களும் எல்லாப்பக்கங்களிலும் சமவிசையுடன் கவர்கின்றன.

இப்போது சொல்லப்பட்டது ஒரே மாதிரி அடர்த்தி உள்ள கற்பனை கிரகத்துக்கே பொருந்தும். ஆனால் பூமியின் ஆழங்களில் அடர்த்தி, புறப்பரப்பில் உள்ளதினும் அதிகம். ஆகவே மையத்தை நெருங்க எடை குறையும் என்ற விதி சற்று மாறவே செய்யும்; ஒரு குறிப்பிட்ட சிறிய ஆழம் வரை கவர்ச்சி அதிகரிக்கும்; மேற்கொண்டு கீழே செல்லச் செல்லக் கவர்ச்சி குறையும்.

சந்திரனாலும் சூரியனாலும் ஏற்படும் கடல் ஏற்றவற்றங்கள்

சூரியன் அல்லது சந்திரனின் கவர்ச்சியால் மட்டுமே கடல் ஏற்றம் ஏற்படுவதாக நினைப்பது தவறு. பூமியின் பரப்பிலுள்ள பொருள்களை மட்டுமல்ல, பூமி முழுவதையுமே சந்திரன் இழுக்கிறது. சந்திரனை நோக்கியுள்ள பூமியின் பரப்பிலுள்ள தண்ணீரை விடப் பூமியின் மையம் சந்திரனிலிருந்து அதிக தூரத்தில் உள்ளது. சந்திரன் எங்கு உச்சியில் இருக்கிறதோ அதற்கு நேர் புள்ளியிலுள்ள ஒரு கிலோகிராம் நீர் பூமியின் மையத்திலுள்ள ஒரு கிலோகிராம் பொருளை விட $2kMr/D2$ மடங்கு அதிகமாகவும், பூமியின் விட்டத்தின் எதிர்முனையிலுள்ள ஒரு கிலோகிராம் நீர் மேற்குறிப்பிட்ட மடங்கு குறைவாகவும் சந்திரனால் ஈர்க்கப்படுகின்றன. (k –கவர்ச்சி விசையின் மாறிலி; M –சந்திரனின் நிறை; r – பூமியின் ஆரம்; D – சந்திரனின் மையத்துக்கும் பூமியின் மையத்துக்குமிடையிலுள்ள தூரம்.)

இரு சந்தர்ப்பங்களிலும், பூமியின் பரப்பின் மேல் தண்ணீர் ஏறக் காரணம் இந்த வித்தியாசமே. முதல் சந்தர்ப்பத்தில், பூமியின் கெட்டிப்பகுதியை விட நீரும், இரண்டாவதில் நீரை விடப் பூமியின் கெட்டிப் பகுதியும் சந்திரனை நோக்கி நகருகின்றன*

சூரியனின் கவர்ச்சியும் கடல் நீரில் இதே போன்றே விளைவை ஏற்படுத்துகிறது. அப்படியானால் சூரியன், சந்திரன் இவ்விரண்டின் கவர்ச்சிகளில் எது வலியது? அவற்றின் நேர் கவர்ச்சிகளை ஒப்பிட்டால் சூரியனது வலியது. பூமியின் நிறை போன்று சூரியன் நிறை 330,000 மடங்கு அதிகம். சந்திரனின் நிறை 81 மடங்கு குறைவு. அதாவது சூரியனின் நிறையை விடச் சந்திரனின் நிறை 330,000 x 81 மடங்கு குறைவு. பூமியின் ஆரத்தைப் போல், சூரியனுக்கும் பூமிக்கும் உள்ள தூரம் 23,400 மடங்கு, சந்திரனுக்கும் பூமிக்கும் உள்ள தூரம் 60 மடங்கு தான். ஆகவே பூமியின்பால் சூரியனும் சந்திரனும் கொண்டுள்ள கவர்ச்சுகளின் விகிதம்

$$\frac{330{,}000 \times 81}{23{,}400^2} : \frac{1}{60^2} \approx 170.$$

அதாவது, பூமியிலுள்ள எப்பொருளையும் சந்திரன் இழுக்கும் விசையைப் போல் 170 மடங்கு பங்கு விசையுடன் சூரியன் இழுக்கிறது. ஆகவே சூரியனால் ஏற்படும் கடல் ஏற்றமே சந்திரனால் ஏற்படுவதினும்

அதிக உயரமானது என்று நினைக்கலாம்; ஆனால் அப்படியல்ல; சந்திரனால் ஏற்படும் கடல் ஏற்றமே உயரமானது. சூரியனின் நிறை *M* சூ, சூரியனின் தூரம் *D*சூ, சந்திரனின் நிறை *M* ச, சந்திரனின் தூரம் *D*ச என்று வைத்துக் கொள்வோம். சூரியன், சந்திரன் இவற்றின் கடல் ஏற்றங்கள் உண்டுபண்ணும் விசைகளின் விகிதம்

$$\frac{2kM_{\text{சூ}}r}{D^3_{\text{சூ}}} : \frac{2kM_{\text{ச}}r}{D^3_{\text{ச}}} = \frac{M_{\text{சூ}}}{M_{\text{ச}}} \times \frac{D^3_{\text{ச}}}{D^3_{\text{சூ}}}.$$

சந்திரனின் நிறை பூமியனதில் 1 /81 பங்கு என்று தெரிவதாக வைத்துக் கொள்வோம்.

பூமியிலிருந்து சூரியன் சந்திரனைவிட 4000 மடங்கு தூரத்தில் உள்ளதால்,

$$\frac{M_{\text{சூ}}}{M_{\text{ச}}} \times \frac{D^3_{\text{ச}}}{D^3_{\text{சூ}}} = 330{,}000 \times \frac{1}{400^3} = 0.42.$$

ஆகவே, சூரியனால் ஏற்படும் கடல் ஏற்றம், சந்திரனால் ஏற்படுவதினும் பங்கு குறைவு. சூரியனாலும் சந்திரனாலும் ஏற்படும் கடல் ஏற்றங்களை ஒப்பிட்டுச் சந்திரனின் நிறை எவ்வாறு அளக்கப்பட்டது என்று கூறுவோம். சூரியனால் ஏற்படுவது, சந்திரனால் ஏற்படுவது என்று தனித்தனியாகக் கடல் ஏற்றங்களை அளக்க முடியாது. ஏனெனில் சந்திரனும் சூரியனும் சேர்ந்தே எப்போதும் கவருகின்றன. ஆனால் சூரியனும் சந்திரனும் ஒன்றுக்கொன்று இசைந்து இழுக்கும் போது (அதாவது சந்திரனும் சூரியனும் பூமியுடன் ஒரே நேர்கோட்டில் அமைந்துள்ளபோது) ஏற்படும் கடல் ஏற்றத்தையும், ஒன்றுக்கொன்று எதிராக இழுக்கும்போது (அதாவது சூரியனையும் பூமியையும் சேர்க்கும் கோடு, சந்திரனையும் பூமியையும் சேர்க்கும் கோட்டிற்குச் செங்குத்தாக இருக்கும் போது) ஏற்படும் கடல் ஏற்றத்தையும் அளக்கலாம். அவ்வாறு அளந்ததிலிருந்து பிந்தியது முந்தியதில் 0.42 மடங்கு என்று தெரிகிறது. கடல் ஏற்றம் உண்டுபண்ணும் விசை சந்திரனுக்கு x என்றும் சூரியனுக்கு y என்றும் கொண்டால்,

$$\frac{x+y}{x-y}=\frac{100}{42}\;;\;\therefore\;\frac{x}{y}=\frac{71}{29}.$$

முன் கூறிய சூத்திரத்தை உபயோகித்தால்

$$\frac{M_{சூ}}{M_{ச}}\times\frac{D_{ச}^{3}}{D_{சூ}^{3}}=\frac{29}{71},\quad \text{அல்லது}\quad \frac{M_{சூ}}{M_{ச}}\times\frac{1}{64,000,000}=\frac{29}{71}.$$

பூமியின் நிறை $M_{பூ}$ எனின், $M_{சூ}=330,000\,M_{பூ}$. ஆகையால்

$$\frac{M_{பூ}}{M_{ச}}=80,$$

அதாவது சந்திரனின் நிறை பூமியின் நிறையில் 1 / 80 பங்கு. வேறு துல்லியமான கணக்கீடுகள்* சந்திரனின் நிறை பூமியின் நிறையில் 0.0123 பங்கு என்று காட்டுகின்றன.

சந்திரனும் காலநிலையும்

பூமியைச் சூழ்ந்துள்ள வாயுமண்டலத்தில் ஏற்படும் ஏற்றவற்றங்களையும் அறிய பலருக்கு ஆவல் இருக்கிறது. இதற்கு நீண்ட நாள் சரித்திரம் உண்டு. பூமியின் வாயுண்டலத்தில் ஏற்படும் ஏற்றவற்றங்களை, 18 வது நூற்றாண்டில் வாழ்ந்த மாபெரும் ருஷ்ய விஞ்ஞானி லோமோனோஸவ் என்பவர் கண்டுபிடித்தார். அவர் அதைக் காற்று அலைகள் என்று அழைத்தார். இந்தக் காற்று அலைகள் பற்றியப் பலவித மாறுபட்ட கருத்துகள் நிலவி வருகின்றன. சந்திரன் பூமியின் இலேசான வாயுமண்டலத்தில் பிரம்மாண்டமான அலைகளை எழுப்புகிறது. இவைகள் வாயுமண்டல அழுத்தத்தைப் பாதிக்கின்றன என்று வானவியலைப்பற்றி அறிவில்லாதவர் நினைக்கின்றனர். ஆகவே வானிலையியலின் பல அம்சங்களுக்கு இவை காரணமாயுள்ளன என்று கருதுகிறார்கள்.

ஆனால் இவ்வாறல்ல, கடல் ஏற்றங்கள் எவ்வளவு உயரமோ அவ்வளவே வாயுமண்டல ஏற்றமும் உயரும் என்று நிரூபிக்கலாம். வாயுமண்டலத்தின் அடிப்பாகத்திலுள்ள காற்றின் அடர்த்தியே, தண்ணீரனதை விட ஆயிரம் மடங்கு குறைவாயிற்றே. ஆகவே வாயுமண்டல ஏற்றம் கடல் ஏற்றத்தைப் போல் ஆயிரம் மடங்கு

* எடுத்துக்காட்டாக, பூமி - சந்திரன் என்னும் அமைப்பினுடைய நிறையின் மையத்தைச்சுற்றி பூமி இயங்குவதினால் காலாகலத்தில் கிரகங்கள், சூரியன் இவற்றின் தீர்க்க ரேகைகள் ஊசலாடுவதை அளப்பதுன சம்பந்தமான கணக்கீடுகள்.

அல்லவா இருக்க வேண்டும் என்று நினைத்து ஆச்சரியப்படுவீர்கள். ஒரு சூனியத்தில் அல்லது வெற்றிடத்தில் ஒரு கனமான பொருளும் ஒரு இலேசான பொருளும் ஒரே விரைவுடனேயே விழுகின்றன என்ற புதிரான உண்மை போன்றதே இரவும்.

பள்ளிக்கூடங்களில் செய்த ஒரு சோதனையை நினைவுபடுத்திக் கொல்வோம். ஒரு வெற்றுக்குழாயினுள் ஓர் ஈயக் குண்டையும் ஒரு பறவை இறகையும் போட்டால் குண்டு இறகைவிட வேகமாக விழவில்லை. அதனுடன் சேர்ந்தே விழுகிறது என்று பார்த்தோம். சூரியன், சந்திரன் இவற்றின் கவர்ச்சியால் பூமி தன் இலேசான மேலுறைகளுடன் விண்வெளியில் விழுவதன் விளைவுதான் இந்த ஏற்றங்கள். ஆகவே பிரபஞ்ச வெற்றிடத்தில் கவர்ச்சி மையத்திலிருந்து சமதூரத்திலுள்ள எல்லாப் பொருள்களும் அவை கனமானவையாயினும் சரி, இலேசானவையாயினும் சரி, கவர்ச்சி காரணமாகச் சம வேகத்துடன் சமகாலங்களில் சமதூரத்தைக் கடக்கும்.

மேலே கூறியவற்றிலிருந்து, காற்று ஏற்றங்களின் உயரம் கடற்கரையிலிருந்து தள்ளி உள்ள இடத்தில் ஏற்படும் மாகடல் ஏற்றத்தின் உயரத்துக்குச் சமம் என்று தெரியவரும். மாகடல் ஏற்ற உயரத்தைக் கணக்கிட உதவும் சூத்திரத்தைக் கவனித்தால் அதில் பூமியின் நிறை, சந்திரனின் நிறை, பூமியின் ஆரம், சந்திரனுக்கும் பூமிக்கும் உள்ள தூரம் இவைகளே இடம் பெற்றிருப்பதையும், மாகடல் நீரின் அடர்த்தி, ஆழம் இவை பற்றிய பேச்சே அங்கில்லை என்பதையும் காணலாம். ஆகவே நீருக்குப்பதில் காற்று என்று போட்டாலும், விடை மாறாது. மாகடல் ஏற்றத்தின் உயரமும், காற்று ஏற்றத்தின் உயரமும் ஒன்றே என்ற விடை வரும். பிந்தியது மிக அற்பமானது. ஏனெனில் கரையிலிருந்து தொலைவில் மாகடல் ஏற்றத்தின் உயரம் என்னவோ சுமார் அரை மீட்டர்தான். ஆனால் கரை ஓரங்களில் ஏற்ற அலைகள் காரணமாக அது 10 மீட்டரும், இன்னும் சில இடங்களில் அதற்கு அதிகமாகவும் உயர்ந்து காணப்படுகிறது. சூரியன் சந்திரன் இவைகள் இருக்கும் நிலைகளைக் கொண்டு, இன்ன இடத்தில் இத்தனை மணிக்குக் கடல் ஏற்றம் இவ்வளவு உயரம் இருக்கும் என்று முன்கூட்டியே தெரிவிக்கக்கூடிய சாதனங்கள் கண்டுபிடிக்கப்பட்டுள்ளன.

ஆனால் எல்லையற்ற இந்த வாயுக்கடலில் ஏற்படக்கூடிய ஏற்ற உயரம் அதிக பட்சம் அரை மீட்டரே. இதைப் பாதிக்க வேறு ஒன்றும் அங்கில்லை. இந்த அற்ப உயரத்தால் வாயுமண்டல அழுத்தம் பாதிக்கப்படுவதுமில்லை.

காற்று ஏற்றங்களை ஆராய்ந்த லாப்லாஸ் அவை வாயுமண்டல அழுத்தத்தில் ஏற்படக்கூடிய மாறுதல் 0.6 மி.மீ பாதரசத்துக்கு அதிகப்படாது. காற்றின் வேகம் 7.5 செ.மீ வினாடிக்கு அதிகப்படாது என்ற முடிவுக்கு வந்தார்.

ஆகவே வாயுமண்டல ஏற்ற இறக்கங்கள் கால நிலையில் எவ்வித மாற்றமும் செய்ய முடியாது என்பது விளங்கும்.

இவ்வாறு சந்திரனின் நிலையைப் பார்த்துக் காலநிலை பற்றி முன்கூட்டியே அறிந்து கொள்வது என்பது இயலாத ஒன்று.

■

www.ingramcontent.com/pod-product-compliance
Lightning Source LLC
LaVergne TN
LVHW101426051026
849519LV00005BC/1894
* 9 7 8 9 3 9 1 2 6 2 6 5 5 *